ഒരു സിനിമ എങ്ങനെയുണ്ടാകുന്നു

oru cinema engane undakunnu

•

k k chandran

•

first edition
january 2008

•

second edition
august 2010

•

third edition
june 2012

•

second impression
january 2021

•

typesetting & published
chintha publishers, thiruvananthapuram

•

cover
shahul aliyar

വിതരണം

ദേശാഭിമാനി ബുക്ക് ഹൗസ്
H O തിരുവനന്തപുരം-695 035
www.chinthapublishers.com
chinthapublishers@gmail.com

ബ്രാഞ്ചുകൾ

ഹെഡ്ഡാഫീസ് കുന്നുകുഴി • ഓവർബ്രിഡ്ജ് തിരുവനന്തപുരം • കെ എസ് ആർ ടി സി ബസ് സ്റ്റേഷൻ ആലപ്പുഴ • കെ എസ് ആർ ടി സി ബസ് സ്റ്റേഷൻ എറണാകുളം • മച്ചിങ്ങൽ ലെയ്ൻ തൃശൂർ • ഐ ജി റോഡ് കോഴിക്കോട് • കെ എസ് ആർ ടി സി ബസ് സ്റ്റേഷൻ കോഴിക്കോട് • എൻ ജി ഒ യൂണിയൻ ബിൽഡിങ് കണ്ണൂർ • സെൻട്രൽ ബസ് ടെർമിനൽ കോംപ്ലക്സ് താവക്കര കണ്ണൂർ

CR - VV. 36 / 1149 / 2952
ISBN - 978-93-82167-61-7

ഒരു സിനിമ എങ്ങനെയുണ്ടാകുന്നു

കെ കെ ചന്ദ്രൻ

ചിന്ത പബ്ലിഷേഴ്സ്
തിരുവനന്തപുരം-695 035

കെ കെ ചന്ദ്രൻ

തൃശൂർ ജില്ലയിലെ ആമ്പല്ലൂർ വില്ലേജിൽ വട്ടണാത്ര ദേശത്ത് ശ്രീ കാളിയൻ കൃഷ്ണനെഴുത്തച്ഛന്റെയും ലക്ഷ്മിയമ്മയുടെയും മകനായി ജനനം.

പുതുക്കാട് സെന്റ് ആന്റണീസ് ഹയർസെക്കന്ററി സ്കൂൾ, പാലക്കാട് വിക്ടോറിയ കോളേജ്, പൂനാ ഫിലിം ഇൻസ്റ്റി റ്റ്യൂട്ട് എന്നിവിടങ്ങളിൽ പഠനം.

കവിത, ചെറുകഥ, നാടകം എന്നീ സാഹിത്യശാഖകളിലൂടെ ചലച്ചിത്ര മാധ്യമത്തിൽ വന്നു. ഒരു ഫീച്ചർഫിലിമും മൂന്നു സീരിയലുകളും നിരവധി സ്വതന്ത്ര ഡോക്യുമെന്ററികളും ചെയ്തിട്ടുണ്ട്. അറിയപ്പെടുന്ന ചലച്ചിത്രാധ്യാപകൻ. ചല ച്ചിത്രമാധ്യമവുമായി ബന്ധപ്പെട്ട പുരോഗമന പ്രസ്ഥാനങ്ങ ളിൽ സജീവമായി പ്രവർത്തിച്ചുവരുന്നു.

ഐവാൻ ഡനിസോവിച്ചിന്റെ ഒരുദിവസം, പാലക്കാട് എന്ന ഗ്രാമം (ചെറുകഥ), സിനിമയെക്കുറിച്ച്, സിനിമ, ക്യാമറ ഒബ്സ്ക്കൂറ എന്നീ പുസ്തകങ്ങൾ എഴുതിയിട്ടുണ്ട്.

ഉള്ളടക്കം

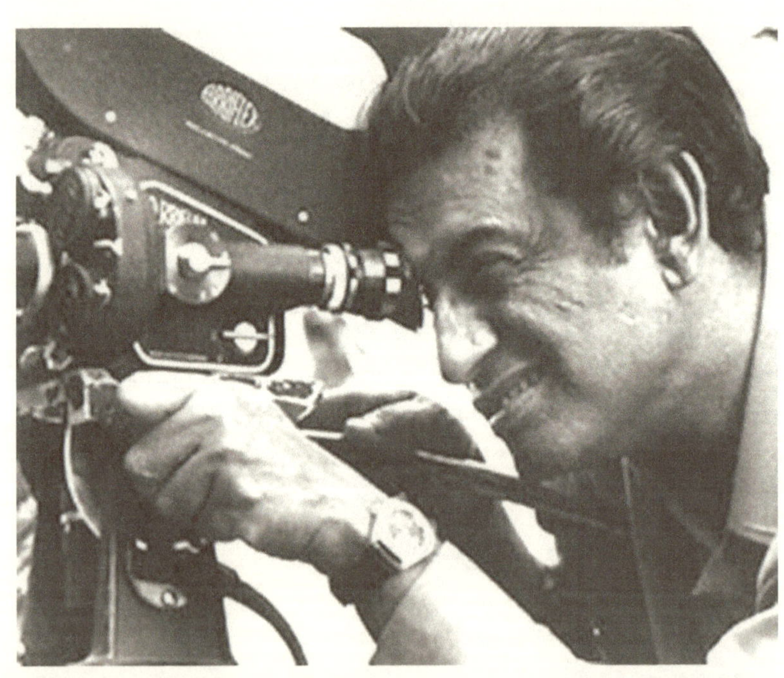

ആമുഖം

എന്റെ സഹോദരന്മാരിൽ ഒരാൾ – കെ കെ രാമൻ – ഒമ്പതാംക്ലാസിൽ പഠിക്കുമ്പോൾ സ്വന്തമായി ഒരു കൊച്ചു പ്രൊജക്ടർ ഉണ്ടാക്കി. അടുത്തുള്ള തിയേറ്ററിൽനിന്നും എറിഞ്ഞുകളയുന്ന ഒരു കഷണം ഫിലിം കൊണ്ടുവന്ന് പ്രൊജക്ടറിൽവച്ച് എതിരെയുള്ള ചുമരിൽ കാണിച്ചുതന്ന ആ ഫ്രെയിമിലെ ഇമേജാണ് എന്റെ ജീവിതത്തിലെ ആദ്യത്തെ സിനിമയുടെ ഓർമ. ഒരു കെമിക്കൽ എഞ്ചിനീ യറായി ലോകത്ത് അറിയപ്പെട്ട അദ്ദേഹം അകാലത്തിൽ അന്തരിച്ചുപോയി.

മറ്റൊരാളായ കെ കെ വാസു തൃശൂർ എഞ്ചിനീയറിങ് കോളേജിൽ അവസാനവർഷം പഠിക്കുമ്പോൾ ആ വർഷത്തെ (1963–64) കോളേജ് മാഗസിനിൽ വില്യം ഫ്രീസ് ഗ്രീനെക്കുറിച്ച് ഒരു ലേഖനം എഴുതുകയുണ്ടായി. അതാണ് ലോകസിനിമയെക്കുറിച്ച് ഞാനാദ്യമായി വായിച്ച ലേഖനം. അദ്ദേഹം സജീവമായി രംഗത്തു തുടരുന്നു.

എന്റെ അടിത്തറയായ അവരുടെ മുന്നിൽവച്ച് ഈ പുസ്ത കത്തിന്റെ താളുകൾ തുറക്കട്ടെ.

ഇനിയുള്ളകാലം ദൃശ്യമാധ്യമത്തിലേക്ക് വരാനിരിക്കുന്ന മക്കൾക്കും എന്റെ സുഹൃത്തുക്കൾക്കുംവേണ്ടി എന്റെ മനസ്സ് എഴുതിവയ്ക്കണമെന്നു പറഞ്ഞുകൊണ്ടിരുന്ന കാര്യങ്ങളുടെ ആകെത്തുകയിലെ ഒരംശമാണ് ഈ പുസ്തകം.

വായിക്കുന്നതിലൂടെ ഗ്രഹിക്കണം, കഴിയുന്നത്ര പ്രയോഗ ത്തിൽ വരുത്തണം.

ഈയറിവുകൾ ഇതിനെക്കാൾ വിശാലമാക്കി ഇനിയൊരു തലമുറയിലേക്ക് പകരണം.

കെ കെ ചന്ദ്രൻ

1

പ്രാരംഭം

നാം ഇന്നറിയുന്ന എല്ലാ ദൃശ്യകലാരൂപങ്ങൾക്കും സുദീർഘമായ ഭൂതകാലചരിത്രമുണ്ട്. ശബ്ദങ്ങൾ ചേർന്നുണ്ടാകുന്ന സംഗീതവും രേഖകൾ ചേർന്നുണ്ടാകുന്ന ചിത്രകലയനും ഏറ്റവും പ്രാചീന കലകളായി കണക്കാക്കിവരുന്നു. ശബ്ദങ്ങൾ അക്ഷരങ്ങളായി, വാക്കുകളായി, പിന്നീട് ലിപികളായി, ഭാഷയായി, ഭാഷാസാഹിത്യമായി വളരുന്നതിനുമുമ്പ് നാട്യ നൃത്ത നൃത്യാദി കലകളും കായികകലകളും നിലവിലുണ്ടായിരുന്നു.

സിനിമയുടെ ആനുകാലിക സാങ്കേതിക ചരിത്രമാരംഭിക്കുന്നത് 1895 ഡിസംബർ 28-ാം തീയതിയാണെങ്കിലും സിനിമയെന്ന കലാരൂപം മറ്റു സാങ്കേതികവിദ്യകളുപയോഗിച്ച് അവതരിപ്പിച്ചു തുടങ്ങിയിട്ട് അയ്യാ യിരത്തിൽ കൂടുതൽ വർഷങ്ങളായി. ചലച്ചിത്രകലയുടെ പ്രാചീനരൂപം അന്ന് നിലനിന്നിരുന്ന നിഴൽനാടകങ്ങളിലും തുകൽപ്പാവക്കുത്തുകളിലും കാണാം.

അങ്ങനെ പറഞ്ഞുവരുമ്പോൾ ചലച്ചിത്രമാധ്യമം സെല്ലുലോയി ഡിൽ ചിത്രീകരിച്ച് ഒരു പ്രൊജക്ടറിന്റെ സഹായത്തോടെ വെള്ളിത്തി രയിൽ കാണിക്കുവാൻ തുടങ്ങിയിട്ട് 100-ൽ കൂടുതൽ വർഷങ്ങളായി എന്നു മാത്രം മനസ്സിലാക്കിയാൽ മതി. മറ്റൊന്നുകൂടി മനസ്സിലാക്കണം: ഭൂമിയിൽ ഇന്നറിയപ്പെടുന്ന എല്ലാ കലാരൂപങ്ങളും ചലച്ചിത്രമാധ്യമ ത്തിൽ ലയിച്ചു ചേരുന്നതിനാൽ ചലച്ചിത്രകാരന് ഒരുപാട് ഭൂതകാല ചരി ത്രജ്ഞാനവും വിജ്ഞാനവും ശാസ്ത്രസാങ്കേതിക തത്ത്വങ്ങളെ പ്രയോ ഗിക്കുവാനുള്ള കഴിവും ഉണ്ടായിരിക്കണം.

നമ്മുടെ ദൃശ്യമാധ്യമങ്ങളിലെ (സിനിമയും ടെലിവിഷനും) നിര വധി സാങ്കേതികോപകരണങ്ങളിൽ പ്രധാനി ക്യാമറ തന്നെ. ഈ ക്യാമ റയ്ക്കും ഒരുപാട് ചരിത്രമുണ്ട്. ഫോട്ടോഗ്രാഫിക് ക്യാമറകൾ നിലവിൽ

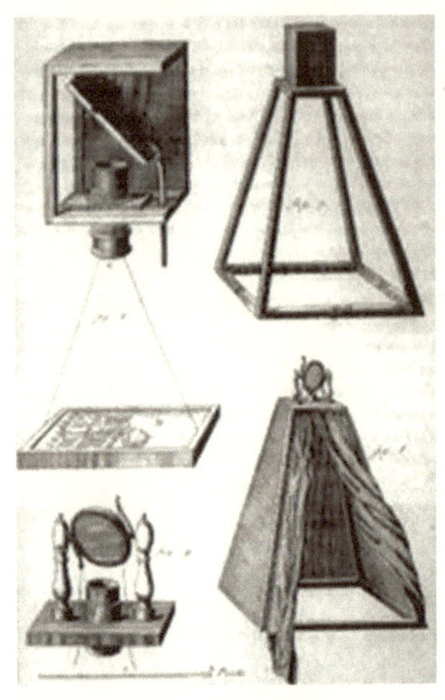

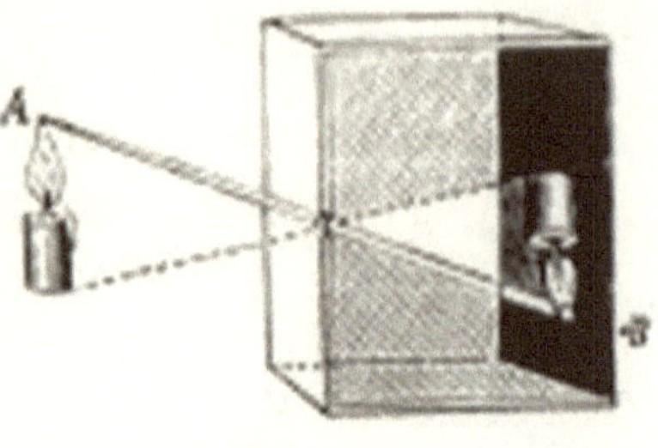

പിൻഹോൾ ക്യാമറ

ക്യാമറ ഒബ്സ്ക്യൂറ

വന്നിട്ട് 200-ൽ കൂടുതൽ വർഷങ്ങ ളായെന്ന് ചരിത്രം പറയുന്നുവെ ങ്കിലും ക്യാമറ ഓബ്സകൂറ എന്ന പ്രാചീനക്യാമറയും പിൻഹോൾ ക്യാമറയുമൊക്കെ നിലവിൽ വന്നിട്ട് ആയിരത്തിൽ കൂടുതൽ വർഷങ്ങളായി.

2300-ഓളം വർഷങ്ങൾക്കു മുമ്പ്, ബി സി 320-കളിൽ, അരി സ്റ്റോട്ടിൽ പിൻഹോൾ ക്യാമറയുടെ സൂക്ഷ്മതത്ത്വം കണ്ടുപിടിച്ചു. ഇത് ഒരു കഥാരൂപത്തിലാക്കി ചുരുക്കി പറയാം. ഗ്രീക്കുകാരനായ അരിസ്റ്റോട്ടിലിന്റെ ജീവിതകാലം ബി സി 384-നും ബി സി 322-നും ഇടയ്ക്കായിരുന്നു.

ഇനി കഥയാണല്ലോ അറിയേണ്ടത്. പറ യാം. അതിനുമുമ്പ് അദ്ദേഹം കണ്ടുപിടിച്ച അറിവ് എന്താണെന്ന് പറയാം.

"ഒരു വസ്തുവിൽ നിന്നും ഉത്ഭവിക്കുന്ന തോ, അല്ലെങ്കിൽ ഒരു വസ്തുവിൽ തട്ടി പ്രതി ഫലിക്കുന്ന പ്രകാശരശ്മികളോ ഒരു സൂക്ഷ്മ ദ്വാരത്തിലൂടെ കടത്തിവിടുകയാണെങ്കിൽ, പ്രസ്തുത വസ്തുവിന്റെ പ്രതിബിംബം സൂക്ഷ്മ ദ്വാരത്തിന്റെ ഇപ്പുറത്ത് ഒരു പ്രത്യേകസ്ഥാനത്ത് തലകീഴായി കാണാം." അരിസ്റ്റോട്ടിലിന്റെ ഈ വെളിപ്പെടുത്തലിന്റെ പിന്നിലെ കഥപറയാം.

അരിസ്റ്റോട്ടിൽ ജീവിച്ചിരുന്നത് 2300 വർഷ ങ്ങൾക്കു മുമ്പായിരുന്നുവെന്ന് പറഞ്ഞുവല്ലോ. വേനൽക്കാലത്തെ ചൂടിൽനിന്ന് രക്ഷപ്പെടുവാൻ ഇന്നത്തെ സൗകര്യങ്ങളൊന്നും അന്ന് ഉണ്ടായി

അരിസ്റ്റോട്ടിൽ

രുന്നില്ല. ഉഷ്ണകാലത്ത് പുല്ലുമേഞ്ഞ ചെറിയ കുടിലുകളിലാണ് പകൽസമയം കഴിച്ചിരുന്നത്. ഇത്തരം കുടിലുകളുടെ ഉൾഭാഗം പൂർണ്ണ മായും ഇരുട്ടായിരിക്കും. പുറത്തെ ഉഷ്ണവായുവിൽനിന്നും വെയി ലിൽനിന്നും രക്ഷപ്പെടാൻ അങ്ങനെയൊരു സംവിധാനമാണ് അന്നെല്ലാ വരും നടപ്പിലാക്കിയിരുന്നത്. സൂര്യൻ ഉദിച്ചുയരുന്നതോടെ അത്യാവ ശ്യകാര്യങ്ങളെല്ലാം നടത്തി കുടിലിനുള്ളിൽ കടന്ന് വാതിലടയ്ക്കും. അരിസ്റ്റോട്ടിൽ അന്ന് അസ്ട്രോണമിയിൽ ഗവേഷണം നടത്തിക്കൊണ്ടി രിക്കുന്ന കാലം. ഒറ്റയ്ക്കായിരുന്നു താമസം. സൂര്യഗ്രഹണമായിരുന്ന തിനാൽ അദ്ദേഹം പുറത്തിറങ്ങിയിരുന്നുമില്ല. അരിസ്റ്റോട്ടിലിന്റെ പുൽക്കു ടാരത്തിന്റെ മേൽക്കൂരയിൽ ഒരു ചെറിയ ദ്വാരമുണ്ടായിരുന്നു. അതിലൂടെ വരുന്ന പ്രകാശരശ്മികൾ തറയിൽ ദീർഘവൃത്താകൃതിയിൽ പതിച്ചു കൊണ്ടിരുന്നത് ശ്രദ്ധിച്ചുകൊണ്ട് അദ്ദേഹം അങ്ങനെ ഇരിക്കവേ ഗ്രഹ ണസമയമായി. സമയം പോകവേ തറയിൽ പതിച്ചുകൊണ്ടിരുന്ന പ്രകാ ശവലയത്തിൽ കറുത്ത നിഴൽ വീഴുന്നത് നോക്കിയിരുന്ന അരിസ്റ്റോട്ടി ലിന്റെ മനസ്സിലൂടെ പലതരം ചിന്തകൾ കടന്നുപോയി. അദ്ദേഹം കൂടു തലും ആലോചിച്ചിരുന്നത് ഗ്രഹണസമയത്ത് സൂര്യബിംബത്തിന്റെ ഗോളാകൃതിയിൽ വരുന്ന ചെറിയ രൂപവ്യതിയാനത്തെക്കുറിച്ചായിരുന്നു. അതോടൊപ്പം ചെറു സുഷിരത്തിലൂടെ പ്രകാശരശ്മികൾ കടന്നുപോ കുമ്പോഴുണ്ടാകുന്ന പ്രതിബിംബം തലകീഴായിപ്പോകുന്നുണ്ടെന്നും അദ്ദേഹം മനസ്സിലാക്കി. സൂര്യബിംബത്തിൽ വീണുകൊണ്ടിരുന്ന നിഴ ലിന്റെ സ്ഥാനമാറ്റത്തെ അടിസ്ഥാനമാക്കിയാണ് അദ്ദേഹം ഈ പ്രതി ഭാസത്തെക്കുറിച്ച് മനസ്സിലാക്കിയത്. അതുപോലെതന്നെ സുഷിരം ഇനിയും ചെറുതാക്കുകയാണെങ്കിൽ പ്രതിബിംബം കൂടുതൽ വ്യക്ത മായി കാണുവാൻ കഴിയുമെന്ന സത്യവും അദ്ദേഹത്തിന്റെ ഭാവനയിൽ തെളിഞ്ഞു. ഇങ്ങനെ ഈ സംഭവകഥയിലൂടെ അരിസ്റ്റോട്ടിലിനുണ്ടായ അനുഭവങ്ങളെ പിന്നീട് താത്ത്വികമായ ചിന്തകളിലൂടെ അദ്ദേഹം ക്യാമ റയെക്കുറിച്ചുള്ള അപരിഷ്കൃത അറിവുകളായി താളുകളിൽ കുറിച്ചിട്ടു. ഈ പ്രതിഭാസത്തെക്കുറിച്ച് അരിസ്റ്റോട്ടിൽ എഴുതിവച്ച വരികളെ ഇപ്രകാരം സംഗ്രഹിക്കാം:

വെളിച്ചമില്ലാത്ത ഒരു മുറിയെ അല്ലെങ്കിൽ അറയെ ഗ്രീക്ക്ഭാഷ യിൽ വിളിക്കുന്ന പേരാണ് ക്യാമറയെന്നത്. ഇത്തരം ക്യാമറയുടെ അനുയോജ്യമായ ഒരു വശത്ത് ചെറിയൊരു സുഷിരമുണ്ടാക്കി അത് പ്രകാശമാനമായ പ്രകൃതിയെ ലക്ഷ്യമാക്കിവച്ചാൽ പ്രസ്തുത പ്രകൃതിയുടെ പ്രതിബിംബം ക്യാമറയുടെ എതിർവ ശത്ത് തലകീഴായി പതിച്ചുകൊണ്ടിരിക്കും. പ്രതിബിംബം വീഴുന്ന ഭാഗത്ത് ഒരു ഗ്രൗണ്ട്ഗ്ലാസ് വയ്ക്കുകയാണെങ്കിൽ ഈ പ്രതിബിം ബത്തെ നേരിൽ കാണുവാനും ആസ്വദിക്കുവാനും കഴിയും.

അരിസ്റ്റോട്ടിലിന്റെ കാലത്ത് അദ്ദേഹത്തിന്റെ വിദ്യാർത്ഥികളിൽ

ചിലർ ഇത്തരം ക്യാമറകളുണ്ടാക്കി വാനനിരീക്ഷണത്തിനുപയോഗിച്ചി രുന്നുവെന്ന് ചരിത്രത്തിൽ കാണുന്നു. ബി സി 322-ൽ അരിസ്റ്റോട്ടിൽ അന്തരിച്ചതിനുശേഷം ഈ രംഗത്ത് കാര്യമായ ഗവേഷണങ്ങളോ പഠ നങ്ങളോ നടന്നില്ല. പ്രകൃതിയെ നേരിട്ട് കാണുവാനും ആസ്വദിക്കുവാനും സൗകര്യമുള്ളപ്പോൾ ഇത്തരത്തിലുള്ള ഒരു ക്യാമറയുടെ ആവശ്യമെന്ത്? എന്ന ചോദ്യവുമായി കാലം കടന്നുപോയെങ്കിലും ക്യാമറയ്ക്കുള്ളിൽ വീഴുന്ന പ്രതിബിംബം തലകീഴായിവീഴാനുള്ള കാരണമെന്തെന്ന ചോദ്യ ത്തിന് ആർക്കും ഉത്തരം പറയാൻ കഴിഞ്ഞതുമില്ല.

ബി സി ആറാം നൂറ്റാണ്ടിൽ ചൈനയിലെ മോഹിസ്റ്റ് തത്വചിന്ത യുടെ ആചാര്യനായ മോത്സു (Motzu)വാണ്. പിൻഹോൾ ക്യാമറയുടെ താത്വികമായ കാര്യങ്ങൾ ആദ്യമായി രേഖപ്പെടുത്തിയത്. എന്നാൽ അദ്ദേ ഹത്തിന് പിൻഹോൾ ക്യാമറ നിർമിക്കണമെന്നോ ഉപയോഗിക്കണ മെന്നോ തോന്നിയില്ല. അതിനുശേഷം ബി സി 350ൽ അരിസ്റ്റോട്ടിൽ ഈ താത്വികമായ വീക്ഷണത്തെ നിരീ ക്ഷിക്കുകയും പുനരാവിഷ്ക്കരിക്കുകയു മുണ്ടായി. എന്നാൽ അരിസ്റ്റോലിനും പ്രായോഗികമായി പിൻഹോൾ ക്യാമറ ഉണ്ടാക്കാനുള്ള താൽപര്യവുമില്ലായിരു ന്നു. ഒരായിരത്തിൽ കൂടുതൽ വർഷ ങ്ങൾ കഴിഞ്ഞ് മെസൊപ്പൊട്ടേമിയയിലെ ദസ്ര എന്ന സ്ഥലത്ത് എ ഡി 965–ൽ ജനിച്ച അബു അലി അൽഹാസൻ എന്ന സുപ്രസിദ്ധനായ അറബ് ഇറാനി ശാസ്ത്രജ്ഞൻ മേൽ സൂചിപ്പിച്ച സംശ യങ്ങൾ കൂടുതൽ തൃപ്തികരമായ വിശ ദകരണം നൽകി. ആധുനിക ഒപ്ടി ക്സിന്റെ പിതാവെന്ന പേരിൽ അറിയ

അൽഹാസൻ

പ്പെടുന്ന അൽഹാസനാണ് നാളതുവരെ കണ്ണിൽ നിന്നും പ്രകാശരശ്മി കൾ വസ്തുക്കളിൽ തട്ടുന്നതുകൊണ്ടാണ് നമ്മൾ വസ്തുക്കളെ കാണു ന്നതെന്ന വിശ്വാസത്തെ തിരുത്തിയത്. സൂര്യനിൽ നിന്നോ മറ്റു പ്രകാ ശഗോളങ്ങളിൽ നിന്നോ അല്ലെങ്കിൽ പ്രകാശനാളങ്ങളിൽ നിന്നോ വരുന്ന പ്രകാശരശ്മികൾ വസ്തുക്കളിൽ തട്ടി പ്രതിഫലിക്കുന്നതുകൊണ്ടാണ് മനുഷ്യർക്ക് വസ്തുക്കളെ കാണുവാൻ കഴിയുന്നതെന്ന് അദ്ദേഹം തിരു ത്തി. അതുപോലെ ബിംബമല്ല, വസ്തുക്കളുടെ പ്രതിബിംബമാണ് ഒരു വൻ കാണുന്നതെന്ന് അൽഹാസൻ തെളിയിച്ചു കാണിക്കുകയും മനു ഷ്യനേത്രങ്ങൾക്ക് പ്രകാശരശ്മികളെ അയക്കുവാനുള്ള കഴിവില്ലെന്നും അപ്രകാരം കഴിവുണ്ടായിരുന്നെങ്കിൽ ഇരുട്ട് സമയത്തും വസ്തുക്കളെ കാണുവാനുള്ള കഴിവ് മനുഷ്യർക്കുണ്ടാകുമായിരുന്നുവെന്നും അൽഹാ സൻ പറഞ്ഞു. വസ്തുക്കളെ കാണുന്ന കാര്യത്തിലും ആസ്വദിക്കുന്ന

കാര്യത്തിലും പ്രകാശത്തിന്റെ അത്രതന്നെ നിഴലിനും പ്രാധാന്യമു
ണ്ടെന്നും അൽഹാസൻ കണ്ടുപിടിച്ചു. പ്രകാശരശ്മികൾ ഏതൊരു
കോണിലാണോ വസ്തുവിൽ തട്ടുന്നത്, അതേ കോണിൽ തന്നെ അത്
പ്രതിഫലിക്കുമെന്നും ആദ്യമായി കണ്ടുപിടിച്ചതും അൽഹാസൻ തന്നെ.

എ ഡി 965-ൽ ദ്രസ്രയിൽ ജനിച്ചു വളർന്ന അൽഹാസൻ പ്രാഥമിക
വിദ്യാഭ്യാസത്തിനുശേഷം ബാഗ്ദാദിലാണ് ഉപരിപഠനം നടത്തിയത്.
ജന്മനാ പ്രപഞ്ചനിരീക്ഷകനായിരുന്ന അൽഹാസൻ വാനനിരീക്ഷണ
ത്തിൽ തന്നെയാണ് ഉപരിപഠനങ്ങൾ നടത്തിയത്. പ്രകാശവർണ്ണങ്ങൾ,
പ്രകാശനിയമങ്ങൾ, ഒരു കാഴ്ചയെ മനുഷ്യനേത്രങ്ങൾ കാണുമ്പോൾ
കണ്ണിലും തലച്ചോറിലും നടക്കുന്ന പ്രവർത്തനങ്ങൾ, ആകാശനീലിമ,
ഉദയാസ്തമനസമയത്ത് ആകാശവിതാനങ്ങളിലും ചക്രവാളങ്ങളിലും
ഉണ്ടാകുന്ന വർണ്ണമാറ്റങ്ങൾ, കാഴ്ചയുടെ വിതാനങ്ങളും സംവേദനവും,
ക്ഷേത്രഗണിതം, ഗണിതശാസ്ത്രത്തിലെ കാൽക്കുലസ് എന്നിവയടക്ക
മുള്ള പ്രപഞ്ചരഹസ്യങ്ങളിലുള്ള സത്യങ്ങൾ അൽഹാസൻ തന്റെ പഠ
നകാലത്തുതന്നെ വെളിപ്പെടുത്തുകയുണ്ടായി. അസാമാന്യ കഴിവുക
ളുള്ള ഒരു ശാസ്ത്രജ്ഞനെന്ന
നിലയിൽ ബാഗ്ദാദിൽ അറിയപ്പെ
ടാൻ തുടങ്ങിയ അൽഹാസനെ
ഈജിപ്തിലെ രാജാവായ കാലി
ഫ ഹക്കിം ബഹുമാനപൂർവ്വം കെ
യ്റോവിലേക്കു ക്ഷണിച്ച് നൈൽ
നദിയിൽ അടിക്കടി ഉണ്ടായിക്കൊ
ണ്ടിരുന്ന വെള്ളപ്പൊക്കം നിയന്ത്രി
ക്കാനായി തടയണകൾ കെട്ടണ
മെന്ന് പറഞ്ഞു. എ ഡി 1021-ൽ
രാജാവ് നാടുനീങ്ങുന്നതുവരെ
അബു അലി അൽഹാസൻ രാജ
കൊട്ടാരത്തിൽ സുഖകരമായ തട
വറയിലെന്നോണം കഴിയേണ്ടിവ
ന്നു. ഒരു ഭ്രാന്തനെപ്പോലെ ജീവി

റോജർ ബേക്കൺ

ക്കേണ്ടിവന്ന ഇക്കാലത്താണ് ഒപ്ടിക്സിലെ ഒന്നുമുതൽ ഏഴുവരെയുള്ള
പുസ്തകങ്ങൾ രചിച്ചത്. എ ഡി 1039-വരെ നീണ്ടുപോയ അൽഹാസന്റെ
ജീവിതത്തിൽ നൂറോളം പുസ്തകങ്ങൾ അദ്ദേഹം രചിച്ചതായി രേഖ
പ്പെടുത്തിയിട്ടുണ്ട്. അദ്ദേഹത്തിന്റെ കാലശേഷം ഇതിൽ ചിലപുസ്ത
കങ്ങൾ ലാറ്റിൻഭാഷയിലേക്ക് വിവർത്തനം ചെയ്തിട്ടുണ്ട്. ഇതിൽ
കിത്താബ് അൽമനസീർ എന്ന പുസ്തകത്തിനുതന്നെ ഏഴ് വാല്യങ്ങൾ
ഉണ്ട്. ഒപ്ടിക്സിനെക്കുറിച്ച് സമഗ്രമായി പ്രതിപാദിക്കുന്ന ഈ പുസ്ത
കത്തിൽ നിന്നും പുറത്തുപോയതാണ് യൂറോപ്യൻ ഒപ്ടിക്സ്. ഇംഗ്ലീ
ഷുകാരനായ റോജർ ബേക്കൺ മുതൽ ജോഹനാസ് കെപ്ലർ വരെ

യുള്ള ശാസ്ത്രജ്ഞന്മാരുടെ കണ്ടുപിടുത്തങ്ങൾക്ക് മാർഗ്ഗനിർദ്ദേശം ലഭി ച്ചതും *കിത്താബ് അൽമനസീറിൽ*നിന്നു തന്നെ. ഇംഗ്ലീഷുകാരനായ രോജർ ബേക്കൺ കണ്ണട കണ്ടുപിടിച്ചതു തന്നെ മനുഷ്യനേത്രങ്ങളെ ക്കുറിച്ചുള്ള അൽഹാസന്റെ പഠനങ്ങളെ അടിസ്ഥാനമാക്കിയാണ്.

അൽഹാസന്റെ ഏറ്റവും സുപ്രധാനങ്ങളായ രണ്ട് കണ്ടുപിടുത്ത ങ്ങളാണ് വർഷങ്ങൾക്കുശേഷം ഫോട്ടോഗ്രാഫിയും പിന്നീട് സിനിമാ ട്ടോഗ്രാഫിയും കണ്ടുപിടിക്കാനുള്ള വഴികാട്ടികളായത്. അരിസ്റ്റോട്ടിലിന്റെ കാലത്ത് അദ്ദേഹം കണ്ടെത്തിയിരുന്ന ക്യാമറയുടെ പ്രാചീനവും അസം സ്കൃതവുമായ തത്ത്വങ്ങളെ അൽഹാസൻ പഠനവിഷയമാക്കുകയും പരീക്ഷണ വിധേയമാക്കുകയുമുണ്ടായി. തൽഫലമായി എ ഡി 1020-ൽ അദ്ദേഹം പിൻഹോൾ ക്യാമറയും ക്യാമറ ഒബ്സക്കൂറയും ഉണ്ടാക്കി. എ ഡി 1800 കളിൽ ഉരുത്തിരിഞ്ഞുവന്ന ഫോട്ടോഗ്രാഫിയും സിനിമാട്ടോ ഗ്രാഫിയും സർവ്വാത്മനാ നേരിട്ടു ബന്ധപ്പെട്ടു നിൽക്കുന്നത് അൽഹാ സന്റെയും അരിസ്റ്റോട്ടിലിന്റെയും കണ്ടുപിടുത്തങ്ങളോടാണെന്ന് മനസ്സി ലാക്കണം. അതുപോലെതന്നെ 1826-ൽ ലോകം കണ്ട ആദ്യത്തെ സ്റ്റിൽ ഫോട്ടോഗ്രാഫും 1895 ഡിസംബർ 28 ന് ലോകത്തെ വിസ്മയിപ്പിച്ച ചല ച്ചിത്രവുമെല്ലാം രണ്ടായിരത്തിൽ കൂടുതൽ വർഷങ്ങളിലൂടെ നിരവധി ഉജ്ജ്വലരായ ശാസ്ത്രജ്ഞന്മാരുടെ പ്രയത്നഫലമാണെന്നും ഓർക്കേ ണ്ടതുണ്ട്.

ദൃശ്യമാധ്യമം ആധുനികശാസ്ത്രത്തിന്റെ മഹത്തായ സംഭാവന യാണെന്നും അത് ഇന്നലെ പിറന്നുവീണ കുഞ്ഞാണെന്നു പറയുന്നതും ശരിതന്നെ. എന്നാൽ പ്രസ്തുത ഇന്നലെയുടെ വേരുകൾ രണ്ടായിരം വർഷത്തിൽ കൂടുതൽ ഭൂതകാലത്തിലേക്കും വിസ്മൃതരല്ലാത്ത നിരവധി ശാസ്ത്രജ്ഞന്മാരുടെ ജീവിതത്തിലേക്കും പടർന്ന് കിടക്കുന്നുവെന്ന സത്യം കൂടി മനസ്സിലാക്കണം. ഇത്രയും നീണ്ട ഒരു കാലഘട്ടത്തിലൂടെ കടന്നുപോയ ഏറ്റവും സുപ്രധാനമായ സംഭവങ്ങൾ ഉൾക്കൊള്ളിക്കു വാൻ ഈ പുസ്തകത്തിൽ ഉദ്ദേശിച്ചിട്ടില്ല. ആകയാൽ ഇതുവായിക്കുന്ന വർ ഈ സത്യം മനസ്സിലാക്കുകയും അവർ സ്വയം ഇക്കാലഘട്ടത്തെ ക്കുറിച്ച് ഗവേഷണബുദ്ധിയോടെ പഠിച്ച് മനസ്സിലാക്കുകയും വേണം. പ്രത്യേകിച്ച് ചലച്ചിത്ര മാദ്ധ്യമത്തിലേക്ക് വരികയും പഠിക്കുകയും അത് സ്വന്തം മാധ്യമമായി തെരഞ്ഞെടുക്കുവാൻ ആഗ്രഹിക്കുകയും ചെയ്യു ന്നവർ.

ഇന്നത്തെ ചലച്ചിത്രഭാഷയും നിർമ്മാണരീതികളും ശാസ്ത്രതത്ത്വ ങ്ങളും സാങ്കേതിക ഉപകരണങ്ങളും ക്രിയാത്മക വിദഗ്ദ്ധരുമൊക്കെയ ടങ്ങുന്ന ദൃശ്യമാധ്യമത്തെക്കുറിച്ചാണ് ഈ പുസ്തകം. വായിച്ചുകഴി ഞ്ഞാൽ നിങ്ങളിൽ ഒരു ചോദ്യമുത്ഭവിക്കണം. എവിടെ നിന്നാണ് ഇതെ ല്ലാം തുടങ്ങിയത്? ആരൊക്കെയാണ് ഈ മാദ്ധ്യമത്തിന്റെ പൂർവ്വികന്മാർ? ഇത്തരമൊരു അന്വേഷണത്വരയുണ്ടാക്കുക എന്നതാണ് ഈ പുസ്തക ത്തിന്റെ പ്രധാന ലക്ഷ്യങ്ങളിലൊന്ന്. കാരണം ഇതൊന്നുമറിയാതെ

യാണ് പണ്ടൊരുനാൾ ഞാൻ ഈ മാദ്ധ്യമത്തിലേക്ക് എടുത്തുചാടിയത്. കാലാന്തരേണയാണ് ഓരോന്നായി അറിഞ്ഞതും മനസ്സിലാക്കിയതും. ഇതെല്ലാം ഒരു പ്രാരംഭമെന്നോണം മുമ്പേ മനസ്സിലാക്കിയിട്ട് ഈ മാദ്ധ്യമം കൈകാര്യം ചെയ്തിരുന്നുവെങ്കിൽ എന്റെ ചലച്ചിത്രജീവിതം ഒരുപക്ഷെ മറ്റൊരു വിധത്തിലാവുമായിരുന്നു. ഈ തോന്നൽ ഈ മാദ്ധ്യമത്തെക്കുറിച്ച് ഇനിയും ആഴങ്ങളിൽ മനസ്സിലാക്കുവാനും ഇതിലെ വരുന്ന തലമുറകളെ പഠിപ്പിക്കുവാനും എപ്പോഴും എന്നെ പ്രേരിപ്പിച്ചുകൊണ്ടിരിക്കുന്നുവെന്നതാണ് സത്യം. ദൃശ്യമാദ്ധ്യമങ്ങളിലേക്ക് വരുന്നവർ പ്രാരംഭമായി അറിഞ്ഞിരിക്കേണ്ട അറിവുകളുടെ ധനികളാണ് *പ്രാരംഭം* എന്ന ഈ അദ്ധ്യായത്തിലുള്ളത്. ആധുനിക ചലച്ചിത്രമാദ്ധ്യമത്തിന്റെ വാതിൽ തുറക്കുന്നതിനുമുമ്പ് കഴിഞ്ഞുപോയതെന്തെന്നും എന്തിനായിരുന്നുവെന്നും ആരൊക്കെയാണ് ഉത്തരവാദികളെന്നും നിങ്ങൾ അറിയണം.

ആധുനിക ചലച്ചിത്രമാദ്ധ്യമത്തിൽ പ്രവർത്തിച്ചുവരുന്നവരിൽ ഒട്ടു മുക്കാൽ പേർക്കും അവർ കൈകാര്യം ചെയ്യുന്ന മാദ്ധ്യമത്തിന്റെ ജൈവ സംബന്ധമായ പേരുകളറിയില്ല. ഇക്കാരണത്താൽ മാദ്ധ്യമത്തിന്റെ താത്ത്വികമായ കാര്യങ്ങളും സാങ്കേതികമായ അറിവുകളും തങ്ങളുടെ ക്രിയാത്മകമായ ആവശ്യപ്രകാരം എടുത്തുപ്രയോഗിക്കുമ്പോൾ പതറും. ആരെങ്കിലും അതിനെ ചോദ്യം ചെയ്താൽ ഉത്തരം പറയാൻ വാക്കുകളുണ്ടാവില്ല. ദൃശ്യമാദ്ധ്യമത്തിൽ കടന്ന് പഠിക്കുന്നതിനു മുൻപുതന്നെ അതിന്റെ ഭൂതകാലസത്യങ്ങൾ വായിച്ചു മനസ്സിലാക്കണം. അറിയാത്ത കാര്യങ്ങൾ ചോദിച്ചു മനസ്സിലാക്കണം. മാദ്ധ്യമമെന്തെന്ന് മനസ്സിലാക്കി വരുന്നവർക്കും ഒന്നും മനസ്സിലാക്കാതെ സ്വന്തം സർഗ്ഗവാസനയുടെ ബലംകൊണ്ടുമാത്രം കടന്നു വരുന്നവർക്കും ഒരുപാട് കാര്യങ്ങളിൽ എപ്പോഴും സംശയങ്ങളുണ്ടാകും. ആകയാൽ നിങ്ങൾ പ്രാരംഭമായി നേടേണ്ട അറിവുകളെന്തെന്ന് ഈ അദ്ധ്യായത്തിൽ സൂചിപ്പിച്ചിരിക്കുന്നത് പ്രതിബദ്ധതയോടെ അറിയുക, മനസ്സിലാക്കുക, പ്രയോഗിക്കുക.

2

ഫോട്ടോ കെമിസ്ട്രിയും ക്യാമറയും

ക്യാമറ പോലെതന്നെ സുപ്രധാനമാണ് ക്യാമറയിൽ ഉപയോ ഗിക്കുന്ന ഫിലിമും. ക്യാമറയിൽ ഉപയോഗിക്കുന്ന ഫിലിമിൽ അടങ്ങി യിരിക്കുന്ന രാസപദാർത്ഥമാണ് പ്രതിബിംബത്തിൽ നിന്നും വരുന്ന പ്രകാശരശ്മികളെയും നിഴലിനെയും സംവേദനം ചെയ്യുന്നത്. സുതാ ര്യമായ സെല്ലുലോസ്, അസിറ്റേറ്റ് എന്ന ഒരുതരം പോളിമറാണ്, ഫിലി മുണ്ടാക്കുവാൻ ഉപയോഗിക്കുന്നത്. ഈ ഫിലിമിന്റെ ഒരുവശത്ത് രാസ പദാർത്ഥമായ സിൽവർ ബ്രോമൈഡ് പുരട്ടിയിരിക്കുന്നു. കളർഫിലിമിന് ചെമപ്പ്, പച്ച, നീല എന്നീ മൂന്ന് പാളികൾ ഉണ്ടാവും. ഇതിനെയെല്ലാം കൂടി ഫിലിമിന്റെ 'ഇമൾഷൻ' എന്ന് വിളിക്കുന്നു. ഈ ഇമൾഷനിലാണ് വസ്തുക്കളുടെ പ്രതിബിംബം പതിയുന്നത്. *ഇമൾഷനിൽ പ്രതിബിംബം*

ആഞ്ചിലോ സാല

പതിഞ്ഞുകൊണ്ടിരിക്കുമ്പോൾ നട ക്കുന്ന രാസപ്രക്രിയയെ ഫോട്ടോകെ മിസ്ട്രി വിഭാഗത്തിലാണ് ഉൾപ്പെടുത്തി യിരിക്കുന്നത്.

1614-ൽ ആഞ്ചിലോ സാല (Angelo Sala) എന്ന ഇറ്റാലിയൻ ശാസ്ത്രജ്ഞ നാണ് ഫോട്ടോകെമിസ്ട്രി കണ്ടുപിടി ച്ചത്. ഒരു വൈദ്യനായിരുന്ന അദ്ദേഹം ചില മരുന്നുകളുണ്ടാക്കുന്ന സമയത്ത്, സിൽവർ നൈട്രേറ്റ് എന്ന ലവണ ത്തിൽ സൂര്യപ്രകാശം തട്ടുമ്പോൾ കറുത്തു പോകുന്നതായി കണ്ടു. എന്തുകൊണ്ടാണ് അങ്ങനെ സംഭവി

ക്കുന്നതെന്ന് അദ്ദേഹം കൂടുതൽ അന്വേഷിച്ചതുമില്ല. എന്നാൽ തന്റെ
കണ്ടെത്തലുകൾ രേഖപ്പെടുത്തിവയ്ക്കുന്ന കൂട്ടത്തിൽ സ്വതവേ നിറമി
ല്ലാത്ത സിൽവർ ലവണങ്ങളിൽ സൂര്യപ്രകാശം തട്ടുമ്പോൾ കറുത്തു
പോകുന്നതായി കാണുന്നുവെന്നുകൂടി അദ്ദേഹം രേഖപ്പെടുത്തിവച്ചിരു
ന്നു. സൂര്യപ്രകാശത്തിലുള്ള ഏതോ ശക്തിയാണ് ഇതിന് കാരണമെന്നും
അദ്ദേഹം രേഖപ്പെടുത്തിയിരുന്നു. കെമിസ്ട്രിയുടെ മറ്റൊരു ശാഖയായി
പിന്നീട് ലോകമറിഞ്ഞ ഫോട്ടോ കെമിസ്ട്രിയുടെ ആരംഭം ആഞ്ചിലോ
സാലയുടെ ഈ നിരീക്ഷണത്തിൽ നിന്നായിരുന്നു. ഇനി ക്യാമറയെ
ക്കുറിച്ച് അല്പംകൂടി മനസ്സിലാക്കാം.

      ക്യാമറയെ സ്വന്തം കണ്ണുകളോടാണ് തന്റെ ഒപ്ടിക്സിനെക്കുറി
ച്ചുള്ള പ്രായോഗിക ഗ്രന്ഥത്തിൽ - *Book of Optics* - അൽഹാസൻ
താരതമ്യപ്പെടുത്തിയിരിക്കുന്നത്. ബി സി 640 മുതൽ വെള്ളാരംകല്ലിൽ
നിന്നുമുണ്ടാകുന്ന ലെൻസുകൾ ഗ്രീസിലും പിന്നീട് റോമിലും പ്രചാര
ത്തിൽ വന്നിരുന്നു. സുതാര്യമായ ഈ ബൈകോൺവെക്സ് ലെൻസു
കൾ ഉപയോഗിച്ച് സൂര്യപ്രകാശത്തെ ഒരു ബിന്ദുവിൽ കേന്ദ്രീകരിച്ച്
തീയുണ്ടാക്കുവാനും സൂക്ഷ്മവസ്തുക്കളെ വലുതാക്കി കാണിക്കുവാനും
അവയെക്കുറിച്ച് പഠിക്കുവാനും ഉപയോഗിച്ചിരുന്നു. പ്ലെയിൻ മിറർ, കർ
വ്ഡ് മിറർ, വിവിധതരം കോൺകേവ്, കോൺവെക്സ്, ബൈകോൺ
വെക്സ് ലെൻസുകൾ എന്നിവ പ്രകാശസാന്നിദ്ധ്യത്തിൽ വസ്തുക്കളുടെ
രൂപീകരണത്തിൽ വരുത്തുന്ന വ്യതിയാനങ്ങളെക്കുറിച്ചും ഓരോ ലെൻ
സിന്റെ ഗുണത്തെക്കുറിച്ചും ദോഷങ്ങളെക്കുറിച്ചുമെല്ലാം യുക്ലിഡും
പിന്നീട് അൽഹാസനും പരീക്ഷണങ്ങൾ നടത്തിയിരുന്നു. മനുഷ്യനേ
ത്രങ്ങൾ കാണുന്നത് ജൈവ ലെൻസിലൂടെയാണെന്നും വസ്തുക്കളുടെ
പ്രതിബിംബം കണ്ണിന്റെ കാഴ്ചപ്രതലമായ റെറ്റിനയിൽ വീഴുന്നത് പിൻ
ഹോൾ ക്യാമറയിലേതുപോലെതന്നെ തലകീഴായിട്ടു തന്നെയാണെന്നും
സ്ഥിരീകരിച്ചിരുന്നു. തലച്ചോറിന്റെ പ്രത്യേക പ്രവർത്തനങ്ങളുടെ ഫല
മായിട്ടാണ് തലകീഴായ പ്രതിബിംബങ്ങളെ നേരെ കാണുവാൻ സാധി
ക്കുന്നതെന്നുമൊക്കെ ഒപ്ടിക്സിനെക്കുറിച്ചുള്ള തന്റെ ആദ്യഗ്രന്ഥത്തിൽ
അൽഹാസൻ വിസ്തരിച്ചു പറയുന്നു. പിന്നീട് റോജർ ബേക്കൺ കണ്ണട
കണ്ടുപിടിച്ചതും മൈക്രോസ്കോപ്പും ടെലിസ്കോപ്പുമൊക്കെ രംഗത്ത്
വന്നതുമെല്ലാം അൽഹാസന്റെ പഠനങ്ങളെ ആസ്പദമാക്കിയായിരുന്നു.
നമ്മുടെ ശ്രദ്ധയിപ്പോൾ കേന്ദ്രീകരിക്കേണ്ടത് ദൃശ്യമാധ്യമത്തിന്
ഏറ്റവും ആവശ്യമുള്ള ക്യാമറ എങ്ങനെയുണ്ടായി എന്നതിലാണല്ലോ.

      ഒരു ക്യാമറ അടിസ്ഥാനപരമായി ഉണ്ടാക്കേണ്ടതും അതിന്റെ
പ്രവർത്തനശൈലി ക്രമീകരിക്കേണ്ടതും മനുഷ്യനേത്രങ്ങളുടെ
യാന്ത്രിക പ്രവർത്തനങ്ങൾ പോലെതന്നെയാണെന്ന് അൽഹാസൻ പ
റഞ്ഞിരുന്നു. *ബുക്ക് ഓഫ് ഒപ്ടിക്സ്* പരമ്പരയിലെ ഏഴാമത്തെ പുസ്ത
കമായ *കിത്താബ് അൽ മനസിർ (Optiac Thesaurus)* എന്ന ലാറ്റി
നിൽ ഏഴ് വാല്യമുള്ള ബൃഹത്തായ പുസ്തകത്തിൽ തന്റെ ക്യാമറാ

സങ്കൽപ്പത്തെക്കുറിച്ച് വിവരിച്ചുപറയുന്നു. മനുഷ്യനേത്രങ്ങളുടെ യാന്ത്രിക സംവിധാനംപോലെതന്നെയുള്ള ഒരു ലെൻസിനെക്കുറിച്ചും ആ ലെൻസിലൂടെ വരുന്ന പ്രകാശരശ്മികളുടെ തീവ്രത നിയന്ത്രിക്കുന്ന പേശികളെപ്പോലെ വലുതാക്കാനും ചെറുതാക്കുവാനും കഴിയുന്ന സുഷി രത്തെ കുറിച്ചും (aperature), *അൽ മനസീർ* എന്ന പുസ്തകത്തിൽ പറയുന്നു. കണ്ണിലൂടെ കടന്നുവരുന്ന പ്രതിബിംബം പതിയുന്ന റെറ്റിന യെപ്പോലെതന്നെ, ക്യാമറയിലൂടെ കടന്നുവരുന്ന പ്രതിബിംബം പതി യുന്ന ഗ്രൗണ്ട് ഗ്ലാസ് പ്രതലത്തെക്കുറിച്ചും ചിത്രം കോപ്പിചെയ്തെടു ക്കാനുള്ള രീതിയെക്കുറിച്ചുമെല്ലാം അൽഹാസൻ പറഞ്ഞുവച്ചിരുന്നു. ഭൗതിക ശാസ്ത്രജ്ഞനായിരുന്ന അൽഹാസൻ പിന്നീടൊരുകാലത്ത് വരാനിരിക്കുന്ന ഫോട്ടോകെമിസ്ട്രിയെന്ന ശാസ്ത്രശാഖയെക്കുറിച്ച് അന്ന് വിഭാവന ചെയ്തിരുന്നില്ല. എ ഡി 1039-ൽ അൽഹാസൻ അന്തരി ക്കുകയും ചെയ്തു. ഭൗതികശാസ്ത്രത്തിന്റെ ഏഴ് മേഖലകളിൽ അത്ഭു തകരമായ കണ്ടുപിടുത്തങ്ങൾ നടത്തിയ അൽഹാസനെ ആധുനിക ദൃശ്യമാദ്ധ്യമ ശാസ്ത്രത്തിന്റെ പിതാവായും അറബ് ലോകത്തിലെ വി ശുദ്ധ ശാസ്ത്രജ്ഞന്മാരിൽ ഒരാളായും കണക്കാക്കിവരുന്നു. നമ്മളിന്ന് ഉപയോഗിച്ചുകൊണ്ടിരിക്കുന്ന എല്ലാത്തരം ക്യാമറകളുടെയും സാങ്കേ തിക രൂപഭാവങ്ങളും തത്ത്വങ്ങളും അതിന്റെ ഗണിതശാസ്ത്രവും അൽ ഹാസന്റേതാണെന്ന് ശാസ്ത്രലോകം സമ്മതിക്കുന്നതോടൊപ്പം നൂറോളം ശാസ്ത്രപുസ്തകങ്ങൾ എഴുതിയ അദ്ദേഹത്തിന്റെ നഷ്ടപ്പെട്ടുപോയ സിംഹഭാഗം പുസ്തകങ്ങളെക്കുറിച്ച് വേദനിക്കുകയും ചെയ്തുവരുന്നു.

അൽഹാസനുശേഷം കടന്നുപോയ രണ്ടു നൂറ്റാണ്ടുകളിലൂടെ അൽഹാസന്റെ സിദ്ധാന്തങ്ങൾ യൂറോപ്പ് മുഴുവൻ പ്രചരിച്ചു. അദ്ദേഹ ത്തിന്റെ പല പുസ്തകങ്ങളും ലാറ്റിനടക്കമുള്ള പല യൂറോപ്യൻ ഭാഷ കളിലേക്കും വിവർത്തനം ചെയ്യപ്പെട്ടു. എ ഡി 1200 മുതൽ അദ്ദേഹ ത്തിന്റെ തത്ത്വങ്ങൾ പ്രഗത്ഭരായ ശാസ്ത്ര ജ്ഞന്മാരിലൂടെ യാ ഥാർത്ഥ്യമായിക്കൊ ണ്ടിരുന്നു. എ ഡി 1200 -കളുടെ ആരംഭത്തിൽ ഇംഗ്ലീഷുകാരനായ റോജർ ബേക്കൻ അൽഹാസന്റെ ലാറ്റി നിലേക്ക് വിവർത്തനം ചെയ്യപ്പെട്ട *കിത്താബ് അൽ മനസീർ* എന്ന പുസ്തകത്തെ അടി സ്ഥാനപ്പെടുത്തി നിർ

ലോകത്തിലെ ആദ്യ ഫോട്ടോഗ്രാഫ്
(നീസ്ഫോർ നിപ്സി)

മ്മിച്ച കാഴ്ചക്കണ്ണട മുതൽ എ ഡി 1826-ൽ നീസ്ഫോർ നിപ്സി എന്ന ഫ്രഞ്ചുകാരൻ എടുത്ത ലോകത്തിലെ ആദ്യത്തെ നിശ്ചല ഫോട്ടോഗ്രാ ഫുവരെ നീണ്ടുകിടക്കുന്ന വിസ്മയാവഹമായ സംഭവപരമ്പരയാണ് ക്യാമറയുടെ കാര്യത്തിലും മറ്റ് ഒപ്ടിക്സ് ഉപകരണങ്ങളുടെ കാര്യ ത്തിലും നടന്നതും നമ്മൾ പഠിക്കേണ്ടതും.

പ്രസ്തുത ഏഴുനൂറ്റാണ്ടുകളിലൂടെ പരിണമിച്ചുവന്ന ക്യാമറയുടെ സാങ്കേതിക പുരോഗതിയും അതിനിടയ്ക്ക് കണ്ടുപിടിച്ച ഫോട്ടോ കെമി സ്ട്രിയും സംയോജിപ്പിച്ചുണ്ടാക്കിയ ക്യാമറ കൊണ്ടാണ് നിപ്സി ലോക ത്തിലെ ആദ്യത്തെ ഫോട്ടോഗ്രാഫെടുത്തത്. എന്നാൽ ഒരു ഫോട്ടോ ഗ്രാഫിനെക്കുറിച്ചുള്ള ആദ്യ സങ്കൽപ്പമുണ്ടായത് ഒരു ശാസ്ത്രനോവ ലെഴുത്തുകാരനായ ദി ഫാജനി റോഷേയെന്ന ഡച്ചുകാരന്റെ മനസ്സി ലാണ്. എ ഡി 1760-ൽ അദ്ദേഹമെഴുതിയ ശാസ്ത്രകഥാനോവലായ (സയൻസ് ഫിക്ഷൻ) *ജിഹാന്റി*യെന്ന പുസ്തകത്തിൽ ഇപ്രകാരം കാണുന്നു:

ആ കാണുന്ന കിളിവാതിൽ, കിളിവാതിലിലൂടെ കാണുന്ന ചക്ര വാളം, ചക്രവാളം മുഴുവൻ വ്യാപിച്ചിരിക്കുന്ന കാർമേഘങ്ങൾ, അതിനുതാഴെ കാണുന്ന അലറുന്ന കടൽ, തിരമാലകൾ എന്നി വയെല്ലാം കൂടിച്ചേരുമ്പോൾ ഒരു ചിത്രമുണ്ടാകുന്നു. ഈ ചിത്രം നമ്മുടെ കൃഷ്ണമണിയിലോ അല്ലെങ്കിൽ അതുപോലെ മിനുസ മേറിയ പ്രതലങ്ങളിലോ നിഴലിച്ചു കാണാം. വസ്തുക്കളിൽ നിന്നും പ്രതിഫലിച്ചുവരുന്ന പ്രകാശ രശ്മികളാണ് മിനുസമുള്ള പ്രതലങ്ങളിൽ അതിന്റെ ഛായാചിത്രം ഉണ്ടാക്കുന്നത്. ഇപ്രകാരം ഉണ്ടാകുന്ന ഒരു ചിത്രത്തെ ഒരു പ്രത്യേകതരം രാസപദാർത്ഥം പുരട്ടിയ ലോഹത്തകിടിലേക്ക് വീഴ്ത്തുകയാണെങ്കിൽ ആ ചിത്രം ഈ രാസപദാർത്ഥത്തിൽ പതിയുകയും അത് ഒരു യഥാതഥ ചിത്രമായി മാറുകയും ചെയ്യുന്നു. ഈ ചിത്രം ഒരിക്കലും മാഞ്ഞു പോകുന്നതല്ല. ഇത്തരം രാസപദാർത്ഥങ്ങളുപയോഗിച്ചുണ്ടാക്കുന്ന ഈ ചിത്രം ഒരു പെയിന്റിംഗ് പോലെയോ, ഒരു രേഖാചിത്രം പോലെയോ അല്ല. യഥാതഥമായ അതിനെ ആർക്കും അതേ പോലെ അനുകരിക്കാൻ സാദ്ധ്യമല്ല.

*ജിഹാന്റി*യെന്ന നോവലിലെ (1760) ഈ വിവരണത്തിൽ ഒരു ഫോട്ടോഗ്രാഫിന്റെ സങ്കൽപ്പം ലീനമായിരിക്കുന്നുവെന്ന് മനസ്സിലാകു ന്നുണ്ടല്ലോ. എഴുത്തുകാരനായ ഫിയാന്റി ടിഫിയാനി റോഷേ ഭാവന യിൽ കണ്ട ഈ രാസപദാർത്ഥവും അതിന്റെ ഉപയോഗസമ്പ്രദായങ്ങളും പിന്നീട് യഥാർത്ഥ്യമായി.

ജോൺ ഹെന്റിക് ഷ്യൂൾസ് എന്ന ജർമ്മൻകാരൻ ന്യൂറൻബർഗി നടുത്തുള്ള അൾട്രോഫ് യൂണിവേഴ്സിറ്റിയിൽ അനാട്ടമി പ്രൊഫസറായി ജോലി നോക്കുന്ന കാലം. അക്കാലത്ത് അദ്ദേഹത്തിന് സ്വന്തമായി ഒരു

ചെറിയ പരീക്ഷണശാലയുണ്ടായിരുന്നു. ക്ലാസ് കഴിഞ്ഞാൽ പ്രൊഫ സർ ഈ പരീക്ഷണശാലയിൽ കാണും. കൃത്രിമമായി ഫോസ്ഫറസ് എന്ന മൂലകം ഉണ്ടാക്കുകയെന്നതായിരുന്നു ലക്ഷ്യം. എ ഡി 1725 വരെ ഈ മൂലകം കൃത്രിമമായി ആരും ഉണ്ടാക്കിയിരുന്നില്ല. ഇത്തരം പരീ

ക്ഷണങ്ങൾ പലവിധം നടന്നുകൊണ്ടി രിക്കെ ഒരു ദിവസം അദ്ദേഹം ചോക്കു പൊടികൊണ്ട് ഗാഢ നൈട്രിക്ക് അ മ്ലത്തെ പൂരിത ലായനിയാക്കി മാറ്റിക്ക ഴിഞ്ഞതിനുശേഷം ആ ഫ്ളാസ്ക് തുറന്നുകിടന്നിരുന്ന ജനൽപ്പടിയിൽ വച്ച് അദ്ദേഹം പുറത്തേക്കിറങ്ങി. പുറത്തു നിന്നുംവരുന്ന സൂര്യപ്രകാശത്തിൽ ഫ്ളാസ്കിലെ മഞ്ഞരാശി കലർന്ന അമ്ലമിശ്രിതം തിളങ്ങിക്കൊണ്ടിരുന്നു.

പ്രൊഫസർ ഷ്യൂൾസ് മടങ്ങി വന്ന് ഫ്ളാസ്ക്കെടുത്തുനോക്കി. ഫ്ളാസ്കിന്റെ ഒരുവശം ചുവപ്പുരാശി കലർന്ന ഇരുണ്ട വയലറ്റ് നിറമായി രിക്കുന്നത് ഷ്യൂൾസ് ശ്രദ്ധിച്ചു. ഫ്ളാസ്ക് മേശപ്പുറത്തുവച്ച് അദ്ദേഹം ഒരു ടെസ്റ്റ്ട്യൂബെടുത്ത് ഫ്ളാസ്ക്കി

ജോൺ ഹെന്റിക് ഷ്യൂൾസ്

ലേക്ക് വീണ്ടും നോക്കി. ഫ്ളാസ്കിന്റെ ഒരുവശം നിറം മാറിയിരിക്കുന്ന തിന്റെ രഹസ്യമറിയാതെ പ്രൊഫസർ ചിന്താകുലനായി. ഫ്ളാസ്ക്കെ ടുത്ത് വീണ്ടും പരിശോധന നടത്തിയപ്പോൾ സൂര്യപ്രകാശം തട്ടിയ ഭാഗമാണ് ഇപ്രകാരം ഇരുണ്ടുപോയിരിക്കുന്നതെന്ന് മനസ്സിലായി. അതോടൊപ്പം തന്നെ സൂര്യപ്രകാശം തട്ടിയാൽ നിറം മാറാവുന്ന യാതൊരു രാസപദാർ ത്ഥവും ഫ്ളാസ്കിലില്ലല്ലോയെന്ന കാര്യവും അദ്ദേഹത്തെ അലോസര പ്പെടുത്തി. താനുപയോഗിച്ച രാസപദാർത്ഥങ്ങളിൽ കലർപ്പുണ്ടാകാമല്ലോ എന്നകാര്യം അപ്പോഴാണ് അദ്ദേഹം ആലോചിച്ചത്. ആഞ്ചിലോ ലാസയുടെ 1614-ലെ കണ്ടുപിടുത്തത്തെക്കുറിച്ച് ഷ്യൂൾസ് ആലോചിച്ചതുമില്ല.

അങ്ങനെ ഫ്ളാസ്കിലുള്ള രാസപദാർത്ഥങ്ങൾ ഓരോന്നായി അദ്ദേഹം പരീക്ഷണത്തിന് വിധേയമാക്കി. ചോക്കുപൊടിയിൽ ഏതോ ഒരു ലവണം കൂടി കലർപ്പായി കടന്നുകൂടിയിരിക്കുന്ന കാര്യം അദ്ദേഹം കണ്ടെത്തി. വീണ്ടും പരീക്ഷണം നടത്തവെ കലർപ്പായി കടന്നുകൂടിയ ലവണം സിൽവർ ക്ലോറൈഡ് ആണെന്ന് മനസ്സിലായി. സിൽവർ ക്ലോറൈഡും സൂര്യപ്ര കാശവും തമ്മിലെന്താണ് ബന്ധമെന്നായി പിന്നത്തെ ചിന്ത. ചോക്കു പൊടിയിൽ നിന്നും കൂടുതൽ സിൽവർക്ലോറൈഡ് വേർതിരിച്ചെടുത്ത് അതുമാത്രം ശുദ്ധജലത്തിൽ കലർത്തി ലയിപ്പിച്ച് ലായനിയാക്കി ജനൽപ്പടിയിൽ സൂര്യപ്രകാശം തട്ടുന്നിടത്തുവച്ച് പരീക്ഷണം ആവർത്തിച്ചു.

സൂര്യപ്രകാശം വീണിടത്ത് പ്രകാശത്തിന്റെ ഏറ്റക്കുറച്ചിലനുസ രിച്ച് ഫ്ലാസ്കിലെ മിശ്രിതം കറുപ്പും ചാരനിറവും ഇടകലർന്ന് കാണ പ്പെട്ടു. സിൽവർ ക്ലോറൈഡും സൂര്യപ്രകാശവും തമ്മിൽ ബന്ധമുണ്ടെന്നു മാത്രമല്ല പ്രതിപ്രവർത്തനവും നടക്കുന്നുണ്ടെന്ന് പ്രൊഫസർ ഷ്യൂൾസിന് ഉറപ്പായി. അദ്ദേഹം വെളിച്ചത്തിന് നേരെ ഫ്ലാസ്കിലെ ലായനി ഉയർത്തിനോക്കി. ലായനിയുടെ പകുതിഭാഗം ഇരുണ്ടിരിക്കുന്ന തായി കണ്ടു. ലായനിയും സൂര്യപ്രകാശവും തമ്മിൽ പ്രതിപ്രവർത്തിച്ച ഭാഗമാണ് ഇരുണ്ടിരിക്കുന്നതെന്നും സൂര്യപ്രകാശം തട്ടിയതിന്റെ ഏറ്റ ക്കുറച്ചിലനുസരിച്ച് നിറത്തിന്റെ കാഠിന്യത്തിൽ വ്യതിയാനം വന്നിരിക്കു ന്നതായും അദ്ദേഹത്തിന് വ്യക്തമായി ബോദ്ധ്യപ്പെട്ടു. അങ്ങനെ ഫോട്ടോ കെമിസ്ട്രിയെന്ന പുതിയൊരു ശാസ്ത്രശാഖ രസതന്ത്രത്തിൽ സ്ഥിരപ്പെട്ടു.

ഈ ശാഖയെ എന്തുകൊണ്ടാണ് ഫോട്ടോ കെമിസ്ട്രിയെന്ന് വിളി ക്കുന്നതെന്നും അറിയേണ്ടതാണല്ലോ. സൂര്യപ്രകാശത്തിൽ അടങ്ങിയി രിക്കുന്ന ഊർജ്ജരേണുക്കളെ ഫോട്ടോണുകളെന്നാണ് വിളിക്കുന്നത്. ഈ ഫോട്ടോണുകളാണ് ഫോട്ടോസിന്തസിസ്സിലൂടെ സസ്യങ്ങളിൽ അന്ന മുണ്ടാക്കുന്നത്. ഈ അന്നമാണ് മനുഷ്യരും മൃഗങ്ങളും കഴിക്കുന്നത്. ഇവിടെ ഫോട്ടോസിന്തസിസ്റ്റ് നടക്കുന്നില്ല. സൂര്യപ്രകാശത്തിന്റെ സാന്നി ദ്ധ്യത്തിൽ സസ്യങ്ങളിൽ നടക്കുന്ന ഈ പ്രക്രിയയുടെ പേരും തുടങ്ങു ന്നത് ഫോട്ടോയെന്ന വാക്കിൽ നിന്നാണ്. അവിടെയും ഫോട്ടോണുകൾ തന്നെയാണ് പ്രധാനം. ഇവിടെയും അതേ ഫോട്ടോണുകൾ തന്നെയാണ് പ്രതിപ്രവർത്തനം നടത്തുന്നത്. ഫോട്ടോണുകൾക്ക് പൊതുവെ പോസി റ്റീവ് ചാർജ്ജാണുള്ളത്. സിൽവർ ക്ലോറൈഡ് തന്മാത്രകൾക്ക് നെഗ റ്റീവ് ചാർജ്ജുമാണുള്ളത്. ഈ പശ്ചാത്തലത്തിലാണ് വെറുതെ വെയിൽ തട്ടുമ്പോൾ അഥവാ ഏതെങ്കിലും തരത്തിലുള്ള പ്രകാശം തട്ടുമ്പോൾ തട്ടിയഭാഗം രാസപ്രക്രിയയ്ക്ക് വിധേയമാകുന്നതും കറുത്തു പോകു ന്നതും. ഫോട്ടോണുകൾ നടത്തുന്ന ഈ രാസപരിണാമത്തെ അല്ലെ ങ്കിൽ ഇത്തരം നിരവധി രാസപ്രക്രിയകളെ ഫോട്ടോകെമിസ്ട്രിയെന്നു വിളിക്കുവാനുള്ള കാരണവും ഇതുതന്നെ.

ഷ്യൂൾസിന്റെ അവിചാരിതമായ ഈ കണ്ടുപിടുത്തമാണ് ഫോട്ടോ ഗ്രാഫിയും സിനിമാട്ടോഗ്രാഫിയും സാദ്ധ്യമാക്കിയത്. ഷ്യൂൾസ് തുടർന്നും പല പരീക്ഷണങ്ങളും ഫോട്ടോകെമിസ്ട്രിയിൽ നടത്തി. സിൽവർ ക്ലോറൈഡ് ലായനിയുണ്ടാക്കി ഫ്ലാസ്കിലാക്കി ഫ്ലാസ് കിന്റെ പുറത്ത് തൂവലുകൾ പതിച്ച് പ്രകാശം തട്ടിച്ച് തൂവലുകളുടെ വെളുത്ത രേഖാചിത്രങ്ങൾ ഫ്ലാസ്ക്കിന്മേൽ ഉണ്ടാക്കിനോക്കി. ഇതിന്റെ ചിത്രങ്ങൾ ഇവിടെ കൊടുത്തിട്ടുണ്ട്. ഇങ്ങനെ പതിഞ്ഞ ചിത്രങ്ങളെ അദ്ദേഹം ഫോട്ടോഗ്രാഫുകളെന്ന് വിളിച്ചു. ഫോട്ടോണുകൾ രേഖപ്പെടു ത്തിയ യഥാതഥ ചിത്രങ്ങളെന്ന് സാരം.

തുടർന്ന് കാൾ വില്യം ഷീലെ എന്ന സ്വീഡിഷ് രസതന്ത്രജ്ഞൻ

ഫോട്ടോ കെമിസ്ട്രിയിലേക്ക് കടന്നുവന്നു. ജോൺ ഹെന്റിക് ഷ്യൂൾസിന്റെ പരീക്ഷണ ഫലങ്ങളെ ആരാധിച്ചിരുന്ന ഷീലെ, ഷ്യൂൾസിന്റെ പരീക്ഷണങ്ങളോരോന്നും വീണ്ടും ആവർത്തിച്ചു പഠിച്ചു. സൂര്യപ്രകാശത്തിലെ ഏഴു നിറങ്ങളെ ഓരോന്നായി വേർപെടുത്തി സിൽവർ ക്ലോറൈഡ് ലവണവുമായി പ്രതിപ്രവർത്തനം നടത്തുകയും ഓരോന്നിന്റെയും പ്രതിപ്രവർത്തന ഫലം ചിത്രങ്ങളായും ഗ്രാഫുകളായും രേഖപ്പെടുത്തുകയും ചെയ്തു. ഈ അനുഭവങ്ങളിൽ നിന്നും അദ്ദേഹത്തിന് വയലറ്റു നിറത്തിന്റെ പ്രത്യേക സ്വഭാവം മനസ്സിലായി. സൂര്യപ്രകാശത്തിലുള്ള ഏഴു നിറങ്ങളിൽ ഏറ്റവും കുറവ് തരംഗദൈർഘ്യമുള്ളത് വയലറ്റിനാണല്ലോ. ആകയാൽ അതിന്റെ പ്രതിപ്രവർത്തനക്ഷമതയും ശക്തമാണ്. വയലറ്റിന്റെ ഈ സ്വഭാവത്തെ മറികടക്കാനായി ഷീലെ പാൻക്രൊമാറ്റിക് സിൽവർ ലവണ മിശ്രിതം ഉണ്ടാക്കുവാനുള്ള മാർഗ്ഗങ്ങൾ കണ്ടുപിടിച്ചു. അതോടൊപ്പംതന്നെ ഓർമ്മിക്കേണ്ട മറ്റൊരു സുപ്രധാനമായ ഫോട്ടോ കെമിക്കൽ രാസപ്രക്രിയയും

കാൾ വില്യം ഷീലേ

അദ്ദേഹം കണ്ടുപിടിച്ചിരുന്നു. സിൽവർ ക്ലോറൈഡ് ലവണങ്ങളിൽ സൂര്യപ്രകാശം തട്ടി പ്രതിപ്രവർത്തനം നടന്നുകഴിഞ്ഞ ഭാഗം സുരക്ഷിതമായി സൂക്ഷിക്കുവാനുള്ള രാസപ്രക്രിയയാണ് ഇത്. ഉദാഹരണമായി ഒരു ഗ്ലാസ് പ്ലേറ്റിൽ ഇരുട്ടത്ത് സിൽവർ ക്ലോറൈഡ് ലേപനം പുരട്ടിയെന്നിരിക്കട്ടെ. അതിൽ ചില ഭാഗങ്ങളിൽ തൂവലുകൾ പതിച്ച് സൂര്യപ്രകാശത്താൽ പ്രതിപ്രവർത്തനം നടത്തിയെന്നിരിക്കട്ടെ. തൂവലുകൾ പതിച്ച ഭാഗത്തുള്ള സിൽവർ ലവണത്തിൽ പ്രകാശം തട്ടാത്തതിനാൽ ആ ഭാഗത്തുള്ള രാസപദാർത്ഥത്തിൽ പ്രതിപ്രവർത്തനം നടക്കുവാൻ സാദ്ധ്യത യില്ലല്ലോ. അങ്ങനെയാണെങ്കിൽ ആ ഭാഗം എപ്പോഴും വെളുത്തും മറ്റു ഭാഗങ്ങൾ കറുത്തും ഇരിക്കണമല്ലോ. ഇങ്ങനെ ഒരു സ്ഥിതി സ്ഥിരമായി ഉണ്ടാക്കുവാനുള്ള വിദ്യ സത്യത്തിൽ ഷ്യൂൾസിന് അറിയില്ലായിരുന്നു. ഇതിനുള്ള വിദ്യയാണ് ഷീലെ കണ്ടുപിടിച്ചത്. അതായത് സൂര്യപ്രകാശം തട്ടിച്ചുകഴിഞ്ഞ ഗ്ലാസ്പ്ലേറ്റ് ദ്രവ അമോണിയയുമായി പ്രതിപ്രവർത്തി പ്പിച്ചാൽ പ്രകാശം തട്ടിയ ഭാഗത്തുള്ള ലവണത്തിൽ യാതൊരു പ്രക്രി യയും നടക്കുകയില്ല. എന്നാൽ പ്രകാശം തട്ടാത്ത ഭാഗം, അതായത് തൂവലുകൾ പതിച്ചിരുന്ന ഭാഗത്ത് ഉണ്ടായിരുന്ന സിൽവർ ക്ലോറൈഡ്

ലവണം ദ്രവ അമോണിയയുമായി പ്രതിപ്രവർത്തനം നടത്തുകയും ആ ഭാഗം വെളുത്തിരിക്കാനിടവരികയും ചെയ്യുന്നു. ഇങ്ങനെ കറുപ്പും വെളുപ്പുമായി മാറുന്ന ഗ്ലാസ് പ്രതലത്തിലുണ്ടാവുന്ന തൂവൽ ചിത്രങ്ങൾ എക്കാലവും നിലനിൽക്കുന്നു. ഈ രാസപ്രക്രിയയുടെ പേരിൽ ഷീലെ എന്ന ശാസ്ത്രജ്ഞൻ ഇന്നും ഓർക്കപ്പെടുന്നു. അദ്ദേഹമെഴുതിയ *സിൽവർ ക്ലോറൈഡും പ്രകാശവും* എന്ന പുസ്തകവും ശ്രദ്ധേയമാണ്.

അങ്ങനെ അൽഹാസനിൽനിന്നും തുടങ്ങിയ ഈ പ്രയാണം എ ഡി 1800 ആരംഭത്തിൽ ഏതാണ്ട് ഒരു ഫോട്ടോഗ്രാഫ് എടുക്കുവാനുള്ള ഒരുക്കത്തിലായി. അതായത് സിൽവർ ലവണങ്ങൾ പുരട്ടിയ വലിയ ലോഹപ്ലേറ്റുകൾ ലോഡ് ചെയ്യാവുന്നതും ലെൻസുകൾ ഘടിപ്പിക്കാവുന്നതുമായ ക്യാമറകൾ 1816 മുതൽ രംഗത്തു വരാൻ തുടങ്ങി. നീസ്ഫോർ നിപ്സിയായിരുന്നു അക്കാലത്ത് ഈ രംഗത്ത് ഏറ്റവും അറിയപ്പെടുന്ന ശാസ്ത്രജ്ഞൻ. ക്യാമറകൾ രംഗത്തു വന്നെങ്കിലും രാസക്ഷമത കൂടിയ സിൽവർ ലവണങ്ങളുണ്ടാക്കുവാനുള്ള രസതന്ത്രമെന്തെന്ന് അന്ന് ആർക്കും അറിവില്ലായിരുന്നു. അന്ന് നിലവിലുണ്ടായിരുന്ന സിൽവർ ലവണങ്ങൾ ഉപയോഗിച്ച് ഒരു ഫോട്ടോഗ്രാഫെടുക്കണമെങ്കിൽ ഫോട്ടോഗ്രാഫെടുക്കേണ്ട വസ്തു ക്യാമറയുടെ മുന്നിൽ കുറഞ്ഞത് പത്തുമണിക്കൂർ നേരമെങ്കിലും പൂർണ്ണസൂര്യപ്രകാശത്തിൽ സ്ഥിരമായി നിൽക്കണമായിരുന്നു. ഈയവസ്ഥയെ മറികടക്കുവാനായിരുന്നു നീസ്ഫോർ ശ്രമിച്ചുകൊണ്ടിരുന്നത്. 1826-ൽ പ്യൂറ്ററൽ പ്ലേറ്റിൽ, വേഗതകൂടിയ സിൽവർ ലവണമുപയോഗിച്ച് എട്ട് മണിക്കൂർനേരം സൂര്യപ്രകാശം തട്ടിച്ച് ലോകത്തിലെ ആദ്യത്തെ ഫോട്ടോഗ്രാഫ് (സ്വന്തം വീടിന്റെ മേൽഭാഗം) എടുക്കുവാൻ നീസ്ഫോറിന് കഴിഞ്ഞു. ഈ പ്രക്രിയയെ ആദ്യം ഹീലിയോഗ്രാഫി (sun drawing) എന്നാണ് നീസ്ഫോർ പേരിട്ടതെങ്കിലും പിന്നീട് ഫോട്ടോഗ്രാഫിയെന്ന പേരുതന്നെ ലണ്ടനിലെ റോയൽ സൊസൈറ്റി ഫോട്ടോഗ്രാഫർമാർ അംഗീകരിക്കുകയാണുണ്ടായത്.

1826 മുതൽ 1873 വരെയുള്ള അഞ്ച് ദശവർഷങ്ങൾ കടന്നുപോയ പ്പോൾ ഫോട്ടോഗ്രാഫി ലോകമാസകലം, കലയായും കച്ചവടമായും മനുഷ്യോപകാരപ്രദമായ നിമിഷങ്ങൾ രേഖപ്പെടുത്തിവയ്ക്കാൻ കഴിവുള്ള, സാമൂഹ്യ പ്രതിബദ്ധതയുള്ള ദൃശ്യമാദ്ധ്യമമായും വളർന്നു വികസിച്ചു. ഈ അവസരത്തിലാണ് ഫോട്ടോഗ്രാഫിയുടെ ഹൃദയതാളമറിഞ്ഞ പലരും സിനിമാട്ടോഗ്രാഫിയെക്കുറിച്ച് ചിന്തിക്കാൻ തുടങ്ങിയത്. മനുഷ്യന് സ്വന്തം ചലനങ്ങളേയും പ്രകൃതിതാളങ്ങളേയും ദൃശ്യമാദ്ധ്യമത്തിൽ എന്നെന്നേക്കുമായി രേഖപ്പെടുത്തിവയ്ക്കുവാനുള്ള ആഗ്രഹം മാനവച രിത്രത്തിന്റെ ആദി മുതൽ നിലനിന്നിരുന്നുതാനും. സ്റ്റിൽ ഫോട്ടോഗ്രാ ഫിയിൽ ലോഹ-ഗ്ലാസ്സ് പ്രതലങ്ങൾക്ക് പകരം സെല്ലുലോയ്ഡ്, പ്രചാ രത്തിൽ വന്നുവെങ്കിലും സിനിമാട്ടോഗ്രാഫിക്ക് വേണ്ട റോൾഫിലിമോ ക്യാമറയോ ഉണ്ടായിരുന്നില്ല. ഈയവസരത്തിലാണ് മഹാനായ ജോർജ്ജ് ഈസ്റ്റ്മാൻ റോൾഫിലിം സാങ്കേതികവിദ്യയുമായി രംഗത്തേക്കു വരുന്നത്.

3

ഫോട്ടോഗ്രാഫിയിൽ നിന്ന് ചലച്ചിത്രത്തിലേക്ക്

ആയിരത്തി എണ്ണൂറ്റി എൺപതിൽ മഹാനായ ജോർജ്ജ് ഈസ്റ്റ്മാൻ റോൾഫിലിമും 'കൊഡാക്' ക്യാമറയും വിപണിയിൽ ഇറക്കി. നിങ്ങൾ ബട്ടനമർത്തിയാൽ മതി, ബാക്കി ഞങ്ങൾ ചെയ്തുകൊള്ളാം ("you press the button, we do the rest") എന്ന ലോകപ്രസിദ്ധ മായ പരസ്യവാചകത്തോടെ ഇറ ക്കിയ റോൾഫിലിമും ക്യാമറ യും, ഫോട്ടോഗ്രാഫിയിൽ നവത രംഗം തന്നെയുണ്ടാക്കി. ജീവിത ത്തിന്റെ നാനാതുറയിലേക്കും, പ്രത്യേകിച്ച് ശാസ്ത്രസാങ്കേതി കവിഷയങ്ങൾ പഠിക്കുന്ന കാര്യ ത്തിൽ ഫോട്ടോഗ്രാഫിയുടെ പ്രായോഗികമായ ഉപയോഗം സഹായിച്ചു. അങ്ങനെ നിശ്ചല ഛായാഗ്രഹണം ജനകീയമായി ക്കൊണ്ടിരിക്കെ കാലിഫോർണി യായിലെ മുൻ ഗവർണ്ണറായിരുന്ന ലീ ലാന്റ് സ്റ്റാൻഫോർഡിന് ഒരു തോന്നലുണ്ടായി. തുടർന്നു ണ്ടായ സംഭവത്തിന്റെ ചുരുക്ക മാണ് താഴെ പറയുന്നത്.

ജോർജ് ഈസ്റ്റ്മാൻ

1873-ലായിരുന്നു സംഭവം. സ്വതവേ കുതിരപ്പന്തയത്തിൽ തൽ പ്പരനായിരുന്ന അദ്ദേഹം സ്വന്തം കുതിര കുതിച്ചുപായുന്നതു നോക്കി യിരിക്കെ, കൂട്ടുകാരോട് പറഞ്ഞു; "എന്റെ കുതിരയുടെ വേഗത കൂടു മ്പോൾ അതിന്റെ നാലു കാലുകളും വായുവിലായിരിക്കും. സംശയമുണ്ടെ ങ്കിൽ ഇതാ നല്ലവണ്ണം ശ്രദ്ധിച്ചു നോക്കൂ."

കൂട്ടുകാർക്ക് ലീലാന്റിന്റെ ആ അഭിപ്രായം ബോധിച്ചില്ല. അങ്ങനെ അതൊരു തർക്കവിഷയമായി. ലീലാന്റ് തന്റെ വിശ്വാസത്തിൽ തന്നെ ഉറച്ചുനിന്നു. മൃഗങ്ങളുടെ ശരീരശാസ്ത്രത്തിൽ വിദഗ്ധരായ

ലീലാന്റ് സ്റ്റാൻഫോർഡ്

ചിലരെ കണ്ട് അഭിപ്രായം ആരാഞ്ഞെങ്കിലും അവർക്കൊന്നും ഇക്കാ ര്യത്തിൽ കൃത്യമായി അഭിപ്രായം പറയാൻ കഴിഞ്ഞില്ല. അങ്ങനെ ഈ തർക്കം പരസ്യമായി. ജനങ്ങൾ രണ്ടുവിഭാഗമായി പിരിഞ്ഞ് പലവിധ തർക്കതന്ത്രങ്ങൾ പ്രയോഗിച്ചതല്ലാതെ ആർക്കും ലീലാന്റിന്റെ തോന്ന ലിനെ തെറ്റാണെന്ന് തെളിയിക്കാനായില്ല.

മനുഷ്യനേത്രങ്ങളുടെ സാധാ രണ കഴിവുകൊണ്ട് അളക്കുവാൻ കഴിയാത്ത ഒരു കാര്യമാകയാൽ ലീലാന്റും വിഷമത്തിലായി. എന്നാലും അദ്ദേഹം തന്റെ അഭിപ്രായത്തെ പിൻവലിക്കുവാൻ തയ്യാറായില്ല.

അങ്ങനെയിരിക്കെ ലോകപ്ര സിദ്ധ ഫോട്ടോഗ്രാഫറായ എഡ്‌വി യേർഡ് മേ ബ്രിഡ്ജ് ലണ്ടനിൽ നിന്നും കാലിഫോർണിയയിൽ വന്നു താമസമാക്കി. ലീലാന്റ് ഒരു ദിവസം അദ്ദേഹത്തെ ചെന്നുകണ്ട് തന്റെ ഈ പ്രതിസന്ധിക്കൊരു പരി ഹാരമുണ്ടാക്കണമെന്ന് പറഞ്ഞു. സ്വതവേ പരീക്ഷണഫോട്ടോഗ്രാ ഫിയിൽ തൽപ്പരനായിരുന്ന മേ ബ്രിഡ്ജ് ലീലാന്റിനെ സഹായി ക്കാമെന്നേറ്റു.

എഡ്‌വിയേർഡ് മേ ബ്രിഡ്ജ്

'20 ഹൈസ്പീഡ് സ്റ്റിൽ ക്യാമറ'കൊണ്ട് മേ ബ്രിഡ്ജ് ചിത്രീകരിച്ച
ഓടുന്ന കുതിരയുടെ ദൃശ്യം

വേഗതയിൽ ഓടിക്കൊണ്ടിരിക്കുന്ന കുതിരയുടെ ഒരു സെക്കന്റ്
നേരത്തെ ചലനമെങ്കിലും തുടർച്ചയായി ചിത്രങ്ങളാക്കി മാറ്റിയാൽ
മാത്രമേ അതിനുള്ളിലെ സത്യം തുറന്നു കാണിക്കുവാൻ സാധിക്കുക
യുള്ളുവെന്ന് മേ ബ്രിഡ്ജിന് തന്റെ ചിരകാലാനുഭവത്തിൽ നിന്നും മന
സ്സിലായി. എന്നാൽ ഈ ഒരു സെക്കന്റ് നേരത്തെ ചലനം എങ്ങനെ
ചിത്രീകരിക്കുമെന്ന് അദ്ദേഹം പലദിവസങ്ങൾ ആലോചിച്ചു.

ഒരുപാട് പരീക്ഷണങ്ങൾക്കുശേഷം അദ്ദേഹം ഒരു പദ്ധതി ആവി
ഷ്കരിച്ചു. ഓടിക്കൊണ്ടിരിക്കുന്ന കുതിരയുടെ ഒരു സെക്കന്റ് നേരത്തെ
മുഴുവൻ ചലനവും ചിത്രീകരിക്കുവാൻ കഴിവുള്ള 24 സ്റ്റിൽ ക്യാമറകൾ
അദ്ദേഹം ഒരു നിശ്ചിത ഉയരത്തിൽ വരിവരിയായി നിരത്തിവച്ചു. അതിന്
മുന്നിലൂടെയാണ് കുതിര ഓടേണ്ടത്. ഓടുന്ന കുതിരയുടെ ചലനത്തിന്
വേഗത കൂടുതലാകയാൽ അത് വ്യക്തമായി ചിത്രീകരിക്കാൻ പാക
ത്തിൽ ക്യാമറയുടെ 'ഷട്ടർ സ്പീഡ്' ഒരു സെക്കന്റിന്റെ ആയിരത്തി
ലൊരംശമാക്കി ഉയർത്തി. ക്യാമറകളുടെ ഷട്ടറുകൾ സ്വയം തുറന്ന് അട
യുന്ന വിധത്തിലുള്ള ആട്ടോമാറ്റിക് ഇലക്ട്രോ മാഗ്നറ്റിക് സംവിധാനം
എഞ്ചിനീയറായ ജോൺ ഡി ഐസക്കിന്റെ സഹായത്തോടെ സജ്ജ

മാക്കി. ക്യാമറയിൽ ഉപയോഗിക്കുന്ന ഫിലിമിന്റെ സംവേദനക്ഷമതയും ഉയർത്തി. അങ്ങനെ കുതിര ഓടുന്നതിന്റെ നാൽപ്പതടി അകലെ നിര ത്തിവച്ചിരിക്കുന്ന ഓരോ ക്യാമറയും കുതിര ഓടുന്നതിനനുസൃതമായി വിജയകരമായി ചലിപ്പിച്ച് ഫോട്ടോഗ്രാഫുകളെടുത്തു. മേ ബ്രിഡ്ജിന്റെ പരീക്ഷണവും ലീ ലാന്റിന്റെ പ്രവചനവും പരിപൂർണ്ണ വിജയമായിരുന്നു. മേ ബ്രിഡ്ജ് എടുത്ത ഇരുപത് ചിത്രങ്ങളിൽ പതിനൊന്നാമത്തെയും പന്ത്രണ്ടാമത്തെയും ചിത്രങ്ങളിൽ കുതിരയുടെ നാലുകാലുകളും നിലം തൊടാതെ നിൽക്കുന്നതായി കണ്ടു. അങ്ങനെ ലീലാന്റ് എന്ന കാര ണവും മേ ബ്രിഡ്ജ് എന്ന സാങ്കേതിക കലാകാരനും കുതിരയെന്ന കാര്യവും കൂടി നിശ്ചലഛായാഗ്രഹണത്തെ ചലിക്കുന്ന സത്യം ചിത്രീ കരിക്കാവുന്ന ചലച്ചിത്ര സങ്കൽപ്പത്തിന്റെ ആദ്യത്തെ വഴികാട്ടിയായി മാറ്റി.

ഇന്ന് വളരെയേറെ വിശകലനം ചെയ്തു നോക്കുമ്പോൾ എഡ്വി യേഡ് ജെയിംസ് മേ ബ്രിഡ്ജിന്റെ വിജയകരമായ ഈ ഡോക്യുമെന്ററി ചിത്രീകരണം ചലനം നടന്നുകൊണ്ടിരിക്കുമ്പോൾ ചിത്രീകരിച്ച ആദ്യത്തെ ചലച്ചിത്രമെന്ന് പറയുന്നതിൽ തെറ്റില്ല. അതുപോലെ തന്നെമേ ബ്രിഡ്ജിന്റെ ഈ ചിത്രീകരണം, ചലനാത്മകമായ ഒരു വസ്തു വിൽ നാം കാണുന്നതിൽ നിന്നും കൂടുതലായി ചില സത്യങ്ങൾ ഒളി ഞ്ഞിരിക്കുന്നുണ്ടെന്നും ദൃശ്യമാധ്യമത്തിന്റെ സാദ്ധ്യതകളുപയോഗിച്ച് ഇത്തരം സത്യങ്ങളെ തുറന്നുകാണിക്കാനും രേഖപ്പെടുത്താനും കഴി യുമെന്നും തെളിഞ്ഞു. അപ്പോൾ നാം കാണുന്നതിൽ നിന്നും വിഭിന്ന മായ ഒരു ലോകവും പ്രകൃതിയും ജീവിതവും നിലനിൽക്കുന്നുണ്ടെന്നും അത് ചലച്ചിത്രമാധ്യമം വഴി പുറത്തുകൊണ്ടുവരാൻ കഴിയുമെന്നും എല്ലാവർക്കും മനസ്സിലായി. എന്നിരുന്നാൽ തന്നെ, മേ ബ്രിഡ്ജിനെ ചല ച്ചിത്രചരിത്രം ഉൾപ്പെടുത്തിയില്ല. അതിന്റെ പ്രധാന കാരണം ചലച്ചിത്ര ത്തിന്റെ തത്ത്വം മേ ബ്രിഡ്ജിന്റെ ചിത്രീകരണത്തിൽ അടങ്ങിയിരിക്കു ന്നുവെങ്കിലും അത് ഒരു മൂവിക്യാമറവച്ച് എടുത്തതല്ലല്ലോ. കൂടാതെ അദ്ദേഹത്തിന് അത് വെള്ളിത്തിരയിൽ പ്രദർശിപ്പിക്കണമെന്നും ആഗ്ര ഹമില്ലായിരുന്നു. മേ ബ്രിഡ്ജിന്റെ ചിത്രീകരണത്തിലെ താത്ത്വികമായ സത്യങ്ങൾ ശരിക്കും മനസ്സിലാക്കിയാണ് 1895-ൽ ലൂമിയർ സഹോ ദരന്മാർ മൂവി ക്യാമറയും പ്രോസസ്സറും പ്രൊജക്ടറും ഉൾപ്പെടുന്ന ത്രീ ഇൻ വൺ സാങ്കേതികോപകരണം ഉണ്ടാക്കിയതും ലോകചരിത്ര ത്തിലെ ആദ്യത്തെ ചലച്ചിത്രം ചിത്രീകരിച്ച് പ്രദർശിപ്പിച്ചതും.

മേ ബ്രിഡ്ജിന്റെ ചിത്രീകരണം ലൂമിയർ സഹോദരന്മാരെ മാത്ര മല്ല സ്വാധീനിച്ചത്. അമേരിക്കയിൽ തന്നെ പല ശാസ്ത്രജ്ഞന്മാരെയും സ്വാധീനിച്ചു. അതിൽ ഏറ്റവും പ്രധാനിയായിരുന്നു തോമസ് ആൽവ എഡിസൺ. അതുപോലെതന്നെ ഇംഗ്ലണ്ടിലെ വില്യം ഫ്രീസ് ഗ്രീൻ, റോബർട്ട് പോൾ, ബെർട് എക്കർ, ജർമ്മനിയിലെ മാക്സ് സ്ലാനോവ്സ്കി

എന്നിവരേയും ചരിത്രം രേഖപ്പെ
ടുത്തിയിട്ടുണ്ടെങ്കിലും ലൂമിയർ
സഹോദരന്മാരെപ്പോലെ തുടർച്ച
യായി ചലച്ചിത്രമെടുക്കുവാനും
വിജയകരമായി ലോകമാസകലം
പ്രദർശിപ്പിക്കുവാനും മറ്റുള്ള
വർക്ക് കഴിഞ്ഞിരുന്നില്ല. വർഷ
ങ്ങൾക്കുശേഷം ക്യാമറ ആംഗി
ളിനെക്കുറിച്ച് ചലച്ചിത്ര വ്യാകര
ണത്തിന്റെ പിതാവായ സെർജി
ഐസൻസ്റ്റീൻ മേ ബ്രിഡ്ജിന്റെ
ചിത്രീകരണത്തെ അനുസ്മരിച്ചു
കൊണ്ട് ഇപ്രകാരം പറഞ്ഞു;
ക്യാമറയുടെ ഒരു വീക്ഷണ
കോൺ പ്രകൃതിയിൽ സ്വതവേ
ഒളിഞ്ഞിരിക്കുന്ന ഒരു സത്യത്തെ
പുറത്തുകൊണ്ടുവരുന്നു (camera
angle reveals a moments secret

ഐസൻസ്റ്റീൻ

of nature). സാധാരണകാഴ്ചയിൽ കാണാത്ത സത്യത്തെയാണ്
ആംഗിൾ വെളിപ്പെടുത്തേണ്ടതെന്ന് സാരം.

4

ചലച്ചിത്രമാധ്യമം

ദൃശ്യമാധ്യമത്തിന് (visual communication) ലൂമിയർ സഹോദ രന്മാർ നൽകിയ മഹത്തായ സംഭാവനകൾ മുഴുവൻ പഠനവിഷയമാ ക്കുവാൻ ഇതുപോലെ മറ്റൊരു പുസ്തകം ആവശ്യമാണ്. ഈ പുസ്ത കത്തിൽ ആവശ്യമുള്ള സുപ്രധാനകാര്യങ്ങൾ മാത്രം ഓർമ്മിച്ചുകൊണ്ട് ചലച്ചിത്രമാധ്യമത്തിന്റെ ആധുനിക സംഘടനയിലേക്ക് അഥവാ ഫിലിം ഇൻഡസ്ട്രിയിലേക്ക് കടക്കാം.

ചാൾസ് ആന്റണി ലൂമിയറിന് പിറന്ന രണ്ട് ആൺകുട്ടികളാണ് ലൂമിയർ സഹോദരന്മാർ എന്നപേരിൽ ലോകപ്രസിദ്ധ രായത്. ചാൾസ് ആന്റണി ലൂമി യർ ജീവിച്ചിരുന്നത് 1840-നും 1911-നും ഇടയ്ക്ക് പാരീസിന ടുത്തുള്ള ബിസാൻകോ (Besancon) എന്ന ചെറുപട്ട ണത്തിലായിരുന്നു. അദ്ദേഹം അറിയപ്പെടുന്ന ഭൗതികശാ സ്ത്രജ്ഞനും ഫോട്ടോഗ്രാ ഫറുമായിരുന്നു. ലൂമിയർ സഹോദരന്മാരിൽ ജ്യേഷ്ഠൻ അഗസ്റ്റി മേരി ലൂയിസ് നിക്കോളാസ് ലൂമിയറും (Augustie Marie Louis

ലൂമിയർ സഹോദരന്മാർ

Nicholas Lumiere) അനുജൻ ലൂയിസ് ഴാൻ ലൂമിയറും (Louis Jean Lumiere) ആയിരുന്നു.

ജ്യേഷ്ഠനായ അഗസ്റ്റി 1862 ഒക്ടോബർ 19-ാംതീയതി ബിസാൻകോയിൽ ജനിക്കുകയും 1954 ഏപ്രിൽ 10-ന് അന്തരിക്കുകയും ചെയ്തു. അനുജനായ ലൂയിസ് 1864 ഒക്ടോബർ 5-ന് ജനിക്കുകയും 1948 ജൂൺമാസം 6-ന് അന്തരിക്കുകയും ചെയ്തു. ഇവരുടെ ബാല്യകാലം മുതൽ രണ്ടുപേർക്കും ദൃശ്യമാദ്ധ്യമത്തിൽ അതീവതാൽപ്പര്യം ഉണ്ടായിരുന്നതിനാൽ സ്റ്റിൽ ഫോട്ടോഗ്രാഫിയെക്കുറിച്ചുള്ള ബോധവും അതിന്റെ ടെക്നോളജിയും ഹൃദിസ്ഥമായിരുന്നു. പിതാവായ ആന്റണി ലൂമിയറിന്റെ സ്റ്റുഡിയോവിൽ സഹായികളായി നിന്നുകൊണ്ട് ലഘുപരീക്ഷണങ്ങൾ നടത്തിയിരുന്ന കുട്ടികളുടെ മുഴുവൻ ശ്രദ്ധയും ഫോട്ടോഗ്രാഫിയുടെ ടെക്നിക്കുകളിലായിരുന്നു. രണ്ടുപേരും പത്താംക്ലാസ്സുവരെ (മെട്രിക്കുലേഷൻ) സ്കൂളിൽ പോയിരുന്നുവെങ്കിലും വിദ്യാഭ്യാസം തുടരണമെന്ന് കുട്ടികൾക്ക് ആഗ്രഹമില്ലായിരുന്നു. 1870 മുതൽ പാരീസ് നഗരവുമായി ബന്ധപ്പെട്ട് കഴിഞ്ഞിരുന്ന അവർ സിനിമാട്ടോഗ്രാഫിയിൽ ലോകമാസകലം നടന്നുകൊണ്ടിരുന്ന ശാസ്ത്ര-സാങ്കേതിക സംഭവങ്ങളെ സ്വയം വിലയിരുത്തിക്കൊണ്ടിരുന്നു. ഇക്കാലത്ത് യൂറോപ്പും അമേരിക്കയും തമ്മിൽ ടെലഗ്രാഫ് സന്ദേശങ്ങൾ കൈമാറാനുള്ള വിദ്യ നിലവിൽ വന്നിരുന്നു. അമേരിക്കയിൽ എഡിസന്റെ ബ്ലാക്ക് മേരിയ സ്റ്റുഡിയോവിൽ നടക്കുന്ന കാര്യങ്ങളടക്കം ഈ സഹോദരന്മാർ അറിഞ്ഞുകൊണ്ടിരുന്നു.

ബിസാൻകോയിലെ ഇരട്ടത്താഴ്വരയിലിരുന്നുകൊണ്ട് (Twin valley, Besancon) ലൂമിയർ സഹോദരന്മാരിൽ അനുജനായ ലൂയിസ് ലൂമിയർ നിരന്തരം സിനിമാട്ടോഗ്രാഫിയുടെ ടെക്നിക്കുകളെക്കുറിച്ച് ഗവേഷണം നടത്തിക്കൊണ്ടിരുന്നു. ലൂമിയർ സഹോദരന്മാരിൽ ലൂയിസിനായിരുന്നു ശാസ്ത്രബുദ്ധിയും ചാതുര്യവും കൂടുതൽ. ലോകമാസകലം നടക്കുന്ന സംഭവവികാസങ്ങളറിയാനും വിപണന തന്ത്രങ്ങളാരായുന്നതിലുമായിരുന്നു അഗസ്റ്റിക്ക് കൂടുതൽ താൽപ്പര്യം. അതിനാൽതന്നെ ഇവർ തമ്മിൽ ജീവിതകാലം മുഴുവൻ വേർപിരിയാത്ത ബന്ധം നിലനിന്നിരുന്നു. 1895 മാർച്ച് 19-ാം തീയതി പരീക്ഷണാർത്ഥം പ്രദർശിപ്പിച്ച, ലോകത്തിലെ ആദ്യത്തെ ചലച്ചിത്രം ചിത്രീകരിച്ചത് ലൂയിസ് ലൂമിയർ ആയിരുന്നു. അതിനുള്ള എല്ലാ സാദ്ധ്യതകളും അതിന്റെ കോർഡിനേഷനുമെല്ലാം ഉണ്ടാക്കിക്കൊടുത്ത് സഹോദരനായ അഗസ്റ്റി ലൂമിയർ ആയിരുന്നു. പിതാവായ ചാൾസ് ആന്റണി ലൂമിയറുടെ പിൻബലം എല്ലാ കാര്യങ്ങളിലും ഉണ്ടായിരുന്നുവെങ്കിലും അദ്ദേഹം തന്റെ സ്റ്റിൽ ഫോട്ടോഗ്രാഫി സ്റ്റുഡിയോവിൽ തന്നെ പണിയെടുക്കുകയായിരുന്നു. 1895 മാർച്ച് 22-ാം തീയതി പാരീസിൽ നടന്ന പ്രീമിയർ പ്രദർശനത്തിന് അദ്ദേഹം വന്നിരുന്നുവെങ്കിലും സിനിമാട്ടോഗ്രാഫിയിലേക്ക് തൊഴിൽപരമായി മാറണമെന്ന് തോന്നിയിരുന്നില്ല. 1895 ഡിസംബർ 28-ന് ടിക്കറ്റ് വച്ചുനടത്തിയ

ചരിത്രപരമായ പ്രദർശനം ലോകത്തിൽ പിന്നീട് വരാനിരുന്ന ദൃശ്യമാ
ദ്ധ്യമവ്യവസായത്തിന്റെ നാന്ദിയായിരുന്നുവെന്ന് ഇന്ന് പിന്തിരിഞ്ഞു
നോക്കുമ്പോൾ മനസ്സിലാവുന്നു. ആ പ്രദർശനത്തിന് ശേഷം 1898-ൽ
"ലൂമിയർ പ്രൊഡക്ഷൻ" കമ്പനി രജിസ്റ്റർ ചെയ്ത് പ്രവർത്തനമാരംഭി
ച്ചു. ഇതിനിടയ്ക്ക് ലോകത്തിലെ വൻനഗരങ്ങൾ തോറും ലൂമിയർ ചിത്ര
ങ്ങളുടെ പ്രദർശനം തുടർന്നുകൊണ്ടിരുന്നു. ലണ്ടൻ, ന്യൂയോർക്ക്,
ബോംബെ (മുംബയ്) എന്നീ നഗരങ്ങളെല്ലാം ഇതിൽപ്പെടും.

ലൂമിയർ സഹോദരന്മാർ ആകെ പതിനൊന്ന് ചലച്ചിത്രങ്ങളു
ണ്ടാക്കി. ഇതിൽ കൂടുതലും അവരുടെ സ്വന്തം ജീവിതയാഥാർത്ഥ്യങ്ങ
ളുടെ യഥാതഥ ചിത്രീകരണങ്ങളായിരുന്നു. *ട്രെയിൻ അറ്റ് സിറ്റാറ്റ് മുതൽ
കടൽക്കരയിൽ കുളിക്കുന്നവർവരെയുള്ളതായിരുന്നു അവരുടെ സിനി
മകളിലെ പ്രമേയങ്ങൾ* (*Workers leaving the factory, Train at La Ciatat
Station, Horse Track Riders, Fishing for Gold Fish, Congress of
Photographers - Lyon, Black Smith, The gardner, Baby's meal, Jumping
into the Blanket, Cordeliers Square in Lyon, Bathing in the Sea*).

ലോകസിനിമയിലെ മഹാത്ഭുതമായ ആന്ദ്രെ ടാർക്കോവ്സ്കി

എന്ന റഷ്യൻ സിനിമാസംവിധായകൻ
1980-കളുടെ ആരംഭത്തിൽ ഈ സിനി
മകളെക്കുറിച്ച് വിശദമായി പഠിക്കുക
യുണ്ടായി. ഈ പഠനത്തിലെ ചെറി
യൊരംശം *Sculpting in time* എന്ന
അദ്ദേഹത്തിന്റെ ഒരെരു പുസ്തക
ത്തിൽ കൊടുത്തിട്ടുള്ളതിൽ നിന്നും
ഒരുവരി ഈയവസരത്തിൽ നിങ്ങൾ
വായിച്ചു മനസ്സിലാക്കുന്നത് നന്ന്.
ഒരിക്കൽ ആ പുസ്തകം മുഴുവനായി
വായിച്ചു മനസ്സിലാക്കാൻ നിങ്ങൾക്ക്
ഇടവരികയും ചെയ്യട്ടെ!

ടാർക്കോവ്സ്കി പറയുന്നു:

ആന്ദ്രെ ടാർക്കോവ്സ്കി

1895 ഡിസംബർ 28-ന് ലൂമിയർ
സഹോദരന്മാരുടെ ആദ്യ സിനിമാപ്രദർശനം ആരംഭിച്ചപ്പോൾ
യഥാർത്ഥത്തിൽ ഉണ്ടായത് രണ്ട് കാര്യങ്ങളുടെ സാദ്ധ്യതകളാ
ണ്. ഒന്നാമതായി ക്യാമറയ്ക്ക് മുന്നിൽ ചലിച്ചുകൊണ്ടിരിക്കുന്ന
ഒരു വസ്തുവിനെ അതേപടി പുനഃരാവിഷ്കരിക്കാൻ കഴിഞ്ഞു.
രണ്ടാമതായി നമ്മളറിയാതെ നമുക്കനുഭവപ്പെടുന്ന സമയ
സങ്കൽപ്പത്തെ സെല്ലുലോയ്ഡിൽ ഇമേജുകളായി പ്രിന്റ് ചെയ്തു
വയ്ക്കുവാനും അത് എക്കാലവും അതേപടി പുനരാവിഷ്കരി
ക്കാനും സംരക്ഷിക്കാനും സാധിച്ചു.

ടാർക്കോവ്സ്കി റഷ്യൻഭാഷയിലെഴുതിയ വാചകത്തിന്റെ യഥാതഥ തർജ്ജമയല്ല, അതിലെ ആശയം അൽപ്പം ലളിതമാക്കിയാണ് ഇവിടെ കൊടുത്തിട്ടുള്ളത്.

ഒരു നൂറ്റാണ്ടിനുമുമ്പ് ഫ്രാൻസിലെ സിയാറ്റ് റെയിൽവേസ്റ്റേഷനിൽ വന്നു നിന്ന ആ ട്രെയിനും അതിൽ നിന്നും ഇറങ്ങി ജീവിതത്തിന്റെ ഓരോരോ വഴിത്താരകളിലേക്ക് നടന്നുനീങ്ങിയ മനുഷ്യരെയും ആ അന്ത രീക്ഷത്തെയും അതിലുപരി ആ ദൃശ്യത്തിന്റെ അഥവാ സമയത്തിന്റെ എണ്ണമറ്റ പ്രത്യേകതകളെയും നാമിന്നും കാണുകയും അനുഭവിക്കു കയും ചെയ്തുകൊണ്ടിരിക്കുന്നു. സെല്ലുലോയ്ഡിൽ ദൃശ്യങ്ങളായി പകർത്തിയ അക്കാലം ഈ സിനിമയുള്ളിടത്തോളം കാലം എന്നെന്നും വർത്തമാനകാലമായിത്തന്നെ നിലനിൽക്കും. മറ്റൊരർത്ഥത്തിൽ പറ ഞ്ഞാൽ, ചലിച്ചിത്ര മാദ്ധ്യമത്തിൽ ദൃശ്യങ്ങളായി ആവിഷ്കരിക്കപ്പെട്ട സമയത്തിന് പിന്നെ ഭൂതമോ ഭാവിയോ ഇല്ല. അനുവാചകനിൽ അതെ പ്പോഴും വർത്തമാനകാലമായി നിലനിൽക്കും. ചലച്ചിത്രമാദ്ധ്യമത്തിന്റെ ഒരുപാട് പ്രത്യേകതകളിൽ ഏറ്റവും പ്രധാനപ്പെട്ടതാണ് ഇത്. കാരണം മനുഷ്യപ്രയത്നമായി, പ്രപഞ്ച പരിണാമമായി ആപേക്ഷികമായി, നാം മനസ്സിലാക്കുന്ന സമയത്തെ ചലച്ചിത്രമാദ്ധ്യമത്തിലൂടെ ദൃശ്യങ്ങളാക്കി പ്രിന്റ് ചെയ്ത് അനശ്വരമാക്കാം. ആകയാൽ ചലച്ചിത്രമാദ്ധ്യമത്തിന്റെ ആത്മാവ് സംവിധായകൻ ചിത്രീകരിക്കുന്ന സമയവും അത് വ്യാപരി ച്ചിരിക്കുന്ന പ്രവർത്തനങ്ങളും പ്രസ്തുത പ്രവർത്തനങ്ങൾ നടക്കുന്ന ഇടവുമാണ് (space). മറ്റൊരു വിധത്തിൽ പറഞ്ഞാൽ സമയം മനുഷ്യ രുടെയോ, കഥാപാത്രങ്ങളുടെയോ, മറ്റു വസ്തുക്കളുടെയോ പ്രവർത്ത നങ്ങളുടെ ദൃശ്യങ്ങളായി മാറുകയും ആ പ്രവർത്തനങ്ങൾ നടക്കുന്ന പശ്ചാത്തലം സ്പെയ്സ് അല്ലെങ്കിൽ ഇടമായി പ്രസ്തുത ദൃശ്യസമുച്ച യത്തിന്റെ ശരീരമായി മാറുകയും ചെയ്യുന്നു. ഇതാണ് ക്യാമറയിലുള്ള ഫിലിമിൽ ഇംപ്രിന്റ് ചെയ്യുന്നതും ചലച്ചിത്രമായി പുറത്തുവരുന്നതും.

ചലച്ചിത്രമാദ്ധ്യമത്തിന്റെ മൗലികസ്വഭാവം ഇപ്രകാരമാണ്. ആകയാൽ ചലച്ചിത്ര രചന നടത്തുന്ന (തിരക്കഥ എഴുതുമ്പോൾ തന്നെ) സംവിധായകന് അത് അദ്ദേഹം ചിത്രീകരിക്കുവാൻ ഉദ്ദേശിക്കുന്ന സമ യത്തെക്കുറിച്ചും ആ സമയത്തെ ദൃശ്യങ്ങളാക്കി മാറ്റുവാനുള്ള ഉപാധി കളെക്കുറിച്ചും അറിയണം. യഥാതഥ മനുഷ്യർ, കഥാപാത്രങ്ങൾ, സംഭാ ഷണങ്ങൾ, ശബ്ദങ്ങൾ, മറ്റു നിത്യോപയോഗ വസ്തുക്കൾ, ഇവയെല്ലാം വ്യാപരിച്ചിരിക്കുന്ന പ്രകൃതിയെക്കുറിച്ചും മനസ്സിൽ കാണണം. അവ യുടെ ദൃശ്യങ്ങൾ പകർത്താനുള്ള ക്യാമറയുടെ സാങ്കേതികതകളെക്കു റിച്ചും ഷോട്ടുകളെക്കുറിച്ചും അവയുടെ സംയോജനക്രമങ്ങളെക്കുറിച്ചു മെല്ലാം വ്യക്തമായ ധാരണയുണ്ടായിരിക്കണം. അതുപോലെതന്നെ ചിത്രീകരണത്തിനു മുമ്പ് ഇത്തരം ധാരണകളെല്ലാം യഥാതഥമായ സ്ഥലത്ത് യഥാർത്ഥ ഉപാധികളുടെ, പ്രവർത്തനങ്ങളെയും സംഭാഷ ണങ്ങളെയും അടിസ്ഥാനമാക്കി ഒന്നിലധികം പ്രാവശ്യം നിരീക്ഷണത്തിനു

വിധേയമാക്കി ദൃശ്യവൽക്കരിക്കണം. അതിനുശേഷം മാത്രമേ ചിത്രീക രണത്തിനുള്ള ക്യാമറയും ചിത്രീകരിക്കുന്ന സാങ്കേതികവിദഗ്ദ്ധനായ ക്യാമറാമാനോടും മറ്റു സാങ്കേതികവിദഗ്ദ്ധരോടും സംവിധായകൻ ആശ യവിനിമയം നടത്തേണ്ടതുള്ളുവെന്നും ധ്വനിപ്പിച്ചിരിക്കുന്നു.

ചലച്ചിത്രമാദ്ധ്യമത്തിൽ പ്രധാനമായി രണ്ടുതരം സിനിമകളുണ്ട്. യഥാതഥ സിനിമകളും കഥാസിനിമകളും. ലൂമിയർ സഹോദരന്മാരുടെ സിനിമകളിൽ തന്നെ ഈ വേർതിരിവ് കാണാം. ട്രെയിൻ വന്നു നിൽക്കു ന്നതും, ഫാക്ടറിയിൽനിന്ന് തൊഴിലാളികൾ ജോലികഴിഞ്ഞ് പുറത്തിറ

ങ്ങുന്നതും, മത്സ്യം പിടിക്കുന്നതു മെല്ലാം ഡോക്യുമെന്ററി (നോൺ ഫിക്ഷൻ) വിഭാഗത്തിൽപ്പെടുന്ന സിനിമകളാണ്. ചെടി നനയ്ക്കുന്ന തോട്ടക്കാരൻ സ്വയം നനയുന്നതും ഭക്ഷണം കഴിച്ചുകൊണ്ടിരിക്കുന്ന കുടുംബവും ചീട്ടുകളിച്ചു രസി ക്കുന്ന സുഹൃത്തുക്കളും, കടൽത്തീ രത്ത് കുളിച്ചുകൊണ്ടിരിക്കുന്നവരു മെല്ലാം ഫീച്ചർ ഫിലിമുകളാണ് (ക ഥാ സി നി മ കൾ). ഇതിൽതന്നെ *ഗാർഡനർ (Sprinkler Sprinkled)* എന്ന സിനിമയും *ജംപിംഗ് ഇൻ ടു ദ ബ്ലാങ്കറ്റ് (Jumping into the Blanket)* എന്ന സിനിമയും ഫീച്ചർ വിഭാഗത്തിൽ തന്നെയുള്ള കോമഡി കളാണ്. അതുപോലെ *ബേബി സ്മീൽ, കോർഡ്ലിയേഴ്സ് സ്ക്വയർ* എന്നീ സിനിമകൾ സാമൂഹ്യസിനി മകളാണ്. *ബ്ലാക്സ്മിത്ത്, കോൺ ഫറൻസ് ഓഫ് ഫോട്ടോഗ്രാഫേഴ്സ് – ലിയോൺ* എന്നീ നോൺഫി ക്ഷൻ ഫിലിമുകൾ വർത്തമാനകാല

നനയുന്ന തോട്ടക്കാര
(Waterer Watered) നിലെ ഫ്രെയിം

സംഭവങ്ങളുടെ വിഭാഗത്തിൽ പെടുന്നവയാണ്. ലോകസിനിമയിൽ പിന്നീട് ഉരുത്തിരിഞ്ഞുവന്ന ശാഖോപശാഖകളെ പത്തോ പന്ത്രണ്ടോ വിഭാഗങ്ങളായിത്തിരിച്ച് ഓരോ പേരിൽ പെടുത്തി അറിയപ്പെടുന്നുണ്ടെ ങ്കിലും അവയിൽ സുപ്രധാനവിഭാഗങ്ങളായ യഥാതഥസിനിമകൾ (Re- alistic films), സാമൂഹ്യ സിനിമകൾ (Social class of films), കോമഡി കൾ (Comedies), സാഹസിക സിനിമകൾ (Adventurous films), ന്യൂസ് റീലുകൾ, ഡോക്യുമെന്ററികൾ (nonfiction films), രസാവഹസിനിമകൾ (Entertainments) എന്നീ തരംതിരിവുകളെല്ലാം ലൂമിയർ സഹോദരന്മാ

രുടെ ആദ്യകാലസിനിമകളുടെ ഉൾപ്പിരിവുകളായി കണക്കാക്കാം.

1903 ആയപ്പോഴേക്കും ലോകസിനിമ ഒരു വ്യവസായമായി മാറു കയും ഫിലിം ഇൻഡസ്ട്രിയുടെ അടിത്തറ രൂപീകൃതമാകുകയും ചെയ്തു. ലൂമിയർ സഹോദരന്മാർ തന്നെ അവർ നിർമ്മിച്ചുകൊണ്ടിരുന്ന സിനിമകൾ ലോകമാസകലം വിതരണം ചെയ്യുന്നതിനും പ്രദർശനം നട ത്തുന്നതിനും പ്രത്യേകം വിഭാഗങ്ങളുണ്ടാക്കി. അതുപോലെ ഫ്രാൻസിൽ ജോർജ്ജ് മെലിയെയും അമേരിക്കയിൽ എഡിസന്റെ കൂടെ നിന്നിരുന്ന ഡിക്സൺ, എഡ്വിൻ എസ് പോർട്ടർ എന്നിവരും, ഇംഗ്ലണ്ടിൽ റോബർട്ട് ഡബ്ല്യു പോലും ജർമ്മനിയിൽ മാക്സും എമിൽ സ്ലാന ഡോവ്സ്കിയും ആദ്യകാല ലോകഫിലിം ഇൻഡസ്ട്രിയുടെ വക്താക്കളായി കണക്കാക്ക പ്പെടുന്നു.

1903-ൽ ലൂയിസ് ലൂമിയേ കളർഫിലിം കണ്ടുപിടിക്കാ നുള്ള പരീക്ഷണങ്ങളാരംഭിച്ചു. 1907-ൽ ഒട്ടോക്രോമെന്ന പേരിൽ കളർ ഇമൾഷൻ വിജയകര മായി ഉപയോഗിച്ചെങ്കിലും ബ്ലാക്ക് ആന്റ് വൈറ്റിൽ ലഭിക്കു ന്ന ദൃശ്യസൗന്ദര്യവും യഥാത ഥയും കളറിൽ ലഭിക്കുന്നില്ലെന്ന് പറഞ്ഞ് അവർ ആ ശ്രമം ഉപേ ക്ഷിച്ചു. സിനിമയിലൂടെ ആശയ വിനിമയം, വിനോദം കല എന്നീ കാര്യങ്ങൾ ആദിയിൽത്തന്നെ

എഡ്വിൻ എസ് പോർട്ടർ

സാധ്യമായിരുന്നുവെന്ന് വളരെ വ്യക്തമായി കാണാം. ശാസ്ത്രവും കലയും ഒന്നുചേർന്നുണ്ടായ ചലച്ചിത്രമാധ്യമത്തിലെ അന്നത്തെ ഏറ്റവും പ്രഗത്ഭരായ ചിലരുടെ അഭിപ്രായവും, ചലച്ചിത്രമാധ്യമത്തെ എങ്ങനെ കൈകാര്യം ചെയ്യണമെന്ന ഉപദേശവും കൂടി ശ്രദ്ധിക്കാം.

ലൂമിയർ സഹോദരന്മാർ:

ലോകത്തിലെ വൻനഗരങ്ങളിലെല്ലാം ചലച്ചിത്രമാധ്യമത്തിന്റെ പ്രദർശനം നടത്തി. അതിന്റെ സാധ്യതകളെക്കുറിച്ച് ലോകം വിലയിരു ത്തി. ദൃശ്യമാധ്യമത്തിൽ ഇന്നുകാണുന്ന എല്ലാ സാങ്കേതിക പുരോഗ തിയുടെയും അടിത്തറയും അന്നേ ലൂയിസ് ലൂമിയേ കണ്ടുപിടിച്ച് പ്രചാ രത്തിൽ വരുത്തി. ബ്ലാക്ക് ആന്റ് വൈറ്റ്, കളർ എന്നിങ്ങനെ ഫിലിമു കൾ, ഷൂട്ടിംഗ്, പ്രോസസ്സിംഗ്, പ്രിന്റിംഗ്, എഡിറ്റിംഗ് (ചെറിയ ഫിലിം

റോളുകളുടെ ആവശ്യമില്ലാത്ത ഭാഗം കട്ട് ചെയ്ത് സംയോജിപ്പിച്ച് വലിയ റോളുകൾ അഥവാ റീലുകൾ ഉണ്ടാക്കുന്ന വിധം. ഇതിൽ നിന്നാണ് എഡിറ്റിംഗ് എന്ന കല ജനിച്ചുവളർന്നത്), സ്ക്രീനിംഗ് എന്നിങ്ങനെ സിനി മാനിർമ്മാണത്തെ ശാസ്ത്രീയമായി തരംതിരിച്ചു. ക്യാമറയിലെ ഇന്റർ മിറ്റന്റ് മോഷന് അനുസൃതമായി നീങ്ങുന്നതിന് ഫിലിമിന്റെ ഇരുവശവും സ്പ്രോക്കറ്റുകളുണ്ടാക്കി. കളർഫിലിം കണ്ടുപിടിച്ച് പ്രചാരത്തിൽ വരു ത്തി. വളർന്ന് വലുതാകാനിരിക്കുന്ന ചലച്ചിത്ര മാദ്ധ്യമത്തിലേക്ക് നോക്കി ഒരിക്കൽ അവരിപ്രകാരം പറഞ്ഞു: ചലച്ചിത്രമാദ്ധ്യമത്തിൽ എന്നും റിയ ലിസവും ഫാന്റസിയും ഉണ്ടാകും. കലയും വിനോദവും സമാന്തരമായി പൊയ്ക്കൊണ്ടിരിക്കും. എന്നിരുന്നാൽതന്നെ 100 ശതമാനം സിനിമകളും മനുഷ്യനന്മയ്ക്ക് വേണ്ടിയായിരിക്കണം. ടെക്നോളജി വളർന്നുകൊണ്ടി രിക്കും. പുതിയ പുതിയ ക്യാമറകളും ടെക്നിക്കുകളും ഉണ്ടാകും. അതൊന്നും സിനിമയുടെ മേൽ ആധിപത്യം സ്ഥാപിക്കരുത്. ചലച്ചിത്ര മാദ്ധ്യമം നമ്മുടെ ബുദ്ധിയിലൂടെ വളരണം. അത് എപ്പോഴും സ്വതന്ത്ര മായിരിക്കണം.

എഡിസൺ:

ഞാനെന്നും വിശ്വസിച്ചിരുന്നതുപോലെതന്നെ ഇപ്പോഴും വിശ്വസി ക്കുന്നു. ചലച്ചിത്രമാദ്ധ്യമം നിങ്ങൾ കരുതുന്നതുപോലെയല്ല. ഈ മാദ്ധ്യമം കൈകാര്യം ചെയ്യുന്നവർ അതായത് സിനിമ നിർമ്മിക്കുന്ന വരും സാങ്കേതിക വിദഗ്ധരും ലോകത്തിലെ ഏറ്റവും ശക്തമായ ഒരാ യുധമായി അഥവാ ഉപകരണമായി സിനിമയെ കണക്കാക്കണമെന്നത് പ്രത്യേകം ഓർമ്മിപ്പിക്കുന്നു. ഇതിന് രണ്ടുവശമുണ്ട്. നന്മയും തിന്മയും. ചലച്ചിത്രമാദ്ധ്യമത്തി ലൂടെ ഒരുപാട് പേരെ (ജനങ്ങ ളേയും ഭരണകർത്താക്കളേയും) നല്ലവഴിക്കു നയിച്ച് നല്ല ജീവിത മുണ്ടാക്കാൻ സാധിക്കും. അതു പോലെതന്നെ ഈ മാദ്ധ്യമത്തെ സ്വാർത്ഥപരമായി ഉപയോഗിക്കുക യാണെങ്കിൽ ഒരുപാട് പണമുണ്ടാ ക്കാനും ജനങ്ങളെ തിന്മയിലേക്ക് നയിക്കാനും സാധിക്കും. ഇതിൽ ഏതാണ് വലുത്? എനിക്ക് തോന്നു ന്നത് ചലച്ചിത്രമാദ്ധ്യമം ജനങ്ങളു ടേതാണ്. ആകയാൽ ഞാനടക്കമു ള്ളവർ ജനങ്ങളുടെ തൊഴിലാളിക ളാണ്. പണവും പ്രശസ്തിയും

എഡിസൺ ഈസ്റ്റ്മാനോടൊപ്പം

തരുന്നത് അവരാണ്. നിങ്ങളാഗ്രഹിക്കുന്നതുപോലെ ഇവരണ്ടും ഉണ്ടെ
ങ്കിൽ ആരും ശക്തരാവുന്നില്ല. കാരണം അതെപ്പോൾ വേണമെങ്കിലും
ജനങ്ങൾതന്നെ നിങ്ങളിൽ നിന്നും തിരിച്ചെടുക്കും. നിങ്ങളുടെ കഴിവിന്റെ
പരമാവധി ഉപയോഗിച്ച് നല്ല ചലച്ചിത്രങ്ങളുണ്ടാക്കുക. എത്രയെണ്ണം
ഉണ്ടാക്കിയെന്നതല്ല എത്ര പരിശുദ്ധമാണ് അവയുടെ ഗുണമെന്നതാണ്
പ്രധാനം. ഈ ഗുണമാണ് ചലച്ചിത്രമാധ്യമത്തിന്റെ ശക്തിയും. അതാണ്
ജനങ്ങൾക്ക് കാണേണ്ടതും, കാണിക്കേണ്ടതും.

റോബർട്ട് പോൾ:

ക്യാമറയ്ക്ക് ട്രൈപോഡ് വന്നതോടെ ഓരോ ഷോട്ടിന്റെയും
അർത്ഥവും അതിന്റെ കാഴ്ചപ്പാടും വ്യക്തമായി. ക്യാമറ പാൻ ചെയ്യാൻ
കഴിഞ്ഞതോടെ ക്യാമറയുടെ ലെൻസിന് മനുഷ്യനേത്രങ്ങളുടെ കഴിവ്
കൈവന്നു. ഇതെല്ലാം മനുഷ്യജീവിത താളത്തിന്റെ അകവും പുറവും
ചിത്രീകരിക്കുവാൻ എന്നെ പ്രാപ്തനാക്കുന്നു.

ബർട്ട് ആക്രേയുടെ ന്യൂസ് ഫോട്ടോഗ്രാഫിയും (Rough Sea at
Dover) ന്യൂസ് റീലുകളും അകലെയുള്ള സംഭവങ്ങളെ ജനങ്ങളുടെ
അടുത്തുകൊണ്ടുവന്ന് കാണിച്ചുകൊടുക്കുന്നു. മേജർ വുഡ്‌വില്ലിലാതം,
ജോർജ്ജ് എ സ്മിത്ത്, ലോകത്തിലെ ആദ്യത്തെ വനിതാ ഫിലിം നിർമ്മാ
താവും സംവിധായികയുമായ ഫ്രഞ്ചുകാരി ആലിസ് ഗേ ബ്ലാഷേ,
ജോർജ്ജ് മെലിയേ, എഡ്‌വിൻ എസ് പോർട്ടർ ലോകസിനിമയുടെ പിതാ
വായി കണക്കാക്കിവരുന്ന ഡേവിഡ് വാർക്ക് ഗ്രിഫിത്ത് എന്നിവരുടെ
വാക്കുകൾകൂടി സംഗ്രഹിച്ച് ഇപ്രകാരം മനസ്സിലാക്കാം.

ലോകം പുതിയൊരു വിനോദവിജ്ഞാന കലാമാധ്യമത്തിലേക്ക്
കടന്നിരിക്കുന്നു. അത് ഒരേസമയത്ത് തന്നെ വിനോദവും വിജ്ഞാനവും
വ്യവസായവും നടത്തുന്ന ഒരത്ഭുത ദൃശ്യാനുഭവമാകയാൽ അതിനെ

ചലച്ചിത്രമാധ്യമമെ
ന്നറിയപ്പെടുന്നതിൽ
അത്ഭുതപ്പെടാനില്ല.
മോഷൻ പിക്ചർ
ഇൻഡസ്ട്രിയെന്നപേ
രിൽ അറിയപ്പെടുന്ന
ഈ അത്യന്താധു
നിക ശാസ്ത്രസാ
ങ്കേതിക വ്യവസായ
മേഖലയിൽ ലോക
ത്തിലെ എല്ലാ അത്ഭു
തങ്ങളുടെയും വാതി
ലുകൾ തുറക്കും.
സുഖകരമായ അന്ത

'റഫ് സീ അറ്റ് ഡോവറി'ൽനിന്ന്

രീക്ഷത്തിൽ കസേരകളിലിരുന്ന് ലോകസം
ഭവങ്ങളെ വെള്ളിത്തിരയിൽ അതേ വലിപ്പ
ത്തിൽ ജനങ്ങൾ കണ്ടാസ്വദിക്കും. അത്ഭുത
പ്പെടേണ്ടതില്ല. എല്ലാ സംഭവങ്ങളും അതേ
പോലെ കാണിക്കാം. മാമലകളിൽ മഞ്ഞുവീ
ഴുന്നതും കപ്പലുകൾ കൊടുങ്കാറ്റിൽ തകരു
ന്നതും, സർക്കസിലെ അത്ഭുതകരമായ പ്രക
ടനങ്ങളും, മല്ലയുദ്ധങ്ങളും, അടിയും ഇടിയും,
തെരുവുയുദ്ധങ്ങളും, കുതിരപ്പന്തയങ്ങളും,
ഫുട്ബോൾ കളിയും, വീടുകളിലെ വികാര
വിക്ഷോഭങ്ങളും, രാഷ്ട്രീയ തെരഞ്ഞെടുപ്പു
കോലാഹലങ്ങളുമെല്ലാം അതേ രൂപത്തിൽ
അതേ വലുപ്പത്തിൽ നിക്കലോഡിയനുകളിൽ
(സിനിമാ തീയറ്ററുകൾ) ഇരുന്ന് കാണാം.

റോബർട്ട് പോൾ

നാളേക്കപ്പുറം ലോകത്തിലെ ഏറ്റവും വലിയ ശാസ്ത്രസാങ്കേതിക
വിനോദ വിജ്ഞാനവ്യവസായവും ചലച്ചിത്രമാധ്യമമായിരിക്കും.

വി ഐ ലെനിൻ

1921-ൽ ലോകത്തിലെ ആദ്യത്തെ ഫിലിം ഇൻസ്റ്റിറ്റ്യൂട്ടിന്റെ ഉദ്ഘാ
ടനവേളയിൽ മഹാനായ വിപ്ലവകാരിയും മനുഷ്യസ്നേഹിയുമായിരുന്ന
വി ഐ ലെനിൻ ചലച്ചിത്രമാധ്യമത്തെക്കുറിച്ച് നാളിതുവരെ ആരും പറ
യാത്ത ചില അഭിപ്രായങ്ങൾ പറയുകയുണ്ടായി. സിനിമയെ മഹത്തായ
വിപ്ലവത്തിന്റെ മാധ്യമശക്തിയായി കണക്കാക്കണമെന്ന് അദ്ദേഹം പറ
ഞ്ഞു. ചലച്ചിത്രമാധ്യമത്തെ കലാപരമായി മാറ്റുമ്പോൾ അത് ലോക

വി ഐ ലെനിൻ

ത്തിലെ ഏറ്റവും ശക്തമായ ആശയവി
നിമയ മാധ്യമമായി മാറുമെന്നും ആക
യാൽ സിനിമയെ വിപ്ലവാനന്തര റഷ്യ
യുടെ സർവ്വമാന മുന്നേറ്റത്തിന്റെ
ശക്തിയായി ഉപയോഗിക്കണമെന്നും
അദ്ദേഹം പറഞ്ഞു. മറ്റ് ആശയവിനിമ
യോപാധികളായ തപാൽ, റെയിൽവെ,
പത്രങ്ങൾ, ടെലിഫോൺ, റേഡിയോ,
ടെലഗ്രാഫ് എന്നിവയും കലാരൂപങ്ങ
ളായ സാഹിത്യം, ചിത്രകല, സംഗീതം,
നാടകം, നാട്യനൃത്യനൃത്താദികൾ
എന്നിവയും നമ്മളോടൊപ്പം ഉണ്ടെ
ങ്കിലും സിനിമയിലൂടെയുള്ള ആശയവി
നിമയത്തിന് കൊടുങ്കാറ്റിന്റെയും വേഗ
തയും വിപ്ലവാത്മകമായ ശക്തിയുമു

ണ്ടെന്ന് ലെനിൻ പറഞ്ഞു. എഞ്ചിനീയറിംഗ് പഠിക്കുന്നതുപോലെ തന്നെ ഏകാഗ്രമായി സിനിമയുടെ സാങ്കേതികശാസ്ത്രം വിസ്തരിച്ചു പഠിക്കു കയും, കലാപരമായ അതിന്റെ ശക്തിയും വിപ്ലവവും തോളോട് തോൾ ചേർന്നുനിന്ന് പാവപ്പെട്ട ജനങ്ങളുടെ ജീവിതത്തെ അതിവേഗം പുരോ ഗതിയിലേക്ക് നയിക്കാനുള്ള അറിവും അറിയിപ്പും ശക്തിയും നൽകാൻ സിനിമ പഠിക്കുന്നവർക്ക് കഴിയണമെന്നും അദ്ദേഹം പറഞ്ഞു. എല്ലാ കലാമാദ്ധ്യമങ്ങളും ആവശ്യമുള്ള ഈ മാദ്ധ്യമത്തിലേക്ക് റഷ്യയിലെ വിപ്ലവബോധമുള്ള എല്ലാ കലാകാരന്മാരും വരേണ്ട ആവശ്യമുണ്ടെന്നും അവർക്ക് അടിസ്ഥാനപരമായ സിനിമാശാസ്ത്രം പഠിക്കേണ്ടി വരുമെ ന്നും, നാളെ പ്രവർത്തനം ആരംഭിക്കാനിരിക്കുന്ന ഈ സ്ഥാപനത്തിൽ അതിനുള്ള എല്ലാ സൗകര്യങ്ങളും ഉണ്ടായിരിക്കുമെന്നും അദ്ദേഹം പറഞ്ഞു.

5

ചലച്ചിത്രമാധ്യമത്തിലെ ടെക്നോളജി

ഒരു ചലച്ചിത്രം നിർമ്മിക്കണമെങ്കിൽ ഒരുപാട് ശാസ്ത്രസാങ്കേതികോപകരണങ്ങളുടെ സഹായം ആവശ്യമാണ്. ഇവയെ നാലുഭാഗങ്ങളായി തിരിക്കാം. (1) സിനിമ ചിത്രീകരിക്കുമ്പോൾ ഉപയോഗിക്കുന്നവ (2) ചിത്രീകരിച്ച ഫിലിം പ്രോസസ്സ് ചെയ്യാനും പ്രിന്റ് ചെയ്യാനും ഉപയോഗിക്കുന്നവ (3) പ്രോസസ്സ് ചെയ്തുകഴിഞ്ഞതിനുശേഷം ഫിലിം എഡിറ്റ് ചെയ്യാനും ശബ്ദമിശ്രണം ചെയ്യാനും വേണ്ടവ (4) സിനിമ പ്രദർശിപ്പിക്കാൻ ആവശ്യമുള്ളവ.

സിനിമ ചിത്രീകരിക്കാൻ ഉപയോഗിക്കുന്ന പ്രധാന ഉപകരണം ക്യാമറ തന്നെയാണ്. ആദ്യമായി ചലച്ചിത്രം ചിത്രീകരിച്ചപ്പോൾ എഡിറ്റിംഗ് എന്ന സമ്പ്രദായം ആവശ്യമില്ലായിരുന്നു. 27 സെക്കന്റുള്ള ഒറ്റഷോട്ട് മാത്രമേ ആ സിനിമയിൽ ഉണ്ടായിരുന്നുള്ളു. ഇന്നത്തെ ഏതുതരം സിനിമയിലായാലും ഒരുപാട് ഷോട്ടുകൾ ഉണ്ടാകും. അതുകൊണ്ട് ചിത്ര സംയോജനം ആവശ്യമായി വരികയും അതിലൂടെ ചലച്ചിത്രകല പുതിയ മാനങ്ങൾ കണ്ടെത്തിക്കൊണ്ടിരിക്കുകയും ചെയ്യുന്നു. ലൂമിയർ സഹോദരന്മാരുടെ ആദ്യത്തെ ക്യാമറയോടൊപ്പം തന്നെ പ്രോസസ്സറും പ്രൊജ

ഫിലിം ക്യാമറ

ലോകത്തിലെ ആദ്യ മൂവി സ്റ്റുഡിയോ

ക്ടറും കൂടിയുണ്ടായിരുന്നു. 112വർഷങ്ങൾക്കുശേഷം ഈ രംഗത്ത് വന്ന മാറ്റങ്ങളെക്കുറിച്ചാലോചിക്കുമ്പോൾ അറിവുള്ള ആരും അത്ഭുതപ്പെട്ടു പോകും. ഇന്നത്തെ ക്യാമറയും അതിനോടൊപ്പമുള്ള സാങ്കേതികോപ

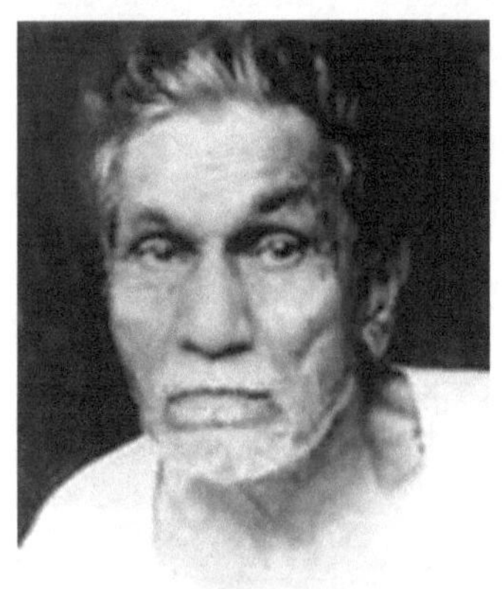

ജെ സി ഡാനിയൽ
കേരളത്തിലെ ആദ്യ ഫിലിം
സ്റ്റുഡിയോയുടെ സ്ഥാപകൻ

കരണങ്ങളും സൂക്ഷിക്കണമെങ്കിൽ ഒരു സ്റ്റുഡിയോതന്നെ ആവശ്യമാണ്. പ്രോസസ്സിംഗ് നടത്താനുള്ള വലിയ പ്രോസസ്സിംഗ് മെഷീനുകളും അത്യന്തം വൃത്തിയും വെടിപ്പുമുള്ള ലാബറട്ട റിയും സാങ്കേതികോപകരണങ്ങളും രാസപദാർത്ഥങ്ങളും, ചിത്രസംയോ ജനം (എഡിറ്റിംഗ്) നടത്താനുള്ള ആധു നിക കമ്പ്യൂട്ടറൈസ്ഡ് സിസ്റ്റവും, ശബ്ദം രേഖപ്പെടുത്താനും ഫിലിമി ലേക്ക് പകർത്താനും ഉള്ള സാങ്കേതി കോപകരണങ്ങളും റെക്കോഡിംഗ് തീയേറ്ററുകളുമടങ്ങുന്ന വിസ്തൃതമായ വലിയെരു ലോകത്തിലൂടെയാണ് ഓരോ സിനിമയും പുറത്തിറങ്ങുന്നത്. ഈ വലിയ ലോകത്തെ വിളിക്കുന്ന

ചെറിയൊരു പേരാണ് മൂവി സ്റ്റുഡിയോ. ആദ്യകാലത്ത് കേരളത്തിൽ ഉണ്ടായിരുന്ന രണ്ട് സ്റ്റുഡിയോകളാണ് മെരിലാന്റും ഉദയായും. മെരി ലാന്റ് തിരുവനന്തപുരം നഗരത്തിലെ നേമം എന്ന ദേശത്തും, ഉദയാ സ്റ്റുഡിയോ ആലപ്പുഴ നഗരത്തിൽ നിന്നും ചേർത്തലയിലേക്ക് പോകുന്ന നാഷണൽ ഹൈവേയോട് ചേർന്നുമായിരുന്നു. 1977-78 ൽ നമ്മുടെ സംസ്ഥാനത്ത് മേൽപ്പറഞ്ഞ എല്ലാ വിഭാഗങ്ങളുമടങ്ങുന്ന ഒരു സ്റ്റുഡിയോ കേരള സർക്കാരിന്റെ ചെലവിൽ നിലവിൽ വന്നു. കേരളാ സ്റ്റേറ്റ് ഫിലിം ഡെവലപ്മെന്റ് കോർപ്പറേഷന്റെ ഭരണച്ചുമതലയിലുള്ള ഈ ഫിലിം സ്റ്റുഡിയോ "ചിത്രാഞ്ജലി സ്റ്റുഡിയോ കോംപ്ലക്സ്" എന്ന പേരിൽ അറിയപ്പെടുന്നു. തിരുവനന്തപുരത്തുനിന്ന് കോവളം ബീച്ചിലേക്കുള്ള ഹൈവേയിൽ തിരുവല്ലം പരശുരാമക്ഷേത്രത്തിൽ നിന്ന് കിഴക്കോട്ട് നോക്കിയാൽ കാണാവുന്ന മനോഹരമായ കുന്നിൻപുറത്താണ് 76 ഏ ക്കർ സ്ഥലവിസ്തൃതിയുള്ള ചിത്രാഞ്ജലി സ്റ്റുഡിയോ കോംപ്ലക്സ് സ്ഥിതിചെയ്യുന്നത്. ഈ സ്റ്റുഡിയോവിന്റെ പടിഞ്ഞാറുനിന്ന് തെക്ക് ഭാഗ ത്തേക്ക് നോക്കിയാൽ കോവളം ബീച്ചും വടക്കുഭാഗത്ത് തിരുവനന്ത പുരം വിമാനത്താവളവും നേരെ പടിഞ്ഞാറോട്ട് നോക്കിയാൽ നീലരാശി കലർന്ന അറബിക്കടലും അനന്തമായ ചക്രവാളവും, അതിനുതാഴെ കണ്ണെത്താവുന്ന ദൂരത്തോളം പരന്നുകിടക്കുന്ന കേരവൃക്ഷങ്ങളും കാണാം.

ഇന്ന് കേരളത്തിലെ ഏറ്റവും ആധുനിക സൗകര്യങ്ങളുള്ള സ്റ്റുഡി യോയാണ് ചിത്രാഞ്ജലി സ്റ്റുഡിയോ കോംപ്ലക്സ്. ലോകപ്രസിദ്ധ രായ നമ്മുടെ സംവിധായകരായ അടൂർ ഗോപാലകൃഷ്ണൻ, ജി അര വിന്ദൻ, ഷാജി എൻ കരുൺ എന്നിവരുടെ ഏതാണ്ട് 100 ശതമാനം സിനി മകളും ഉണ്ടാക്കിയത് ചിത്രാഞ്ജലി സ്റ്റുഡിയോവിലാണ്. സ്റ്റുഡിയോ സൗകര്യങ്ങൾ മാത്രമല്ല ഇതിന്റെ കാരണം. ഇന്ത്യയിലെ ഏറ്റവും മികച്ച

അരവിന്ദൻ   അടൂർ ഗോപാലകൃഷ്ണൻ   ഷാജി എൻ കരുൺ

സാങ്കേതികവിദഗ്ദ്ധരുടെ ഒരു നിരതന്നെ ചിത്രാഞ്ജലി സ്റ്റുഡിയോവിൽ ആദ്യകാലംമുതലേ നിലനിന്നു വരുന്നു. ഇവരുടെ സേവനം കൂടി ചേരു മ്പോഴാണ് ഒരു സിനിമ ലോകനിലവാരത്തിലെത്തുന്നതെന്ന് ഓർക്കണം.

ക്യാമറ

സിനിമ നിർമ്മിക്കുവാനുള്ള ശാസ്ത്രസാങ്കേതിക വിഭാഗങ്ങളിൽ ഒന്നാമത്തെ വിഭാഗമായ ക്യാമറയും അതിനോടനുബന്ധമായ സാങ്കേ തികോപകരണങ്ങളുടെയും കാര്യ മാണ് പറഞ്ഞുവരുന്നത്. ഇന്ന് സിനി മകൾ നിർമ്മിക്കുവാൻ പ്രധാനമായി ഉപയോഗിക്കുന്ന മൂവിക്യാമറയാണ് 'ആരിഫ്ളെക്സ്'. ഈ ക്യാമറ നില വിൽ വരുന്നതിന് മുമ്പ് കൊഡാക് കമ്പനിയുടെ 16 എം എം ക്യാമറ യായ സിനി കൊഡാക്കും, ബെൽ ആന്റ് ഹോവൽ, ബോളക്സ് എന്നീ കമ്പനികളുടെ 16 എം എം ക്യാമറ കളും മോയ് ആന്റ് ബാസ്റ്റിക് 35 എം എം ക്യാമറ, ഡെബ്രി പാർവൊ 35 എം എം, മിച്ചൽ എൻ സി, മിച്ചൽ ബി എൻ സി എന്നീ ക്യാമറകൾ എല്ലാം 1909 മുതൽ 1937 വരെയുള്ള

35 എം എം മൂവി ക്യാമറ (എക്ലെർ)

കാലത്ത് ഉപയോഗിച്ചിരുന്നുവെങ്കിലും ഈ ക്യാമറകളെല്ലാം നോൺ റിഫ്ളക്സ് ക്യാമറകളായിരുന്നു. നോൺ റിഫ്ളക്സ് ക്യാമറകളെന്നാൽ നിങ്ങളിപ്പോൾ മനസ്സിലാക്കേണ്ടത് പറയാം.

സ്റ്റിൽ ക്യാമറയിലും മൂവി ക്യാമറയിലും അവയുടെ ഉള്ളിലെ ടെക്നോളജിക്കനുസരിച്ച് രണ്ടുതരം ക്യാമറകൾ നിലവിലുണ്ട്. നോൺറി ഫ്ളക്സ് എന്നും റിഫ്ളക്സ് എന്നു മാണ് അവയുടെ പേരുകൾ. ഇതിൽ 1937 വരെയുള്ള 35 എം എം മൂവിക്യാമറക ളെല്ലാം നോൺറിഫ്ളക്സ് ക്യാമറകളാ യിരുന്നു. നോൺ റിഫ്ളക്സ് ക്യാമറ യുടെ പ്രധാന ലെൻസിലൂടെ വരുന്ന പ്രതിബിംബം ക്യാമറ ഓടിക്കുന്ന സമ യത്ത് ക്യാമറാമാന് കാണുവാൻ സാധി ക്കില്ലായിരുന്നു. ഈ പോരായ്മ പരിഹ രിക്കുന്നതിനായി ക്യാമറ ഓടുന്ന സമ യത്ത് അഥവാ ചിത്രീകരണസമയത്ത് ഫിലിമിൽ പതിഞ്ഞുകൊണ്ടിരിക്കുന്ന ഇമേജുകളെ കാണുവാനായി ക്യാമറ യുടെ ഇടതുഭാഗത്ത് സമാന്തര വ്യൂഫൈ ൻഡർ എന്ന പേരിലുള്ള ഉപകരണമാണ് നോൺ റിഫ്ളക്സ് ക്യാമറയിൽ ഉപയോ

35 എം എം മിച്ചൽ എൻ സി

ഗിച്ചുകൊണ്ടിരുന്നത്. ഇത്തരം സമാന്തര വ്യൂഫൈൻഡറുകളുടെ പ്രധാന പോരായ്മയെന്തെന്നാൽ ക്യാമറ ഓടിക്കൊണ്ടിരിക്കുമ്പോൾ വ്യൂഫൈൻഡറിലൂടെ ക്യാമറാമാൻ കാണുന്ന ഇമേജും യഥാർത്ഥത്തിൽ ഫിലിമിൽ പതിഞ്ഞുകൊണ്ടിരിക്കുന്ന ഇമേജും തമ്മിൽ കോംപോസിഷന്റെ കാര്യത്തിൽ അൽപ്പസ്വൽപ്പം വ്യത്യാസം ഉണ്ടാകുമെന്നതായിരുന്നു. അന്ന് നിലവിലുണ്ടായിരുന്ന എല്ലാ 16 എം എം ക്യാമറകൾക്കും 35 എം എം ക്യാമറകൾക്കും ഈ പോരായ്മ ഉണ്ടായിരുന്നു. 8 എം എം, സൂപ്പർ 8 എം എം എന്നീ അമേച്ചർ ക്യാമറകളെക്കുറിച്ച് ഇവിടെ പറയുന്നില്ല.

രണ്ടാംലോകമഹായുദ്ധം തുടങ്ങുന്നതിന് മുമ്പ് ക്യാമറകളുടെ ഈ പോരായ്മ പരിഹരിക്കുന്നതിനായി ജർമ്മൻ ഗവൺമെന്റ് റിഫ്ളക്സ് മൂവി ക്യാമറയുണ്ടാക്കാനുള്ള വിളംബരം ചെയ്തു. റിഫ്ളക്സ് ക്യാമറയിലാണെങ്കിൽ ക്യാമറ ഓടിക്കൊണ്ടിരിക്കുമ്പോൾ തന്നെ ഫിലിമിൽ പതിഞ്ഞുകൊണ്ടിരിക്കുന്ന ഇമേജിനെ ക്യാമറാമാന് കാണാൻ കഴിയും. അക്കാലത്ത് ജർമ്മനി ഭരിച്ചിരുന്ന ഹിറ്റ്ലറുടെ വിളംബരത്തിനുശേഷവും ആരുംതന്നെ ഇങ്ങനെയൊരു ക്യാമറയുണ്ടാക്കാൻ മുന്നോട്ട് വന്നില്ല.

ആരിഫ്ളെക്സ്

മനുഷ്യരെ ചിന്തിപ്പിക്കുകയയും അത്ഭുതപ്പെടുത്തുകയയും ആനന്ദിപ്പിക്കുകയയും ചെയ്തുകൊണ്ടിരുന്ന ചലച്ചിത്രമാധ്യമത്തിന്റെ വളർച്ചയിൽ ശാസ്ത്രസാങ്കേതികോപകരണങ്ങളുടെ കണ്ടുപിടുത്തങ്ങൾ വലിയെയാരു പങ്കുവഹിച്ചിട്ടുണ്ട്. അതിലൊന്നാണ് ആരിഫ്ളെക്സ് എന്ന ആദ്യത്തെ റിഫ്ളക്സ് മൂവി ക്യാമറ. ഇന്ന് ആരിഫ്ളെക്സ് അല്ലെങ്കിൽ വെറുതെ 'ആരി'യെന്ന് പറഞ്ഞാൽ അറിയാത്തവർ ഫിലിം ഇൻഡസ്ട്രിയിൽ ഉണ്ടാവില്ല. ചലച്ചിത്രമാധ്യമത്തിൽ ചിത്രീകരിക്കുന്ന ദൃശ്യങ്ങളിൽ ഏതാണ്ട് 95 ശതമാനം ദൃശ്യങ്ങൾ ചിത്രീകരിക്കുന്നത് ഈ ആരിഫ്ളെക്സ് ക്യാമറകൊണ്ടാണ്. ഒരുപാട് പ്രത്യേകതകളുള്ള ഈ ആരിഫ്ളെക്സ് ക്യാമറ ഉണ്ടാക്കുന്ന കമ്പനിയുടെ പേരാണ്

എറിക് കാസനർ

'ആരി'. 1915-ൽ ഓഗസ്റ്റ് ആർനോൾഡ് (August Arnold), റോബർട്ട് റിച്ചർ (Robert Richter) എന്നീ രണ്ടു ചെറുപ്പക്കാരായ സുഹൃത്തുക്കൾ ജർമ്മനിയിലെ മ്യൂണിച്ച് നഗരത്തിൽ തുടങ്ങിയ ഈ കമ്പനി ആദ്യമായി ഉണ്ടാക്കാൻ തുടങ്ങിയത് ഫിലിം പ്രിന്റിംഗ് യന്ത്രമായിരുന്നു. സ്വതവേ സിനിമാട്ടോഗ്രാഫർമാരായിരുന്ന ഇവർ അക്കാ

ലത്ത് ഫീച്ചർഫിലിമുകൾ നിർമ്മി
ക്കുകയും ക്യാമറാമാൻമാരായി
ജോലിചെയ്യുകയും ചെയ്തുകൊ
ണ്ടിരുന്നു. പ്രിന്റിംഗ് മെഷീൻ ഉണ്ടാ
ക്കിയതിനു ശേഷമാണ് അവർ
ഔദ്യോഗികമായി ആരി (ARRI)
കമ്പനി മ്യൂണിച്ചിലെ ട്യൂറൻഡ്രാ
സ്സിൽ രജിസ്റ്റർ ചെയ്ത് പ്രവർത്ത
നമാരംഭിച്ചത്. ആർനോൾഡ് എന്ന
പേരിന്റെ രണ്ടക്ഷരവും റിച്ചർ എന്ന
പേരിന്റെ രണ്ടക്ഷരവും ചേർ
ത്താണ് ഇവർ ആരി എന്ന കമ്പനി
പേര് ഉണ്ടാക്കിയത്. പേര് മാത്രമല്ല
ഈ രണ്ട് യുവാക്കളാണ് ശാസ്ത്ര
സാങ്കേതികോപകരണങ്ങളെല്ലാം
ഡിസൈൻ ചെയ്തിരുന്നതും ഉണ്ടാ

ആരിഫ്ളക്സ് ക്യാമറ

ക്കിയിരുന്നതും. ഫിലിം ടെക്നോളജിയിലും ക്യാമറ നിർമ്മാണത്തിലും
അത്ഭുതകരമായ അറിവും വാസനയുമുണ്ടായിരുന്ന ഇവർ 1924-ൽ സ്വന്ത
മായി കിനാരി-35 (KIN ARRI - 35) എന്ന പേരിൽ നോൺ റിഫ്ളക്സ്
ക്യാമറയും ലൈറ്റുകളും ജനറേറ്ററുകളും ഉണ്ടാക്കുവാനാരംഭിച്ചു. പിന്നീട്
ആരി കമ്പനി ഫിലിം പ്രോസസ്സിംഗ് യൂണിറ്റും എഡിറ്റിംഗ്, ശബ്ദലേ
ഖനം എന്നീ ജോലികൾ ചെയ്യുവാനുമുള്ള സാങ്കേതികോപകരണങ്ങളും
ഉണ്ടാക്കിക്കൊണ്ടിരുന്നു. അക്കാലത്താണ് ഹിറ്റ്ലർ യുദ്ധകാലത്തെ ആവ

ഓഗസ്റ്റ് അർണോൾഡ്, റോബെർട്ട് റിച്ചർ

ശൃംഗൾ മനസ്സിൽ വച്ചുകൊണ്ട് പുതിയൊരു പോർട്ടബിൾ 35mm ക്യാമറ ഡിസൈൻ ചെയ്യാൻ വിളംബരം ചെയ്തത്. ചലച്ചിത്രരംഗത്ത് അന്നു നിലവിലുണ്ടായിരുന്ന പല കമ്പനികളും ഇതിനുവേണ്ടി രാപ്പകൽ ശ്രമി ച്ചിരുന്നെങ്കിലും ആരി കമ്പനിയാണ് സിനിമാരംഗത്തെ ഏറ്റവും മഹ ത്തായ സാങ്കേതികനേട്ടങ്ങളിലൊന്നായ ആദ്യത്തെ റിഫ്ളക്സ് മൂവി 35mm, 16mm ക്യാമറ കണ്ടുപിടിച്ചത്. 1937-ൽ ആർനോൾഡും റിച്ചറും ആരിയിലെതന്നെ മറ്റൊരു സാങ്കേതികവിദഗ്ദ്ധനും എഞ്ചിനീയറുമായ എറിക് കാസനറും കൂടി ലോകത്തിലെ ആദ്യത്തെ റിഫ്ളക്സ് മൂവി ക്യാമറ വിജയകരമായി രംഗത്തുകൊണ്ടുവന്നു. ഈ ക്യാമറ രംഗത്ത് വന്നതോടെ ഫിലിം നിർമ്മാണ സമ്പ്രദായത്തിൽ ഒരു വിപ്ലവംതന്നെ നടന്നു. രണ്ടാം ലോകമഹായുദ്ധത്തിൽ ഏറ്റവും ശക്തവും ശാസ്ത്രീയ വുമായ രീതിയിൽ ചിത്രീകരണം നടത്തിയിരുന്ന ഈ ക്യാമറ യുദ്ധാന ന്തരകാലത്തെ സിനിമാനിർമ്മാണശൈലിയെ അടിമുടി മാറ്റിമറിച്ചു. എന്നാൽ ഈ ക്യാമറയുടെ ടെക്നോളജി അതിലളിതമായിരുന്നുതാനും. ആരി കമ്പനി നാളിതുവരെ ഉണ്ടാക്കിവന്നിരുന്ന നോൺ റിഫ്ളക്സ് ക്യാമറകളുടെ ഷട്ടർ 45°യിൽ ഘടിപ്പിക്കാനുള്ള ഒരു സംവിധാനമാണ് അവർ ആദ്യം കണ്ടുപിടിച്ചത്. ഇപ്രകാരം 45°യിൽ ഘടിപ്പിച്ച ഷട്ടറിന്റെ രണ്ട് ഫ്ളാപ്പുകളിൽ കണ്ണാടി (പ്ലെയിൻ മിറർ) പതിപ്പിച്ചതാണ് അവ രുടെ രണ്ടാമത്തെ കണ്ടുപിടുത്തം. ലെൻസിന്റെ നേരെ പിന്നിലായിരു ന്നുവല്ലോ നോൺ റിഫ്ളക്സ് ക്യാമറകളുടെ ഷട്ടർ സ്വതവേ ഉണ്ടായി രുന്നത്. ആർനോൾഡും റിച്ചറും കാസനറുംകൂടി ഈ ഷട്ടറിനെ ലെൻസിന്റെ പിന്നിൽ നേരെ 45°യിൽ വരത്തക്കവിധം ഘടിപ്പിച്ചു. കണ്ണാടി പതിപ്പിച്ച ഷട്ടറിൽ വീഴുന്ന പ്രകാശരശ്മികൾ ഒപ്ടിക്സ് തത്ത്വപ്രകാരം 90°യിൽ നേരെ മേലോട്ട് പ്രതിഫലിക്കുമല്ലോ. ഇങ്ങനെ പ്രതിഫലിക്കുന്ന പ്രകാശരശ്മികൾ ക്യാമറയോടൊപ്പം ഘടിപ്പിച്ചിരിക്കുന്ന വ്യൂഫൈൻഡ റിലേക്ക് വരുന്നു. വ്യൂഫൈൻഡറിൽ 45°യിൽ വച്ചിരിക്കുന്ന പ്രിസം ആ രശ്മികളെ സ്വീകരിച്ച് വീണ്ടും 90°യിൽ സമാന്തരമായി പ്രതിഫലിപ്പി ക്കുന്നു. ഇപ്രകാരം സമാന്തരമായി കടന്നുവരുന്ന പ്രതിഫലനരശ്മികളെ ക്യാമറാമാൻ ക്യാമറ ഓടിക്കൊണ്ടിരിക്കുമ്പോഴും വ്യൂഫൈൻഡറിലൂടെ കാണാം. ഷട്ടറിൽ കണ്ണാടി പതിപ്പിച്ചിരിക്കുന്നതുകൊണ്ടാണ് ക്യാമറ ഓടിക്കൊണ്ടിരിക്കുമ്പോൾ, അഥവാ ഷട്ടർ അടഞ്ഞുകൊണ്ടിരിക്കുമ്പോൾ, ക്യാമറയുടെ മുന്നിലുള്ള വസ്തുക്കളുടെ ഇമേജ് ക്യാമറാമാൻ കാണാൻ കഴിയുന്നത്. അതാണ് ആരിഫ്ളെക്സ് റിഫ്ളക്സ്ക്യാമറകളെ മറ്റു ക്യാമ റകളിൽ നിന്നും വിഭിന്നമാക്കിയത്. അതുമാത്രമല്ല ആരിഫ്ളെക്സ് ക്യാമ റയ്ക്ക് കയ്യിൽ കൊണ്ടുനടക്കാവുന്ന ഭാരവും വലുപ്പവും മാത്രമേ ഉണ്ടാ യിരുന്നുള്ളു. അതുപോലെ പ്രാഥമിക ലെൻസുകളായ വൈഡ് ആംഗിൾ, നോർമൽ, ടെലിഫോട്ടോ എന്നീ ലെൻസുകൾ ക്യാമറയിൽ സ്ഥിരമായി ഘടിപ്പിക്കാവുന്ന ടറ്റ് സമ്പ്രദായവും അവയിൽ ഒരെണ്ണം മാറ്റി കൂടു തൽ റെയിഞ്ചുള്ള മറ്റൊരു ലെൻസ് ഘടിപ്പിക്കാനുള്ള സൗകര്യവും

പുതിയ ആരിഫ്ളെക്സ് ക്യാമറയിൽ ഉണ്ടായിരുന്നു.

യുദ്ധാനന്തരം ഈ ക്യാമറ ഫിലിം ഇൻഡസ്ട്രിയുടെ വാതായനങ്ങൾ ഓരോന്നായി തുറന്നു കൊണ്ടിരുന്നു. ആരിഫ്ളെക്സ് 35mm ക്യാമറ ഉപയോഗിച്ച് ആദ്യമായി ഫീച്ചർ ഫിലിം ഉണ്ടാക്കിയത് ഡെൽമർ ഡേവിസ് (Delmer Davis) എന്ന സംവിധായകനായിരുന്നു. ഡാർക് പാസേജ് എന്നായിരുന്നു ആ സിനിമയുടെ പേര്. തുടർന്ന് ലോക സിനിമയിലെ ശ്രദ്ധേയരായ പലരും ഈ ക്യാമറ ഉപയോഗിക്കുവാൻ തുടങ്ങി. റോബർട്ട് ഫ്ളാഹർട്ടിയുടെ

ഡെൽമർ ഡേവിസ്

'ലുസിയാനാസ്റ്റോറി', ബർഗ്മാന്റെ 'സ്മൈൽസ് ഓഫ് സമ്മർ നൈറ്റ്', ഫെഡറിക്കോ ഫെല്ലിനിയുടെ 'ലാ ഡോൾസി വിറ്റ', സത്യജിത് റേയുടെ 'പഥേർ പാഞ്ചാലി' എന്നീ സിനിമകളെല്ലാം ആരിഫ്ളക്സ് ക്യാമറകൊണ്ടാണ് ചിത്രീകരിച്ചത്. ആരിഫ്ളക്സ് ക്യാമറയുടെ ഏറ്റവും വലിയ സംഭാവനയായി കാലം ഇന്നും ഇനിയുള്ള കാലത്തും കണക്കാക്കുക ഇതൊന്നുമല്ല. സിനിമയുടെ സ്വതസിദ്ധമായ കഴിവിനെ 100 ശതമാനവും പ്രായോഗികമാക്കിയത് ആരിഫ്ളക്സ് ക്യാമറയായിരുന്നു. അതായത് നാളിതുവരെ വമ്പൻ ഫിലിം സ്റ്റുഡിയോവിന്റെ അകത്തളങ്ങളിൽ സുപ്ര സിദ്ധരായ കലാസംവിധായകരുടേയും സെറ്റ് ഡിസൈനർമാരുടേയും സഹായത്തോടെ നിർമ്മിച്ചിരുന്ന സെറ്റുകളിൽ ഒതുങ്ങിനിന്നിരുന്ന സിനിമ ആരിഫ്ളക്സ് ക്യാമറയുടെ സഹായത്തോടെ സ്റ്റുഡിയോ വാതിലുകൾക്കപ്പുറമുള്ള യഥാതഥമായ സ്ഥലകാലത്തിലേക്കിറങ്ങി ചിത്രീകരണമാരംഭിച്ചു. കടലുകളും, സമുദ്രങ്ങളും, മാമലകളും, വൻകരകളും, കാടും നഗരവും താണ്ടി ഈ ക്യാമറ കുറഞ്ഞൊരു കാലം കൊണ്ട് ഭൂലോകം മുഴുവൻ സഞ്ചരിച്ച്

റോബർട്ട് ഫ്ളാഹർട്ടി നാനോക്ക് ഓഫ് ദി നോർത്തിന്റെ ഷ്യൂട്ടിംഗ് വേളയിൽ

ചിത്രീകരണം നടത്തി. Cinematography is truth 24 frames per second എന്ന് ഗോദാദിനെകൊണ്ട് പറയി പ്പിച്ചതും സത്യത്തിന്റെ ഉള്ള റകൾ ചിത്രീകരിക്കാനുള്ള ആരിഫ്ളക്സ് ക്യാമറയുടെ കഴിവുകൊണ്ടായിരുന്നു. 'സാക്രിഫൈസ്' എന്ന സിനിമയുടെ സുദീർഘമായ ക്ലൈമാക്സ് ഷോട്ടെടുക്കു മ്പോൾ മഹാനായ ആന്ദ്രെ

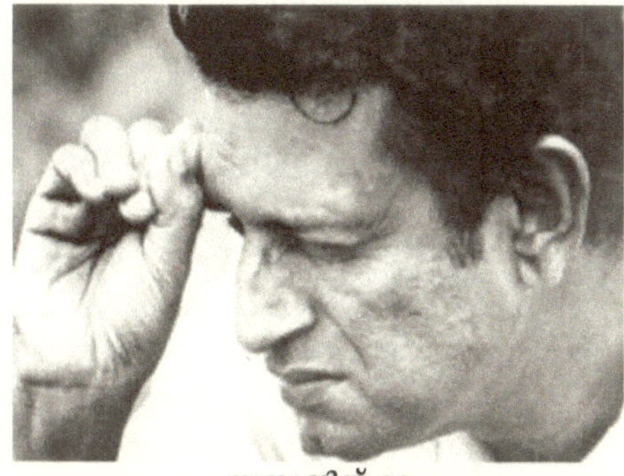
സത്യജിത് റേ
പഥേർപാഞ്ചാലിയുടെ ഷൂട്ടിംഗ് വേളയിൽ

ടാർക്കോവ്സ്കി കരഞ്ഞുപോയതും ഈ ആരിഫ്ളക്സ് ക്യാമറയിലുള്ള അമിതമായ വിശ്വാസംകൊണ്ട് തന്നെയായിരുന്നു. ലോകസിനിമയുടെ ചരിത്രത്തിൽ ആരിഫ്ളക്സിനെക്കാൾ സൂപ്പർ ക്യാമറകൾ ഉണ്ടായിക്കൂ ടെന്നില്ല. എന്നിരുന്നാൽത്തന്നെ ഈ ക്യാമറ ഇതിനോടകംതന്നെ കാല ദർശനമായിക്കഴിഞ്ഞു. ഇന്ന് ലോകത്തിലെ ഏറ്റവും പ്രചാരമുള്ള ക്യാമ റയാണ് ആരിഫ്ളെക്സ്. ആരിഫ്ളെക്സ് 435, ആരിഫ്ളെക്സ് 535 എന്ന നമ്പറിൽ 4 എന്നത് മോഡൽ നമ്പരും 35 എന്നുള്ളത് 35 എം എം ഫിലിം എന്നതിനേയും കുറിക്കുന്നു. ആരി 16 എം എം, ആരി സൂപ്പർ 16 എം എം, സൂപ്പർ 35 എം എം ക്യാമറകളും ധാരാളം ഉപയോഗിക്കുന്നു. ഇന്ന് ലോകത്തിലെ 99 ശതമാനം ഫിലിമുകളും ചിത്രീകരിക്കുന്നത് ഈ ക്യാമറ ഉപയോഗിച്ചുകൊണ്ടാണ്.

ക്യാമറക്കൊപ്പം ട്രൈപ്പോഡ് അഥവാ മൂന്നുകാലുള്ള ക്യാമറാ സ്റ്റാന്റ്. ഈ ട്രൈപോഡിന്റെ ഉയരം വർദ്ധിപ്പിക്കാനും ചുരുക്കാനും ഏതു തരം പ്രതലത്തിൽ വയ്ക്കാനും സൗകര്യമുണ്ട്. ട്രൈപോഡിൽ ക്യാമറ വയ്ക്കാനും അത് നമ്മുടെ വീക്ഷണകോണിൽ ഇടത്തോട്ടും വല

വൈഡ് ആംഗിൾ ലെൻസ്

ടെലി ഫോട്ടോ ലെൻസ്

ത്തോട്ടും തിരിക്കാനും (Panning) അതുപോലെ മുകളിലേക്കും താഴോട്ടും (ടിൽടിംഗ്) ഉയർത്താനും താഴ്ത്താനും ഉള്ള സൗകര്യമുണ്ട്. ഈ സൗക ര്യത്തെ ടിൽട്ട് അപ്പ്, ടിൽട്ട് ഡൗൺ (Tilt up, and Tilt down) എന്ന് പറയു ന്നു. മനുഷ്യർ മുകളിലേക്കും മുകളിൽനിന്ന് താഴോട്ടും നോക്കുന്നതു പോലെയാണ് ടിൽട്ട് അപ്പ്, ടിൽട്ട് ഡൗൺ എന്നീ സൗകര്യങ്ങൾ. ഇതെല്ലാം വളരെ മയത്തിൽ ചെയ്യുവാനായി ട്രൈപോഡിന് മുകളിൽ വൃത്താകൃതിയിലുള്ള ഒരു ഹെഡും അതിന് മുകളിൽ പിടിപ്പിക്കാവുന്ന ക്യാമറ വയ്ക്കുവാനും ട്രൈപോഡിനോട് ബന്ധിപ്പിക്കാനുമുള്ള ക്യാമറ ബേസും ഉണ്ട്. ട്രൈപോഡ് ആദ്യമായി ഡിസൈൻ ചെയ്തത് 1900-ത്തിൽ ആണ്. ലൂമിയർ സഹോദരന്മാരെപ്പോലെതന്നെ ഇംഗ്ലണ്ടിൽ ആദ്യ മായി സിനിമയെടുത്ത് പ്രദർശിപ്പിച്ച റോബർട്ട് ഡബ്ലിയു പോലാണ് ട്രൈപോഡുണ്ടാക്കിയത്. ഇന്നത്തെ ട്രൈപോഡിൽ ഒരുപാട് സൗകര്യ ങ്ങൾ വേറെയും ഉണ്ട്. ക്യാമറ വച്ചതിനുശേഷം ചരിവുണ്ടോ എന്നറി യാനായി സ്പിരിട്ട് ലെവലും ക്യാമറ ചലിപ്പിക്കാനുള്ള പാനിംഗ് റോഡും ക്യാമറ നിലത്തോട് ചേർത്തുവയ്ക്കാനുള്ള ക്യാമറ ബേസുകളും, ക്യാമറ ചലിപ്പിക്കുമ്പോൾ യാതൊരു ജെർക്കുകളും ഇല്ലാതിരിക്കാനുള്ള ഫ്ളൂയിഡ് ഹെഡുകളും നിലവിലുണ്ട്.

ക്യാമറയുടെ ഏറ്റവും പ്രധാനഭാഗം ലെൻസ് തന്നെയാണ്. ലെൻസുകളെ അവയുടെ കാണാനുള്ള കഴിവിനെയും ഫോക്കൽ ലെങ്ത്തിനെയും ആശ്രയിച്ച് മൂന്നായി തരംതിരിച്ചിരിക്കുന്നു. വൈഡ് ആംഗിൾ ലെൻസസ്, നോർമൽ ലെൻസസ്, ടെലിഫോട്ടോ ലെൻസസ് എന്നിങ്ങനെ മൂന്നുതരം ലെൻസുകളിൽ ഫോക്കൽ ലെങ്ത്ത് ഏറ്റവും കുറഞ്ഞവിഭാഗം ലെൻസുകളാണ് വൈഡ് ആംഗിൾ ലെൻസുകൾ. 3.3 എം എം, 9.8 എം എം, 16 എം എം, 18 എം എം, 25 എം എം, 28 എം എം, 32 എം എം, 35 എം എം എന്നീ ഫോക്കൽ ലെങ്ത്തുകളിലുള്ള വൈഡ് ആംഗിൾ ലെൻസുകൾ ഉപയോഗത്തിലുണ്ട്. വൈഡ് ആംഗിൾ ലെൻസു കൾക്ക് നമ്മുടെ കണ്ണിനെക്കാൾ വിസ്താരത്തിൽ കാണാനുള്ള കഴി വുണ്ട്. ഈ കഴിവുള്ളതുകൊണ്ട് വൈഡ് ആംഗിൾ ലെൻസുകളുടെ ആം ഗിൾ ഓഫ് കവറേജ് വളരെ കൂടുതലാണ്. ലെൻസുകളുടെ ഫോക്കൽ ലെങ്ത്ത് കുറയുന്തോറും അവയുടെ ആംഗിൾ ഓഫ് കവറേജ് കൂടു മെന്ന് ഒപ്ടിക്സിൽ പറയുന്നത് ഓർക്കണം. ആംഗിൾ ഓഫ് കവറേജ് കൂടുന്തോറും ഡിസ്റ്റോർഷനും (Distortion) വർദ്ധിക്കും. ലെൻസ് കാണി ച്ചുതരുന്ന വസ്തുക്കൾ അവയുടെ യഥാതഥ രൂപത്തിലായിരിക്കില്ല. വൈഡ് ആംഗിൾ ലെൻസുകളുടെ ഈ കഴിവുകേടിനെ ചിലപ്പോൾ ചില ക്രിയാത്മക ആവശ്യങ്ങൾക്കായി സിനിമയിൽ ഉപയോഗിക്കാറുണ്ട്. എന്നിരുന്നാൽ തന്നെ വൈഡ് ആംഗിൾ വിഭാഗത്തിലുള്ള ലെൻസുകൾ സാധാരണയായി ഉപയോഗിക്കുന്നത് പ്രകൃതിയുടെ അപാരത കാണി ക്കാനുള്ള ലോംഗ് ഷോട്ടുകൾ എടുക്കാനാണ്. ഇത്തരം ഷോട്ടുകളിൽ കാണുന്ന ദൃശ്യം നമ്മുടെ യഥാതഥ കാഴ്ചപ്പാടിൽനിന്ന് വിഭിന്നമായിരി

ക്കുമെങ്കിലും ഷോട്ടിലെ ആകമാനകാഴ്ചപ്പാടിനെ യഥാതഥമായിത്തന്നെ കരുതാവുന്നതാണ്. 25 എം എം മുതൽ മേലോട്ടുള്ള ലെൻസുകൾക്ക് ഡിസ്റ്റോർഷൻ വളരെ കുറവാണ്.

രണ്ടാമത്തെ വിഭാഗമായ നോർമൽ ലെൻസുകളാണ് നമ്മുടെ സ്വത സിദ്ധമായ കാഴ്ചപ്പാടിനോട് ഏറ്റവും സാമ്യമുള്ളത്. നോർമൽ വിഭാഗത്തിൽ

സൂം ലെൻസ്

45 എം എം മുതൽ 50 എം എം വരെ ഫോക്കൽ ലെങ്ത്തുള്ള ലെൻസാണ് ഏറ്റവും കൂടുതൽ ഉപയോഗിക്കുന്നത്. സ്റ്റിൽ ക്യാമ റകളിൽ അടിസ്ഥാനപരമായി ഉപയോഗിക്കുന്ന ലെൻസ് അതാണ് ക്യാമറ വാങ്ങുമ്പോൾ അതി നോടൊപ്പമുള്ള ലെൻസ് നോർ മൽ ലെൻസ് ആണ്. സ്റ്റിൽ ക്യാമറയിലാണെങ്കിൽ (SLR) ആ നോർമൽ ലെൻസ് ഊരി വച്ച് അതിന്റെ സ്ഥാനത്ത് ഫോ ട്ടോഗ്രാഫറുടെ കാഴ്ചപ്പാടിനനു സരിച്ചുള്ള ഏതു ലെൻസ്

വേണമെങ്കിലും സെലക്ട് ചെയ്ത് ഉപയോഗിക്കുന്നതിന് സൗകര്യമുണ്ട്.

75 എം എം ഫോക്കൽ ലെങ്ത്തുള്ള ലെൻസ് മുതൽ ടെലിഫോട്ടോ ലെൻസുകളാണ്. 75 എം എം, 85 എം എം, 150 എം എം, 200 എം എം, 250 എം എം, 500 എം എം, 1000 എം എം, 10,000 എം എം വരെയുള്ള ടെലിഫോട്ടോ ലെൻസുകൾ നോൺഫിക്ഷൻ ഫിലിമിലും ഫീച്ചർ ഫിലി മിലും ഉപയോഗിക്കുന്നുണ്ട്. ടെലിഫോട്ടോ ലെൻസിന്റെ ആംഗിൾ ഓഫ് കവറേജ് കുറവാണ്. ഫോക്കൽ ലെങ്ത്ത് കൂടുന്തോറും ആംഗിൾ ഓഫ് കവറേജ് കുറഞ്ഞുവരും. 'ടെലി' എന്ന വാക്കിന്റെ അർത്ഥം 'അകലെ സ്ഥിതിചെയ്യുന്ന' എന്നാണ്. ടെലിഫോട്ടോ ലെൻസിന്റെ ആദ്യകാല കർത്തവ്യം കഥാപാത്രങ്ങളുടെയും വസ്തുക്കളുടെയും ക്ലോസപ്പുകൾ എടുക്കുകയെന്നതായിരുന്നു.

എല്ലാ ലോങ്ഫോക്കൽ ലെങ്ത്ത് ലെൻസുകളും ടെലിഫോട്ടോ ലെൻസുകളാണെന്ന് ധരിക്കരുത്. മൂവി ക്യാമറയിലും സ്റ്റിൽ ക്യാമറ യിലും ഉപയോഗിക്കുന്ന ടെലിഫോട്ടോ ലെൻസുകൾക്ക് ലെൻസുകളുടെ രണ്ട് ഗ്രൂപ്പുകൾ കാണും. ലെൻസിന്റെ മുന്നിൽ കാണുന്ന ഗ്രൂപ്പിലെ ലെൻസുകൾ ഇമേജിനെ പോസിറ്റീവ് ആയി സ്വീകരിച്ച് പിന്നിലുള്ള രണ്ടാമത്തെ ഗ്രൂപ്പിലൂടെ വിടുന്നു. പിന്നിലെ ഗ്രൂപ്പിലെ ലെൻസുകളുടെ ഇഫക്ടീവ് പവർ നെഗറ്റീവ് ആകയാൽ അതിലൂടെ വരുന്ന ഇമേജ് ഗ്രൂപ്പി ലൂടെ കടന്നുപോകുമ്പോൾ ഡൈവർജ് ചെയ്യുന്നു. ഇപ്രകാരം സംഭവി ക്കുന്ന ഉയർന്ന ഫോക്കൽ ലെങ്ത്തുള്ള ലെൻസുകളെ മാത്രമേ ഫിലിം

ഭാഷയിലെ ടെലിഫോട്ടോ വിഭാഗത്തിൽ കണക്കാക്കുന്നുള്ളു.

വൈഡ് ആംഗിൾ ലെൻസുകളും ടെലിഫോട്ടോ ലെൻസുകളും അന്യോന്യം വിപരീതമായ ദൃശ്യഫലങ്ങളാണു ഉണ്ടാക്കുന്നത്. വൈഡ് ആംഗിളിലൂടെ വരുന്ന ദൃശ്യങ്ങളിൽ വസ്തുക്കൾ തമ്മിലുള്ള ആപേക്ഷികമായ അകലം ശരിക്കും ഉള്ളതിനെക്കാൾ കൂടുതൽ കാണിക്കു മ്പോൾ, ടെലിഫോട്ടോ ലെൻസ് കൊണ്ടെടുത്ത ദൃശ്യങ്ങളിൽ കാണുന്ന വസ്തുക്കൾ തമ്മിലുള്ള ആപേക്ഷികമായ അകലം യഥാർത്ഥമായിട്ടുള്ള തിനെക്കാൾ കുറഞ്ഞുപോകുന്നു. ഉദാഹരണമായി ഒരു ക്രിക്കറ്റ് പിച്ചിന്റെ ദൃശ്യം വൈഡാംഗിളിൽ കാണുമ്പോൾ ശരിക്കുള്ള 66 അടിയെക്കാൾ കൂടുതൽ തോന്നിപ്പിക്കുകയും സമീപത്തുള്ള കാണികൾ ഒരുപാട് അക ലെയായി തോന്നുകയും ചെയ്യുന്നു. എന്നാൽ ടെലിഫോട്ടോ ലെൻസ് കൊണ്ടെടുത്ത അതേ ദൃശ്യത്തിൽ ഇക്കാര്യം നേരെ തിരിച്ചുമായിരിക്കും അനുഭവപ്പെടുക. പിച്ചിന്റെ രണ്ടറ്റവും തമ്മിലുള്ള നീളവും കാണിക ളുടെ അകലവുമെല്ലാം ടെലിഫോട്ടോ ലെൻസിൽ ശരിക്കും ഉള്ളതിനെ ക്കാൾ കുറഞ്ഞുപോകുന്നു (കംപ്രസ്ഡാവുന്നു). 66 അടിയുള്ള പിച്ചിന്റെ നീളം അത്രയുണ്ടെന്ന് തോന്നിക്കുകയില്ല.

ലെൻസുകളുടെ ഇത്തരം ദോഷങ്ങളെ ക്രിയാത്മകമായി നോക്കു മ്പോൾ ഗുണകരമാണ്. അപൂർവ്വം അവസരങ്ങളിൽ മാത്രമേ ഇത്തരം ദോഷങ്ങൾ സൃഷ്ടിപരമായ കാര്യങ്ങളെ പ്രതികൂലമായി ബാധി ക്കുന്നുള്ളു. ഏറ്റവും സുപ്രധാനമായ കാര്യമായി നിങ്ങൾ ഓർക്കേണ്ടത് ഇതാണ്: ഇത്തരം രണ്ട് ലെൻസുകൾ പ്രചാരത്തിൽ വന്നതോടെയാണ് സിനിമ ഒരു സ്വതന്ത്ര കലാമാദ്ധ്യമമായി വികസിച്ചതും സിനിമയ്ക്ക് അതിന്റെതായ ഭാഷയും വ്യാകരണവും ഉണ്ടെന്നുള്ളത് ലോകമാസകലം അംഗീകരിക്കപ്പെട്ടതുമെല്ലാം.

ആരിഫ്ളെക്സ് ക്യാമറയിൽ സാധാരണ ഷട്ടർ സ്പീഡ് $^1/_{50}$ (ഒരു സെക്കന്റിന്റെ അമ്പതിലൊരംശം) സെക്കന്റാണ്. ആരിഫ്ളെക്സ് ക്യാമ റയിൽ ലെൻസിന്റെ നേരെ പിന്നിൽ 45ഡിഗ്രി ആംഗിളിലാണ് ഷട്ടർ ഘടി പ്പിച്ചിരിക്കുന്നത്. ഈ ഷട്ടർ ഒരു പ്രാവശ്യം തുറന്നടയുന്ന സമയം $^1/_{24}$ സെക്കന്റാണ്. $^1/_{24}$ സെക്കന്റുകൊണ്ട് ഒരു ഫ്രെയിമിൽ (ഷട്ടർ തുറന്നിരി ക്കുമ്പോൾ) ഇമേജ് പതിയുകയും, ഇമേജ് പതിഞ്ഞ ഫ്രെയിം (ഷട്ടർ അടഞ്ഞിരിക്കുമ്പോൾ) അവിടെനിന്നും നീങ്ങിപ്പോകുകയും അവിടെ പുതിയൊരു ഫ്രെയിം വരികയും ചെയ്യുന്നു. അപ്പോൾ ആകെ രണ്ടു ഫ്രെയിം $^1/_{24}$ സെക്കന്റിനുള്ളിൽ ചലിക്കുന്നു. ഒന്നിൽ ബിംബം പതിഞ്ഞു കഴിഞ്ഞതും മറ്റൊന്നിൽ ബിംബം പതിയാനുള്ളതുമാണ്. ബിംബം പതി യാനുള്ള ഫ്രെയിമിനെ യഥാസ്ഥാനത്ത് കൊണ്ടുവരുന്ന സമയത്ത് ഷട്ടർ അടഞ്ഞിരിക്കും. അങ്ങനെ നോക്കുമ്പോൾ ഷട്ടർ ഒരുപ്രാവശ്യം തുറന ടയുന്ന സമയംകൊണ്ട് ക്യാമറ നിശ്ചലമാകുകയും ചലിക്കുകയും വീണ്ടും നിശ്ചലമാകുകയും ചെയ്യുന്നു. ക്യാമറ നിശ്ചലമാകുന്ന സമയ ത്താണ് ഷട്ടർ തുറക്കുന്നതും ഫ്രെയിമിൽ ഇമേജ് പതിയുന്നതും. ക്യാമറ

ഓടുന്ന സമയത്താണ് ഷട്ടർ അടയുകയും പുതിയൊരു ഫ്രെയിം ആ സ്ഥാനത്ത് വരികയും ചെയ്യുന്നത്. അതുകഴിഞ്ഞ് ക്യാമറ വീണ്ടും നിശ്ച ലമാകുമ്പോഴാണ് വീണ്ടും ഷട്ടർ തുറക്കുകയും വീണ്ടും ഇമേജ് പതി യുകയും ചെയ്യുന്നത്. ഇത്തരം ചലനത്തെയാണ് ഇന്റർമിറ്റന്റ് മോഷൻ (intermittent motion) എന്നു വിളിക്കുന്നത്. ക്യാമറ ചലിക്കുന്ന സമ യവും അതുകഴിഞ്ഞ് ക്യാമറ നിൽക്കുന്ന സമയവും തുല്യമായിരിക്കും. ക്യാമറ തുടർച്ചയായി ഓടിക്കൊണ്ടിരിക്കുകയാണെങ്കിൽ ഒരു സെക്കന്റിൽ 48 ഫ്രെയിം കടന്നുപോകുമായിരുന്നു. എന്നാൽ 24 ഫ്രെയി മിൽ മാത്രമേ ഇമേജ് പതിയുന്നുള്ളു. ഇതുകഴിഞ്ഞ് ആ ഫ്രെയിം മുന്നോട്ട് നീങ്ങുകയും മറ്റൊരു പുതിയ ഫ്രെയിം തൽസ്ഥാനത്ത് വരികയും ചെയ്യും. ക്യാമറക്കുള്ളിലെ ക്ലോ മെക്കാനിസമാണ് ഇത് ചെയ്യുന്നത്. $\frac{1}{50}$ സെക്കന്റ് നേരം കഴിഞ്ഞാൽ ഷട്ടർ വീണ്ടും തുറക്കുകയും പ്രതി ബിംബത്തിന്റെ മറ്റൊരു ചലനാവസ്ഥ ലെൻസിലൂടെ വരികയും ഫിലി മിൽ പതിയുകയും ചെയ്യും. ഇങ്ങനെയുള്ള ക്യാമറയുടെ ചലനത്തെ ഇന്റർമിറ്റന്റ് മോഷൻ എന്നു പറയുന്നുവെന്ന് നേരത്തെ പറഞ്ഞുവല്ലോ. ഇന്റർമിറ്റന്റ് മോഷൻ എന്നാൽ ചലനവും നിശ്ചലതയും നിശ്ചിത സമ യത്തിനുള്ളിൽ നടന്നുകൊണ്ടിരിക്കുന്ന ചലനാത്മകതയെന്നാണർത്ഥം. ക്യാമറയിൽ മാത്രമല്ല സിനിമ പ്രദർശിപ്പിക്കാൻ ഉപയോഗിക്കുന്ന പ്രൊജ ക്ടറിലും ഇതേ ഇന്റർമിറ്റന്റ് മോഷൻ നടക്കുന്നുണ്ട്. ഫിലിമിൽ അട ങ്ങിയിരിക്കുന്ന ഓരോ നിശ്ചലചിത്രവും (Frame) $\frac{1}{50}$ സെക്കന്റ് നേരം പ്രൊജക്ടറിന്റെ ലെൻസിന്റെ നേരെ പിന്നിലുള്ള ഗേറ്റിന്റെ ചതുര ദ്വാര ത്തിൽ നിൽക്കുകയും പ്രസ്തുത ഫ്രെയിമിലുള്ള ഇമേജിനെ ഈ സമ യത്തിനുള്ളിൽ പ്രൊജക്ടറിലെ പ്രകാശധാര വെള്ളിത്തിരയിൽ വലു താക്കി കാണിക്കുകയും ചെയ്യുന്നു. പിന്നെ $\frac{1}{50}$ സെക്കന്റ് നേരം പ്രൊജ ക്ടറിലെ ഷട്ടർ അടയുകയും ആ സമയംകൊണ്ട് ഇമേജുള്ള മറ്റൊരു ഫ്രെയിം തൽസ്ഥാനത്ത് വരികയും ചെയ്യുന്നു. ഇങ്ങനെ ഒരു സെക്കന്റിൽ 24 നിശ്ചലചിത്രങ്ങൾ നമ്മൾ കാണുകയും സ്ക്രീനിൽ കാണുന്ന ഇമേ ജുകൾ ചലിക്കുന്നതായി അനുഭവപ്പെടുകയും ചെയ്യുന്നു. പെർസിസ്റ്റൻസ് ഓഫ് വിഷൻ (Persistance of vision) എന്ന ശാസ്ത്രസാങ്കേതിക നാമ ത്താൽ അറിയപ്പെടുന്ന ഒരു കഴിവുകൊണ്ടാണ് ചലനത്തിന്റെ അവസ്ഥ കൾ രേഖപ്പെടുത്തിയിരിക്കുന്ന നിശ്ചലചിത്രങ്ങൾ അതേ വേഗതയിൽ പ്രൊജക്ടറിലൂടെ ഓടിക്കുമ്പോൾ നമുക്ക് ചലനം അനുഭവപ്പെടുന്നത്. കൃത്യമായി പറഞ്ഞാൽ ക്യാമറയുടെ ഷട്ടർ തുറന്നിരിക്കുന്ന സമയത്ത് ഒരു സെക്കന്റിൽ 24 ഫ്രെയിമുകളിൽ ചലിച്ചുകൊണ്ടിരിക്കുന്ന വസ്തു വിന്റെ പ്രതിബിംബം പതിയുകയും, അതേ ഒരു സെക്കന്റിൽ മറ്റൊരു 24 ഫ്രെയിം കടന്നുപോകേണ്ട സമയം ഷട്ടർ അടയുകയും ചെയ്തു കൊണ്ടിരിക്കുന്നു. അതായത് $\frac{1}{24}$ ഫ്രെയിം ഷട്ടർ തുറന്നിരിക്കുമ്പോഴും മറ്റൊരു $\frac{1}{24}$ ഫ്രെയിം കടന്നുപോകേണ്ട സമയത്ത് ഷട്ടർ അടഞ്ഞിരി ക്കുകയും ചെയ്യുന്നു. ഈ അടഞ്ഞിരിക്കുന്ന സമയത്താണല്ലോ പ്രതി

സിയോസ്കോപ്പ്   പ്രാക്സിനോസ്കോപ്പ്

പെർസിസ്റ്റൻസ് ഓഫ് വിഷൻ ആദ്യമായി പ്രായോഗികമാക്കിയ ഉപകരണങ്ങൾ

ബിംബം പതിഞ്ഞ ഫ്രെയിമിനെ മുന്നോട്ട് വലിച്ചുനീക്കി പുതിയൊരു ഫ്രെയിമിനെ തൽസ്ഥാനത്തേക്ക് കൊണ്ടുവരുന്നത്. ഇത് രണ്ടും കൂട്ടി യാൽ ഒരു സെക്കന്റിൽ 48 ഫ്രെയിം കടന്നുപോകുന്നു. അല്ലെങ്കിൽ ഒരു സെക്കന്റിൽ 48 ഫ്രെയിം കടന്നുപോകേണ്ട സമയംകൊണ്ട് 24 ഫ്രെയി മിൽ പ്രതിബിംബം പതിയുകയും മറ്റൊരു 24 ഫ്രെയിമിൽ പ്രതിബിംബം പതിയേണ്ട സമയം മറ്റു കാര്യങ്ങൾക്കായി ക്യാമറ എടുക്കുകയും അ ങ്ങനെ ക്യാമറയുടെ ആകെ ഷട്ടർസ്പീഡ് $^1/_{48}$ സെക്കന്റ് അഥവാ $^1/_{50}$ സെക്കന്റായി സ്ഥിരപ്പെടുത്തിയിരിക്കുന്നതായും മനസ്സിലായല്ലോ.

മേൽപ്പറഞ്ഞ ഈ സാങ്കേതിക വിദ്യയോട് മനുഷ്യനേത്രങ്ങളുടെ കഴിവായ പെർസിസ്റ്റൻസ് ഓഫ് വിഷനും കൂടിച്ചേരുമ്പോഴാണ് നമുക്ക് ചലനം അനുഭവപ്പെടുന്നത്. ചലനത്തിന്റെ 24 വ്യത്യസ്ത അവസ്ഥകൾ ചിത്രീകരിച്ചിരിക്കുന്ന 24 നിശ്ചലചിത്രങ്ങളെ ഒരു സെക്കന്റിനുള്ളിൽ പ്രൊജക്ടറിലൂടെ ഓടിക്കുമ്പോൾ നമുക്ക് ആ വസ്തു ചലിക്കുന്നതായി അനുഭവപ്പെടുന്നു. ഒരു വസ്തുവിനെ കണ്ടുകഴിഞ്ഞാൽ ആ ദൃശ്യം അതുപോലെതന്നെ ഒരു സെക്കന്റിന്റെ പത്തിലൊരംശം സമയം നമ്മുടെ ഓർമ്മയിൽ കാഴ്ചയായിത്തന്നെ തങ്ങിനിൽക്കും. നമ്മുടെ തലച്ചോറിന്റെ കഴിവാണിത്. ഈ കഴിവിനെയാണ് 'പെർസിസ്റ്റൻസ് ഓഫ് വിഷൻ' എന്നു പറയുന്നത്.

ഒരാൾ കൈ ഉയർത്തുന്ന പ്രവൃത്തിയാണ് ചിത്രീകരിക്കുന്നതെ നിരിക്കട്ടെ. കൈ ഉയർത്തുവാൻ അയാൾ ഒരു സെക്കന്റ് എടുത്തുവെ

ന്നുകരുതുക. ആ പ്രവൃത്തിയുടെ $\frac{1}{50}$ സെക്കന്റ് ഇടവിട്ടുള്ള 24 വ്യത്യസ്ത അവസ്ഥയുടെ 24 പ്രതിബിംബങ്ങൾ ക്യാമറയിലെ ഫിലി മിൽ പതിയുന്നു. ഇത് പ്രോസസ്സ് ചെയ്തതിനുശേഷം പ്രിന്റ് എടുത്ത് പ്രൊജക്ടറിൽ ഓടിക്കുകയാണെങ്കിൽ അതേ പ്രവൃത്തിതന്നെ നമുക്ക് വീണ്ടും കാണാൻ സാധിക്കും. ഇവിടെ $\frac{1}{50}$ സെക്കന്റ് നേരം ഇമേജ് കാണുകയും മറ്റൊരു $\frac{1}{50}$ സെക്കന്റ് നേരം ഇമേജ് കാണാതിരിക്കുകയും ചെയ്യുന്നു. ഇവ രണ്ടുംകൂടി കണക്കാക്കിയാൽ $\frac{1}{50}$ സെക്കന്റ് നേരം കണ്ടുകഴിഞ്ഞ ഒരു ദൃശ്യം $\frac{1}{10}$ സെക്കന്റ് നേരം ഓർമ്മയിൽ നിൽക്കു ന്നതിനാൽ അതുകഴിഞ്ഞുവരുന്ന നിശ്ചലചിത്രത്തിലേക്ക് മുന്നേകണ്ട ദൃശ്യത്തിലെ നിശ്ചലത ചലനമായി ലയിച്ചുചേരുന്നു. ഇതാണ് ചലച്ചി ത്രമായി മാറുന്നത്. ഇരുട്ടിലിരുന്ന് വെള്ളിത്തിരയിലെ ഇമേജുകൾ കാണു മ്പോൾ പെർസിസ്റ്റൻസ് ഓഫ് വിഷന്റെ സാദ്ധ്യതകൾ വർദ്ധിക്കുകയും ചെയ്യുന്നു.

പ്രധാനപ്പെട്ട ഒരു കാര്യംകൂടി ഇവിടെ മനസ്സിലാക്കാനുണ്ട്. ഒരു പ്രവൃത്തിയെ ക്യാമറയിലൂടെ ചിത്രീകരിച്ചുകൊണ്ടിരിക്കുമ്പോൾ ആദ്യത്തെ നിശ്ചലചിത്രം ഒരു പ്രത്യേകപ്രവൃത്തിയുടെ ആരംഭത്തി ലുള്ള നിശ്ചലചിത്രമാണെങ്കിൽ, രണ്ടാമത്തെ നിശ്ചലചിത്രം $\frac{1}{50}$ സെക്കന്റ് കഴിഞ്ഞുള്ള അതേ പ്രവൃത്തിയുടെതന്നെ വ്യത്യസ്ത നിശ്ചലചിത്രമാ യിരിക്കും. ഈ രണ്ടു നിശ്ചലചിത്രവും നഗ്നനേത്രങ്ങൾകൊണ്ട് നോക്കു മ്പോൾ ഒരേപോലെ തോന്നുമെങ്കിലും അവ വലുതാക്കി നോക്കുകയാ ണെങ്കിൽ ഒരേ പ്രവൃത്തിയുടെ രണ്ട് അവസ്ഥയാണ് അതിൽ കാണു ന്നതെന്ന് മനസ്സിലാകും. ഇവതമ്മിൽ $\frac{1}{50}$ സെക്കന്റിന്റെ വ്യത്യാസമുണ്ടാ യിരിക്കും. ഉദാഹരണമായി ആദ്യത്തെ ഫ്രെയിമിലുള്ള നിശ്ചലചിത്രത്തിൽ ഒരാൾ മേശപ്പുറത്തുനിന്നും ഒരു പെൻസിൽ എടുത്തുകൊണ്ടിരിക്കുന്ന താണ് കാണുന്നതെങ്കിൽ, രണ്ടാമത്തെ ഫ്രെയിമിലുള്ള നിശ്ചലചിത്ര ത്തിൽ അയാൾ പെൻസിൽ എടുത്തുകഴിഞ്ഞ നിശ്ചലചിത്രമായിരിക്കും. മൂന്നാമത്തെ ഫ്രെയിമിലുള്ള നിശ്ചലചിത്രത്തിൽ അയാൾ പെൻസിൽ എടുത്തതിനുശേഷം അത് അൽപ്പം ഉയർത്തിയ നിശ്ചലചിത്രമായിരിക്കും. ഇങ്ങനെ ഈ പ്രവൃത്തി, തുടർന്നുള്ള ഫ്രെയിമുകളിൽ തുടർന്നുപോ കുന്ന അവസ്ഥകളുടെ നിശ്ചല ചിത്രങ്ങളായി ചിത്രീകരിക്കുന്നു. ഇത് പ്രൊജക്ടറിൽ ഓടിച്ച് വെള്ളിത്തിരയിൽ കാണുമ്പോൾ ഒരാൾ മേശപ്പു റത്തുനിന്നും പെൻസിൽ എടുക്കുന്ന പ്രവൃത്തി എങ്ങനെയാണെന്നു കാണാം. നിശ്ചലചിത്രങ്ങൾ സ്വയം ചലിക്കുന്നില്ലെങ്കിലും നമ്മുടെ പെർസിസ്റ്റൻസ് ഓഫ് വിഷൻ എന്ന കഴിവുകൊണ്ട് അവ ചലിക്കുന്ന ചിത്രമായി മാറുന്നു. രണ്ടു നിശ്ചലചിത്രങ്ങളുടെ അഥവാ ഫ്രെയിമുക ളുടെ ഇടയ്ക്കുള്ള പ്രവൃത്തിയുടെ നിശ്ചലചിത്രം ഷട്ടർ മറയ്ക്കുന്നതി നാലാണ് ഈ വ്യത്യാസം വരുന്നതെന്ന് മനസ്സിലായല്ലോ. സിനിമ കാണു മ്പോൾ ഷട്ടറിന്റെ കാര്യം നമ്മുടെ കണ്ണുകളുടെയും തലച്ചോറിന്റെയും ഓർമ്മശക്തിയുടെയും ഫലമായി അനുഭവപ്പെടുന്നില്ലെന്ന് മാത്രം.

രണ്ടു ഫ്രെയിമുകൾ തമ്മിലുള്ള അന്തരം നമുക്ക് അനുഭവപ്പെടാ തിരിക്കുന്നതുപോലെ തന്നെ രണ്ട് വ്യത്യസ്ത ഷോട്ടുകൾ തമ്മിൽ യോ ജിപ്പിക്കുമ്പോഴും അനുഭവപ്പെടില്ലെന്ന് സിനിമ കണ്ടുപിടിച്ച് രണ്ടുമൂന്ന് വർഷങ്ങൾ കഴിഞ്ഞപ്പോൾ അന്ന് സിനിമയുണ്ടാക്കിയിരുന്നവർക്ക് മന സ്സിലായി. അങ്ങനെയാണ് എഡിറ്റിംഗ് അഥവാ ചിത്രസംയോജന കല യുടെ ആരംഭം. ഒരാൾ വീട്ടിലേക്ക് കയറിവരുന്നത് ഒരു ഷോട്ടിൽ ചിത്രീ കരിക്കുന്നുവെന്നിരിക്കട്ടെ. രണ്ടാമത്തെ ഷോട്ടിൽ അയാൾ വാതിൽ തുറന്ന് മുറിയിലേക്ക് കടന്നുവരുന്നതും ചിത്രീകരിച്ചുവെന്നിരിക്കട്ടെ. ഈ രണ്ട് ഷോട്ടുകളും വേണ്ടവിധത്തിൽ ചിത്രീകരിച്ച് സംയോജനം നടത്തി യാൽ ഇടയ്ക്കുള്ള കട്ട് അനുഭവപ്പെടുകയില്ല. അയാൾ വീട്ടിലേക്കുവന്ന് തുടർച്ചയായി നടന്ന് അയാളുടെ മുറിയിലേക്ക് കടന്ന് വന്നിരിക്കുന്നു വെന്നേ തോന്നുകയുള്ളൂ. അയാളുടെ പ്രവൃത്തിയുടെ കുറച്ചുഭാഗം (ഏതു ഭാഗമാണ് നീക്കം ചെയ്യുന്നതെന്ന് ശരിയായി നിശ്ചയിക്കണം) കട്ട് ചെയ്തു കളഞ്ഞെങ്കിലും ആ ഭാഗം കണ്ടപോലെതന്നെ നമുക്കു തോന്നുകയും ചെയ്യും. ചിത്രസംയോജനത്തിന്റെ ബാലപാഠമാണ് ഇത്.

ചിത്രീകരണത്തെക്കുറിച്ചും ചിത്രസംയോജനത്തെക്കുറിച്ചും എങ്ങനെയാണ് നമുക്ക് ചലച്ചിത്രം കാണുവാൻ കഴിയുന്നതെന്നും മനസ്സിലായല്ലോ.

ഇനി ക്യാമറയിലൂടെ ഓടിക്കൊണ്ടിരിക്കുന്ന ഫിലിമിനെക്കുറിച്ച്. സാധാരണയായി 35 എം എം വീതിയുള്ള ഫിലിമാണ് 35 എം എം മൂവി ക്യാമറകളിൽ ഉപയോഗിക്കുന്നത്. ഈ ഫിലിം ഇരുട്ടറകളിൽവച്ച് മേ ഗസിനുകളിൽ ലോഡ് ചെയ്ത് ക്യാമറയുടെ മുകൾഭാഗത്തുവച്ച് ക്യാമ റയിലൂടെ ഓടത്തക്കവിധത്തിൽ സജ്ജീകരിക്കുന്നു. ക്യാമറയുടെ മുകൾഭാഗത്ത് ദീർഘവൃത്താകൃതിയിൽ കാണുന്നത് ഫിലിം നിറച്ചിട്ടുള്ള മേഗസിനുകളാണ്. വെളിച്ചം കടക്കാത്ത ഇത്തരം മേഗസിനുകളിൽ ഷൂട്ട് ചെയ്യുവാനുള്ള ഫിലിം സുരക്ഷിതമായി ലോഡ് ചെയ്തിരിക്കുന്നു.

6

സിനിമയുടെ സംഘടനയും ഷോട്ടുകളും

ഒരു സിനിമയെ ആദ്യന്തം വേർപെടുത്തുകയാണെങ്കിൽ എന്തു സംഭവിക്കും? പരിശോധിച്ച് നോക്കാം. ഒരു കഥാചിത്രത്തെയോ, ഒരു ഡോക്യുമെന്ററിയെയോ ആകമാനരൂപത്തെ ആദ്യമായി റീലുകളായി വേർതിരിക്കാം. ഒറ്റ റീലുകളും ഇരട്ട റീലുകളും നിലവിലുണ്ട്. റീലിരി ക്കുന്ന അറയെ ക്യാനുകളെന്ന് വിളിക്കുന്നു. ഒറ്റ റീലുകളാണെങ്കിൽ അതിൽ കുറഞ്ഞത് 750 അടിയും കൂടിയത് 950 അടിയും നീളമുള്ള പോസിറ്റീവ് ഫിലിം കാണാം. ഈ ഫിലിംറോൾ 35 എം എം ഗേജിലുള്ള (വീതി) താണെങ്കിൽ ഒരു മിനിറ്റിൽ 90 അടി എന്ന കണക്കിൽ പ്രൊജക്ടറിൽ

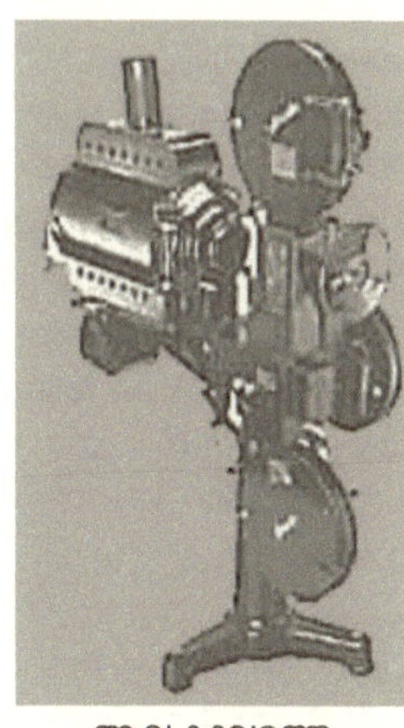

ആദ്യകാലത്തെ
ഫിലിം പ്രൊജക്ടർ

ആധുനിക ഫിലിം പ്രൊജക്ടർ

ഓടിക്കൊണ്ടിരിക്കും. അപ്പോൾ ഒരു റീലിൽ 7 $\frac{1}{4}$ മിനിട്ട് മുതൽ 10 $\frac{1}{2}$ മിനിട്ടുവരെ ഓടാനുള്ള ഫിലിം ഉണ്ടായിരിക്കും. സിനിമാ തീയറ്ററിൽ സാധാരണ രണ്ട് പ്രൊജക്ടറുകൾ ഉണ്ട്. ഒരു പ്രൊജക്ടറിലെ ഫിലിം ഓടിത്തീരാറാവുമ്പോൾ, അഞ്ച് സെക്കന്റ് ബാക്കിനിൽക്കെ രണ്ടാമത്തെ പ്രൊജക്ടർ ഓടിപ്പിക്കും. ഒരു പ്രൊജക്ടർ ഓടിത്തുടങ്ങിയാൽ അഞ്ച് സെക്കന്റ് കൊണ്ടേ അതിന്റെ സാധാരണ വേഗതയിലേക്ക് എത്തുകയുള്ളു. ഓടിക്കൊണ്ടിരിക്കുന്ന റീൽ അഞ്ച് സെക്കന്റുമാത്രം ബാക്കിയാവുമ്പോൾ ഫിലിമിന്റെ ഒരുവശത്ത് ഒരു അടയാളം കാണും. ഈ അടയാളം പ്രൊജ ക്ടർ ഓടിക്കുന്നയാൾ കണ്ടുതുടങ്ങിയാൽ മറ്റേ പ്രൊജക്ടർ ഓടുകയയാ യി. ഒരു തീയേറ്ററിൽ രണ്ട് പ്രൊജക്ഷനിസ്റ്റുകൾ (Projectionist) കാണും.

ഇരട്ട റീലുകളാണെങ്കിൽ 1750 അടിമുതൽ 1950 അടിവരെ നീളം ഉണ്ടാകും. ഇത് എത്രസമയം ഓടുമെന്ന് നിങ്ങൾതന്നെ കണക്കാക്ക ണം. 35 എം എം ഫിലിമിന് പകരം 16 എം എം ഫിലിമാണെങ്കിൽ നാലു തരം റീലുകൾ ഉണ്ട്. 16 എം എം നൂറടിഫിലിം 35 എം എം-ലെ 250

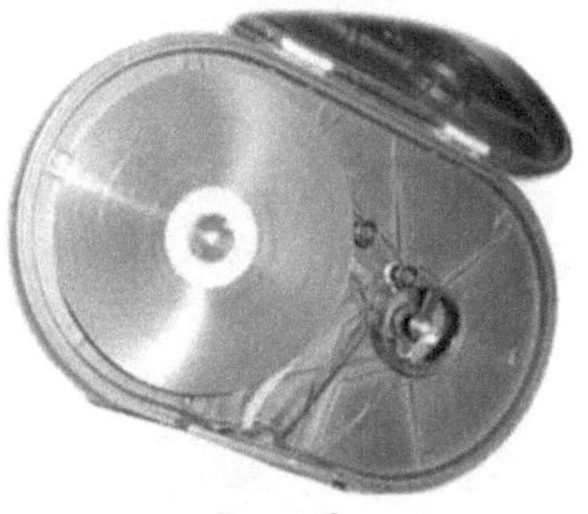

റീലുകൾ

അടിക്ക് തുല്യമാണ്. അതായത് 35 എം എം-ലെ 250 അടി ഫിലിം ഓടുന്ന സ്ഥാനത്ത് 16 എം എം 100 അടി ഫിലിം മതി. ഇതിന്റെ കാരണം ഒരടി 16 എം എം-ൽ 40 ഫ്രെയിമു കളുണ്ട് എന്നതും 35 എം എം ഒര ടിയിൽ 16 ഫ്രെയിമുകൾ മാത്രമേ യുള്ളുവെന്നതുമാണ്. ഈ രണ്ട് തരം ഫിലിമുകൾ തമ്മിലുള്ള അനു പാതം 1:2.5 ആണ്. ആകയാൽ 16

എം എം ഫിലിമിൽ നാലുതരം റീലുകൾ ഉണ്ട്. ഇതിൽ 400 അടിക്ക് താഴെയുള്ള റീലുകളാണ് ഒന്നാമത്തേത്. രണ്ടാമതായി 800 അടിക്ക് താഴെയുള്ള റീലുകളും മൂന്നാമതായി 1200 അടിക്ക് താഴെയള്ള റീലു കളും നാലാമതായി 1600 അടിക്ക് താഴെയുള്ള റീലുകളുമാണുള്ളത്. 400 അടിക്ക് താഴെയുള്ള ഒരു റീൽ 9 മിനിട്ട് മുതൽ 10 $\frac{1}{2}$ മിനിട്ട് വരെ ഓടും. 1600 അടിയുള്ളത് പരമാവധി 45 മിനിട്ട് വരെയുള്ള സമയദൈർഘ്യ ത്തിൽ ഓടിക്കൊണ്ടിരിക്കും. 16 എം എം ഒരു മിനിട്ടിൽ 36 അടി മാത്രമേ ഓടുകയുള്ളൂ. ഇതേസ്ഥാനത്ത് 35 എം എം ആണെങ്കിൽ 90 അടി ഓടി ക്കഴിഞ്ഞിരിക്കും. ലളിതമായ ഈ ഗണിതം ഓർമ്മിച്ചാൽ നന്ന്. കാലം കടന്നുപോകവേ ഈ രംഗത്ത് അതായത് പ്രദർശനരംഗത്ത് പല മാറ്റ ങ്ങളും വന്നുകൊണ്ടിരിക്കുന്നു. റീലുകളുടെ സ്ഥാനത്ത് ഡി വി ഡിയും പ്രൊജക്ടറിന്റെ സ്ഥാനത്ത് എൽ സി ഡിയും അതിവേഗം ഉപയോഗ ത്തിൽ വന്നുകൊണ്ടിരിക്കുന്നു. എന്നിരുന്നാൽത്തന്നെ 100 വർഷത്തില ധികം നിലനിന്നിരുന്ന സാങ്കേതിക വിദ്യകളെക്കുറിച്ച് അറിഞ്ഞിരിക്കു ന്നതും ഓർമ്മിക്കുന്നതും എപ്പോഴും നല്ലതാണ്. അല്ലെങ്കിൽ നമ്മുടെ

മാദ്ധ്യമത്തെക്കുറിച്ചുള്ള അറിവ് വേരില്ലാത്ത മരം പോലെ ഉണങ്ങി നിൽക്കും. അറിവുകളെപ്പോഴും പച്ചപിടിച്ച് നിൽക്കണം. അതിന് വേരുകൾ ആവശ്യമാണുതാനും.

ഇനി റീലുകളിൽ എന്താണുള്ളതെന്ന് നോക്കാം. പല രംഗങ്ങൾ ചേരുന്നതാണ് ഒരു റീൽ. തിരക്കഥയിലെ രംഗങ്ങൾ ചിത്രീകരിച്ച് ചിത്ര സംയോജനം നടത്തി റീലുകളായി തിരിക്കുമ്പോൾ അതിൽ പല രംഗ ങ്ങൾ കാണും. ഓരോ രംഗത്തിലും ഉപരംഗങ്ങളുണ്ടാകും. ഓരോ ഉപ രംഗത്തിലും ധാരാളം ഷോട്ടുകൾ കാണാം. ഓരോ ഷോട്ടിലും നൂറുക ണക്കിന് ഫ്രെയിമുകൾ അഥവാ നിശ്ചലചിത്രങ്ങൾ ഉണ്ടാകും. ചലിച്ചു കൊണ്ടിരിക്കുന്ന ഒരു വസ്തുവും അത് വ്യാപരിക്കുന്ന പ്രതലവും അതി നുവേണ്ട പശ്ചാത്തലവും കൂടുന്നതാണ് ഒരു ഫ്രെയിം. അതായത് ഒരു പ്രത്യേക സ്ഥലകാലത്തിൽ നടക്കുന്ന ഒരു പ്രവൃത്തിയുടെ ചലനാത്മ കമായ ഒരവസ്ഥയെ ഒരു ഫ്രെയിമെന്ന് നിർവ്വചിക്കാം. ഇതാണ് ഒരു സിനിമയുടെ അടിസ്ഥാനയൂണിറ്റ്. മനുഷ്യശരീരത്തിന്റെ അടിസ്ഥാനയൂ ണിറ്റായി കണക്കാക്കുന്ന ഒരു സെല്ലിനെപ്പോലെതന്നെയാണ് ഒരു ഫ്രെയിം. ആകയാൽ മനുഷ്യശരീരത്തിലെ ഒരു ജീവകോശത്തിനുള്ള എല്ലാ പ്രാധാന്യവും ഒരു സിനിമയുടെ ഓരോ ഫ്രെയിമിനും ഉണ്ട്. ഒരു സിനിമയുടെ ഒറ്റ ഫ്രെയിംപോലും നഷ്ടപ്പെടുവാൻ ഇടവരാതെ സൂക്ഷി ക്കണം. അതുപോലെ ഒരു ഷോട്ട് ഏതു ഫ്രെയിം മുതൽ ആരംഭിക്കണ മെന്നും ഏതു ഫ്രെയിമിൽ അവസാനിപ്പിക്കണമെന്നും തീരുമാനിക്കു ന്നത് സംവിധായകനും എഡിറ്ററും കൂടി ആലോചിച്ചാണ്. നിരവധി ഫ്രെയിമുകൾ കൂടുമ്പോൾ ഒരു ഷോട്ട് ഉണ്ടാകുന്നുവെന്ന് മനസ്സിലായ ല്ലോ. ഒരു ഷോട്ടിൽ ഒരു പ്രത്യേക സ്ഥലകാലത്ത് നടക്കുന്ന ഒരു പ്രവൃ ത്തിയുടെ ആദിമദ്ധ്യാന്തങ്ങളുണ്ടായിരിക്കും. അതായത് ഒരു ഷോട്ടിന് ഒരു പ്രത്യേക തുടക്കവും അതിലുള്ള പ്രവൃത്തിയുടെ ആവേഗമനുസ രിച്ചുള്ള ചിത്രീകരണ ശൈലിയും സമൂർത്തഭാവവും പൂർണ്ണതയുമെല്ലാം അതിൽ നടക്കുന്ന പ്രവൃത്തിയുടെ അഥവാ ചിത്രീകരിക്കപ്പെടുന്ന വസ്തുവിന്റെ അസ്തിത്വപരമായ സ്വഭാവത്തെ അടിസ്ഥാനമാക്കി ഉണ്ടാക്കിയിരിക്കണം. ഡോക്യുമെന്ററിയാവട്ടെ, കഥാസിനിമയാവട്ടെ നിര വധിതരം പ്രവൃത്തികളും പ്രവർത്തനങ്ങളും ഉണ്ടാവുമെന്നിരിക്കെ നിര വധിതരം ഷോട്ടുകളും ഉണ്ട്.

ഉദാഹരണമായി കിടന്നുറങ്ങുന്ന ഒരാളെ ചിത്രീകരിക്കുന്നതുപോ ലെയല്ല അയാളിരുന്ന് വർത്തമാനം പറയുന്നത് ചിത്രീകരിക്കുന്നത്. അതു പോലെ ഒഴുകുന്ന നദിയെ ചിത്രീകരിക്കുന്നതുപോലെയല്ല അതിന്റെ ഇരു കരകളിലുമുള്ള പ്രകൃതിയെ ചിത്രീകരിക്കുന്നത്. ഓരോന്നും ചിത്രീക രിക്കുമ്പോൾ ആ വസ്തുവിന്റെ പ്രകൃതത്തെയും പ്രവർത്തനത്തെയും അടിസ്ഥാനമാക്കിയാണ് ഷോട്ടുകളുടെ മാത്യകകൾ നിശ്ചയിക്കുന്നത്.

എന്നിരുന്നാൽതന്നെ പൊതുവെ ഷോട്ടുകളെ എട്ടുതരമായി അവയുടെ പ്രാഥമികസ്വഭാവത്തെ അടിസ്ഥാനമാക്കി തിരിച്ചിരിക്കുന്നു. (1) അതിവി

ഏരിയൽ ഷോട്ട്

എൽ എസ് (എക്സ്ട്രീം ലോംഗ് ഷോട്ട്)

എം എസ് (മീഡിയം ഷോട്ട്)

എം സി എസ് (മീഡിയം ക്ലോസ് ഷോട്ട്)

വെറോനിക്കാ റോസ
മാതൃക സി യു (ക്ലോസ്അപ്)

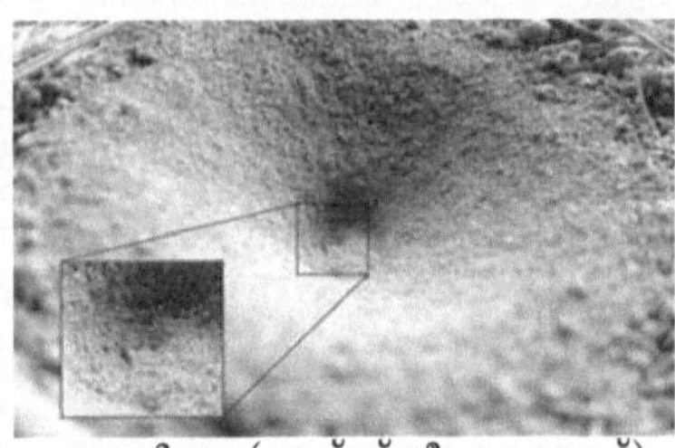

ഇ സി യു (എക്സ്ട്രീം ക്ലോസപ്പ്)

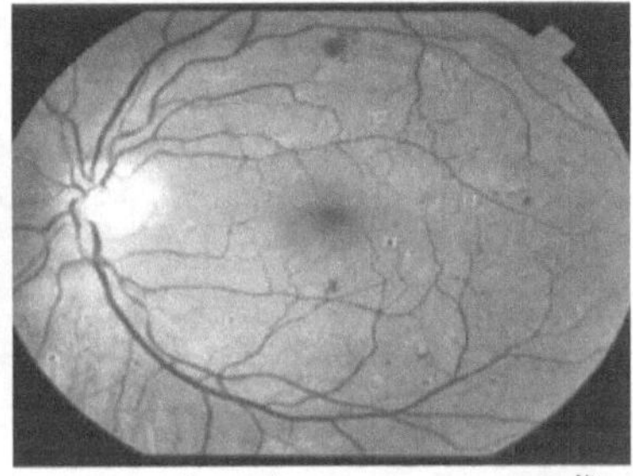

എം സി യു (മൈക്രോ ക്ലോസപ്പ്)

ദൂര ദൃശ്യം (Extreme Long Shot) (2) ലോങ് ഷോട്ട് (3) മീഡിയം ലോങ് ഷോട്ട് (4) മീഡിയം ഷോട്ട് (5) മീഡിയം ക്ലോസ് ഷോട്ട് (6) ക്ലോസപ്പ് (7) എക്സ്ട്രീം ക്ലോസപ്പ് (8) മൈക്രോ ക്ലോസപ്പ് എന്നിങ്ങനെയൊണ് എട്ടുതരം ഷോട്ടുകൾ. ക്യാമറയുടെ സമാന്തരമായ ചലനവും (Panning)

ലംബതരത്തിലുള്ള ചല നവും (Tilt up - Tilt down) ക്യാമറ ട്രോളി യിൽ വച്ചെടുക്കുന്ന ഷോട്ടുകളും (Tracking) അതുപോലെതന്നെ ക്യാമറ ഒരു ട്രെയി നിൽ വച്ചെടുക്കുന്ന ഷോട്ടുകളും, ക്യാമറ സഞ്ചരിക്കുന്ന വാഹന ങ്ങളിൽവച്ചും വിമാന ത്തിൽ വച്ചും എടുക്കുന്ന ഷോട്ടുകളുമടക്കം എ ത്രയോതരം ഷോട്ടുക ളാണ് ഇന്ന് സിനിമ യിൽ ഉപയോഗിക്കു ന്നത്! ഇതോടൊപ്പം

ട്രോളിയും ട്രാക്കും

സും ലെൻസുകൾ ഉപയോഗിച്ചെടുക്കുന്ന ഷോട്ടുകളും ഉണ്ട്. എല്ലാ ലെൻസുകളും അന്തരാ ഇണക്കിച്ചേർത്തിട്ടുള്ള ഒരു ലെൻസാണ് സും ലെൻസ്. ഇതിന് ഒരു ദൃശ്യത്തിന്റെ ക്ലോസപ്പ് ഷോട്ടിൽ നിന്ന് ആ വസ്തു വിന്റെ തന്നെ അതിവിദൂര ഷോട്ടിലേക്ക് സൂമൗട്ട് ചെയ്തു വരുവാനുള്ള കഴിവും അതിവിദൂര ദൃശ്യത്തിൽ നിന്ന് ആ ദൃശ്യത്തിലടങ്ങിയിട്ടുള്ള ഏതെങ്കിലും ഒരു പ്രത്യേക വസ്തുവിന്റെ ക്ലോസപ്പിലേക്ക് വരുവാനുള്ള കഴിവും ഉണ്ട്. ഇത്തരം ഷോട്ടുകളെ സൂമൗട്ട് ഷോട്ടുകളെന്നും സൂമിൻ (Zoom-in) ഷോട്ടുകളെന്നും വിളിക്കുന്നു.

മേൽപ്പറഞ്ഞ ഏതുതരം ഷോട്ടുകളായാലും തിരക്കഥക്കനുസൃത മായി സംവിധായകന്റെ കാഴ്ചപ്പാടിൽ ക്യാമറാമാൻ ക്യാമറയുടെയും മറ്റുപകരണങ്ങളുടെയും സഹായത്തോടെ ചിത്രീകരണസമയത്ത് ഓരോന്ന് ഓരോന്നായി എടുത്തുകൊള്ളണം. ഇത്തരം ഷോട്ടുകൾക്ക നുസൃതമായിട്ടാണ് ക്യാമറയുടെ മുന്നിലുള്ള വസ്തുക്കളെയും കഥാ പാത്രങ്ങളെയും പ്രകൃതിയെയുമെല്ലാം ഫ്രെയിമിനകത്ത് ഉൾക്കൊള്ളി ക്കുന്നതും, ഉൾക്കൊള്ളിക്കാതിരിക്കുന്നതുമെല്ലാം.

ഉദാഹരണമായി വൈദ്യുതിയില്ലാത്ത ഒരു കാലത്തെക്കുറിച്ചുള്ള ഒരു സിനിമ വൈദ്യുതിയുള്ള ഒരു ഗ്രാമത്തിൽവച്ച് ചിത്രീകരിക്കുകയാ ണെങ്കിൽ വൈദ്യുതി പോകുന്ന കമ്പികളും കാലുകളുമൊന്നും ഫ്രെയി

മിൽ ഉൾക്കൊള്ളിക്കാതിരിക്കാൻ സംവിധായകനും ക്യാമറാമാനും ഷോട്ടെടുക്കുമ്പോൾ പ്രത്യേകം ശ്രദ്ധിച്ചുകൊണ്ടിരിക്കും. അതുപോലെ തന്നെ ഒരു കഥാസിനിമ ചിത്രീകരിക്കുകയാണെങ്കിൽ കഥാപാത്രങ്ങളുടെ ലോങ്ഷോട്ടെടുക്കുമ്പോൾ ചിത്രീകരണം കണ്ടുകൊണ്ടിരിക്കുന്ന ജന ങ്ങളാരുംതന്നെ ഫ്രെയിമിലേക്ക് വരാതിരിക്കാൻ പ്രത്യേകം ശ്രദ്ധിച്ചിരിക്കും.

ചിത്രീകരണ സമയത്ത് എടുക്കുന്ന ഷോട്ട് പൂർത്തീകരിക്കുന്നത് അതിനുശേഷം വരുന്ന ചിത്രസംയോജനത്തിലൂടെയും ശബ്ദലേഖന ത്തിലൂടെയുമാണ്. ആകയാൽ ഒരു ഷോട്ടിന്റെ ആദ്യഫ്രെയിം മുതൽ അവസാന ഫ്രെയിം വരെയുള്ള ചിത്രീകരണശൈലിയും ക്യാമറയ്ക്കു മുന്നിലെ ദൃശ്യാവിഷ്കാരവും സംവിധായകന്റെ കാഴ്ചപ്പാടിലാണ് ചെയ്യു ന്നത് അഥവാ ചെയ്യേണ്ടത്. നമ്മുടെ നാട്ടിൽ സിനിമ പ്രത്യേകം പഠി ക്കാതെ പ്രവർത്തിപരിചയംകൊണ്ട് മാത്രം സംവിധായകരാവുന്നവർ ധാരാളമുണ്ട്. സിനിമാട്ടോഗ്രഫി പ്രത്യേകം പഠിച്ച ക്യാമറാമാൻമാരാ ണെങ്കിൽ ഇവരുടെ മനസ്സിലുള്ള കാര്യം സിനിമയുടെ ഭാഷയിലേക്ക് വിവർത്തനം ചെയ്ത് ഷോട്ടാക്കി മാറ്റാനും അവരുടെ ഷോട്ടുകളെ കൂടു തൽ സിനിമാറ്റിക് ആക്കാനും കഴിയും. എന്നാൽ ദൃശ്യഭാഷ അറിവുള്ള ഒരു സംവിധായകനാണെങ്കിൽ ക്യാമറാമാൻ കൂടുതൽ സ്വതന്ത്രനായി രിക്കും. അദ്ദേഹത്തിന് സിനിമാട്ടോഗ്രഫി മാത്രം ചെയ്താൽ മതിയാകും.

സിനിമയുടെ ജോലികൾ നടക്കുമ്പോൾ സാധാരണയായി സംവി ധായകൻ പറയുന്നത് മറ്റുള്ളവർ അനുസരിക്കുകയാണ് പതിവ്. ഈ പതിവ് ഉണ്ടാകാൻ കാരണം സിനിമയുടെ പൂർണ്ണരൂപം സംവിധായകന് മാത്രമേ അറിയൂ എന്നതുകൊണ്ടാണ്. ചിത്രീകരണസമയത്ത് എടു ക്കുന്ന ഒരു ഷോട്ട് ആകമാന സിനിമയുടെ ഏതു രംഗത്തിൽ ഏതു ഷോട്ട് കഴിഞ്ഞാണ് വരുന്നതെന്നും പ്രസ്തുത ഷോട്ട് കഴിഞ്ഞുവരുന്ന ഷോട്ട് ഏതായിരിക്കുമെന്നും ഒക്കെ സംവിധായകൻ മാത്രമേ അറിയേണ്ടതു ള്ളൂ. ആകയാൽ ഒരു സംവിധായകൻ പറയുന്നത് മറ്റുള്ളവർ അനുസരി ക്കുന്നതുകൊണ്ട് സിനിമ കൂടുതൽ നന്നാവും.

ഡയറക്ടർ, ക്യാമറാമാൻ, പ്രോസസ്സ് ചെയ്യുന്നവർ, എഡിറ്റർ, ശബ്ദ ലേഖകൻ, എന്നിവരെയെല്ലാം സിനിമയുടെ സാങ്കേതിക വിദഗ്ധരാ യാണ് കണക്കാക്കി വരുന്നതെങ്കിലും സംവിധായകൻ സിനിമയുടെ ക്രിയാത്മകതയും സാങ്കേതികതയും ഒരുപോലെ കൈകാര്യം ചെയ്യു വാനുള്ള ജന്മവാസനയും ദൃശ്യഭാഷയെക്കുറിച്ചുള്ള പരിജ്ഞാനവും ജീവി തത്തെക്കുറിച്ചും പ്രപഞ്ചത്തെക്കുറിച്ചും കഴിയുന്നത്ര അറിവും ഉള്ള ആളായിരിക്കണം. അതിലുപരി അയാൾക്കുതന്നെ ജീവിതത്തോട് ഒരു പ്രത്യേക കാഴ്ചപ്പാടും പ്രതിബദ്ധതയും ജനങ്ങളുടെ നിത്യജീവിതത്തിൽ ദൃശ്യമാദ്ധ്യമത്തിനുള്ള സ്വാധീനത്തെക്കുറിച്ചുള്ള ബോധവും എല്ലാം ഉണ്ടായിരിക്കണം. അയാൾ ചിത്രീകരിക്കുന്ന ഓരോ ഷോട്ടിലും ഇതെല്ലാം പ്രതിഫലിക്കുകയും വേണം.

സെർജി ഐസൻസ്റ്റീന്റെയോ ചാർലി ചാപ്ലിന്റെയോ റോബർട്ട് ഫ്ലാഹർട്ടിയുടെയോ സിനിമകളിലെ ഒരു ഷോട്ടെടുത്ത് പരിശോധിച്ചാൽ

അവരേതുതരം സംവിധായകരാണെന്ന് നിങ്ങൾക്ക് മനസ്സിലാകും. അപ്ര കാരം ശ്രദ്ധിച്ച് സിനിമ ചിത്രീകരിക്കുന്നവർ നമ്മുടെ നാട്ടിലും ഇല്ലാതില്ല.

ചാർളി ചാപ്ലിൻ സെറ്റിൽ

ക്യാമറാമാനും ഡയറക്ടറും തമ്മിലുള്ള ചിത്രീകരണത്തിന്റെ സമ ന്വയമാണ് വിജയം. ചിത്രീകരണത്തിനുശേഷം ചിത്രസംയോജനസമ യത്താണ് ചിത്രീകരിച്ച ഷോട്ടുകളുടെ പൂർണ്ണത കൈവരുന്നത്. സംവി ധായകനും ചിത്രസംയോജകനും കൂടി ചിത്രീകരണം കഴിഞ്ഞ ഒരു ഷോട്ടിന്റെ എവിടെ നിന്നാണ് തുടങ്ങേണ്ടതെന്നും എവിടെയാണ് കട്ട് ചെയ്യുന്നതെന്നും എടുത്തഭാഗം ഏതു ഷോട്ടിന്റെ ഏത് ഭാഗത്തോടാണ് സംയോജിപ്പിക്കുന്നതെന്നും തീരുമാനിക്കുന്നത് എഡിറ്റിംഗ് സമയത്താ ണ്. ഇതിന് ഒരുപാട് കാരണങ്ങൾ ഉണ്ട്. ഒന്നാമതായി ചിത്രീകരണസ മയത്ത് സംവിധായകന് കിട്ടുന്നതിനെക്കാൾ കൂടുതൽ സമയവും സ്വാത ന്ത്ര്യവും എഡിറ്റിംഗ് സമയത്ത് കിട്ടുന്നുവെന്നതാണ്. രണ്ടാമതായി സിനി മയിലൂടെ മൂന്നാമതരളവുകോലിൽ ആശയവിനിമയം നടത്താമെന്ന് മന സ്സിലായത് രണ്ടു ഷോട്ടുകൾ തമ്മിൽ സംയോജിച്ചപ്പോഴുണ്ടായ മൂന്നാ മത്തെ അർത്ഥതലമാണ്. അതായത് രണ്ട് ഷോട്ടുകൾ തമ്മിൽ സംയോ ജിപ്പിക്കുമ്പോൾ ആ രണ്ട് ഷോട്ടിലെ ദൃശ്യങ്ങളെ ഒറ്റക്കൊറ്റയ്ക്ക് എടുത്തു പരിശോധിക്കുമ്പോൾ ഇല്ലാത്ത മൂന്നാമതൊരർത്ഥം ഉണ്ടാ വുന്നു എന്നുള്ളതാണ്. ഉദാഹരണമായി ഡ്രോയിംഗ് റൂമിലിരുന്ന് ടി വി കണ്ടുകൊണ്ടിരിക്കുന്ന ഒരു കുട്ടിയുടെ ഷോട്ടും കുട്ടിയുടെ ദിശയിലേക്ക്

നിസ്സംഗമായി നോക്കുന്ന ഒരു മധ്യവയസ്കന്റെ ഷോട്ടും നമ്മുടെ കൈവശം ഉണ്ടെന്നിരിക്കട്ടെ. ഈ മധ്യവയസ്കനും കുട്ടിയും തമ്മിൽ ജീവിതത്തിലൊരിക്കലും കാണാത്തവരുമാണെന്നിരിക്കട്ടെ. ഇവരുടെ രണ്ടു ഷോട്ടുകൾ തമ്മിൽ സംയോജിപ്പിക്കുമ്പോൾ ഉണ്ടാകുന്ന അർത്ഥ തലങ്ങളെത്രയെന്ന് ഊഹിച്ചുനോക്കൂ.

വർഷങ്ങൾക്കുമുമ്പ് ചിത്രസംയോജനകലയുടെ ആദിയിൽ റഷ്യൻ സംവിധായകനും എഡിറ്ററുമായിരുന്ന ലിവ് കുലിഷോവാണ് സിനിമ യിൽ ചിത്രസംയോജനത്തിന്റെ സാധ്യതകളെക്കുറിച്ച് ലോകത്തിന് കാണിച്ചുകൊടുത്ത്. സിനിമയുടെ വ്യാകരണത്തിന്റെ പിതാവായി കണ ക്കാക്കുന്നത് സെർജി ഐസൻസ്റ്റീൻ എന്ന റഷ്യൻ സംവിധായകനെ യാണെങ്കിലും ഐസൻസ്റ്റീൻ തന്നെ ലിവ് കുലിഷോവിൽ നിന്നാണ് എഡിറ്റിംഗിന്റെ അർത്ഥതലങ്ങളെക്കുറിച്ച് ആദ്യമായി മനസ്സിലാക്കിയത്. ചുരുക്കിപ്പറഞ്ഞാൽ ചിത്രീകരണസമയത്ത് ഷോട്ടുകളിൽ വരുന്ന പോരാ യ്മകളെ നല്ലൊരു എഡിറ്ററുമായുള്ള കൂട്ടായ്മയുണ്ടെങ്കിൽ ക്രിയാത്മ കമായ ചിത്രസംയോജനത്തിലൂടെ ഒരു പരിധിവരെ പരിഹരിക്കാനാവും. എന്നു മാത്രമല്ല ചിത്രസംയോജനത്തിലൂടെ ഒരു സിനിമയുടെ മേന്മ വർദ്ധിപ്പിക്കാനും കഴിയും. അതായത് തിരക്കഥ എഴുതുമ്പോഴോ ചിത്രീ കരണസമയത്തോ ഇല്ലാതിരുന്ന അർത്ഥതലങ്ങൾ നല്ല ചിത്രസംയോ ജനത്തിലൂടെ ഷോട്ടുകളുടെ ദൃശ്യവിന്യാസത്തിലൂടെ സൃഷ്ടിച്ചെടുക്കാൻ നല്ലൊരു എഡിറ്റർക്ക് സാധിക്കും. സംവിധായകന്റെയും എഡിറ്ററുടെയും കാഴ്ചപ്പാടുകൾ സംയോജിക്കുമ്പോഴുണ്ടാകുന്ന അപൂർവ വിജയമായി ഈ പ്രതിഭാസത്തെ കാണാം. അങ്ങനെയാണ് ഓരോ ഷോട്ടിനും ജീവ നുണ്ടാകുന്നത്. സിനിമയുടെ സൃഷ്ടിപരത പ്രമേയം മുതൽ ആരംഭിച്ച് അതു പ്രദർശനം വരെ തുടർന്നു പോകുന്നുവെന്ന് ആന്ദ്രേ ടാർക്കോ വ്സ്കി ഒരിക്കൽ പറഞ്ഞത് ഈ അർത്ഥത്തിലാണ്. അദ്ദേഹത്തിന്റെ മഹത്തായ സിനിമകളിലൊന്നായ *മിറർ* ഇരുപത്തിയൊന്നു പ്രാവശ്യം റീ എഡിറ്റ് (ആവർത്തിച്ച് എഡിറ്റ് ചെയ്യുക) ചെയ്തതും ഈ അർത്ഥ ത്തിൽ തന്നെ. ഷോട്ടുകളുടെ അസ്തിത്വം പൂർണ്ണമാകുന്നത് ചിത്രസം യോജനത്തിലൂടെയും ശബ്ദസംയോജനത്തിലൂടെയുമാണെന്ന് ഈയവ സരത്തിൽ മനസ്സിലാക്കുക. പൂർണ്ണമായ ദൃശ്യശ്രവണ സംയോജനവും സമന്വയവുമാണ് നല്ല ചിത്രസംയോജനത്തിന്റെ ലക്ഷണം.

മുഖ്യധാരാ സിനിമകളിൽ നല്ല ചിത്രസംയോജനത്തിന്റെ സാധ്യത വളരെ കുറവാണ്. ഒട്ടുമുക്കാലും സംവിധായകർ സംഭാഷണത്തിന് വേണ്ട ഷോട്ടുകൾ മാത്രമേ ചിത്രീകരിക്കാറുള്ളു. സംഭാഷണത്തിലൂടെ കഥ പറഞ്ഞുപോകുന്ന രീതിയാണ് ഒട്ടുമുക്കാലും മുഖ്യധാരാസിനിമക ളിലും ഇന്നും നിലനിൽക്കുന്നത്. നല്ല നടന്മാരുടെ നിശ്ശബ്ദമായ ഭാവാ ഭിനയത്തിന്റെ ഷോട്ടുകൾ സംവിധായകൻ ചിത്രീകരിച്ചിട്ടുണ്ടെങ്കിൽ തന്നെ, ഒരു സംഭാഷണത്തിൽ നിന്ന് മറ്റൊരു സംഭാഷണത്തിലേക്ക് കട്ട് ചെയ്തുപോകുന്ന ചിത്രസംയോജനതാളത്തിൽ ഇത്തരം നിശ്ശബ്ദ മായ ഷോട്ടുകളെ സാധാരണ എഡിറ്റർമാർ മാനിക്കാറില്ല. അത് സംവി

ധായകൻ ചൂണ്ടിക്കാണിച്ചാൽ തന്നെ സിനിമയുടെ ടെമ്പോ നഷ്ടപ്പെടു
മെന്ന് പറഞ്ഞ് എഡിറ്റർമാർ അത്തരം ഷോട്ടുകളെ ഒഴിവാക്കും. നല്ല
തൊന്നും മുഖ്യധാരാ സിനിമയ്ക്ക് വേണ്ടെന്ന അർത്ഥത്തിലല്ല അവർ
പറയുന്നതെങ്കിലും ആ അർത്ഥത്തിൽതന്നെയാണ് കാലം അതൊക്കെ
മനസ്സിലാക്കുന്നത്. ഇതിന്റെ ഏറ്റവും വലിയ ഉദാഹരണങ്ങളാണ് നമ്മുടെ
മുഖ്യധാരാ സിനിമകളും എംടിവിയിലെ ചിത്രസംയോജന സമ്പ്രദായവും.

ചലച്ചിത്രമാദ്ധ്യമത്തിന് ദൃശ്യഭാഷപോലെതന്നെ സാങ്കേതിക ഭാ
ഷയും ഉണ്ട്. ഈ സാങ്കേതിക ഭാഷയിലാണ് സംവിധായകനും സാങ്കേ
തിക വിദഗ്ദ്ധരും നടീനടന്മാരുമെല്ലാം സംസാരിക്കുക. ഇതിന്റെ അടി
സ്ഥാനത്തിൽ ഷോട്ടുകളെ എസ്റ്റാബ്ലിഷിംഗ് ഷോട്ട്, സബ്ജക്ടീവ് ഷോട്ട്,
റിവേഴ്സ് ആംഗിൾ ഷോട്ട്, ഓവർ ദ ഷോൾഡർ ഷോട്ട്, ലോ ആംഗിൾ
ഷോട്ട്, ഹൈ ആംഗിൾ ഷോട്ട്, ഏരിയൽ ഷോട്ട്, ഡേ ഫോർ നൈറ്റ്
ഷോട്ട്, ഇൻസർട്ട് ഇന്റർകട്ട് എന്നിങ്ങനെയുള്ള പേരുകളിൽ സംവിധാ
യകൻ സാങ്കേതിക വിദഗ്ദ്ധരോട് സംസാരിക്കുന്നു. ശാസ്ത്രീയമായി
എഴുതിയ ഒരു ഷൂട്ടിംഗ് സ്ക്രിപ്റ്റ് വായിക്കുകയാണെങ്കിൽ ഇത്തരം പേരു
കളെല്ലാം നിങ്ങൾക്ക് വായിക്കേണ്ടിവരും.

മേൽപ്പറഞ്ഞ ഷോട്ടുകളുടെ അർത്ഥം ചുരുക്കിപ്പറയാം. എസ്റ്റാബ്ലി
ഷിംഗ് ഷോട്ട് എന്ന് പറഞ്ഞാൽ സ്ഥലകാലത്തെയും കഥാപാത്രങ്ങ
ളെയും അവരുടെ പശ്ചാത്തലത്തെയും അവരോട് ബന്ധപ്പെട്ടുനിൽക്കു
ന്ന വസ്തുക്കളെയും ആകമാനം കാണിക്കുന്ന ഒരു അതിവിദൂര ദൃശ്യ
മെന്നാണർത്ഥം. ഇതിനെ (Extreme Long Shot) ഇ എൽ എസ് എന്നും
വിളിക്കാം. ഡോക്യുമെന്ററികളിൽ ഇത്തരം ഷോട്ടുകൾ ഒരുപാട് ആവ
ശ്യമായി വരും.

സബ്ജക്ടീവ് ഷോട്ടെന്നാൽ ഒരു പ്രത്യേക സ്ഥലകാലത്തിൽ
നിന്നും മറ്റൊരു സ്ഥലകാലത്തെ ഒരാൾ നോക്കിക്കാണുന്നത് ക്യാമറ
യുടെ കാഴ്ചപ്പാടിൽ കാണിക്കുന്ന ഷോട്ടെന്നാണർത്ഥം. ഉദാഹരണമായി
വാഹനങ്ങളിലിരുന്നു കാണുന്ന പ്രകൃതിയെ വാഹനത്തിന്റെ ഉള്ളിൽ
ക്യാമറ വച്ച് ചിത്രീകരിക്കുന്ന ഷോട്ടുകൾ. നഗരത്തിലെ ഏറ്റവും ഉയരം
കൂടിയ ഒരു ഫ്ളാറ്റിൽ നിന്നും കഥാപാത്രം കാണുന്ന നഗരം അതേ
ഉയരത്തിൽ ക്യാമറ വച്ചെടുക്കുന്ന ഷോട്ട്.

രണ്ടുപേർ സംസാരിച്ചിരിക്കുമ്പോൾ, ഒരാളുടെ കാഴ്ചപ്പാടിൽ എടുത്ത
ഒരു ഷോട്ടിന്റെ നേരെ എതിരെ എടുക്കുന്ന ഷോട്ടാണ് റിവേഴ്സ് ആംഗിൾ
ഷോട്ട്. ഉദാഹരണമായി ഒരാൾ അകത്തുനിന്നും മുറ്റത്ത് നിൽക്കുന്ന
ഒരാളോട് സംസാരിക്കുന്നതിന്റെ ഷോട്ടുകളിൽ ഇത്തരം ഷോട്ടുകൾ കാണാം.
രണ്ടു തലങ്ങളിൽ (മുകളിലും താഴെയും) സ്ഥിതിചെയ്യുന്ന വസ്തുക്ക
ളെയോ കഥാപാത്രങ്ങളെയോ ചിത്രീകരിക്കുമ്പോഴാണ് ഒരു ആംഗിളി
ന് എതിരെയുള്ള റിവേഴ്സ് ആംഗിൾ ഷോട്ട് ആവശ്യമായി വരുന്നത്.

രണ്ടോ മൂന്നോ പേർ ഒരു വിതാനത്തിലിരുന്നോ നിന്നോ സംസാ
രിക്കുമ്പോഴുള്ള ചിത്രീകരണ ശൈലിയിലാണ് ഓവർ ദ ഷോൾഡർ ഷോ
ട്ടുകൾ ആവശ്യമായി വരുന്നത്. ഫ്രെയിമിന്റെ മുൻഭാഗത്ത് സംഭാഷണം

കേട്ടുകൊണ്ട് നിൽക്കുന്ന ഒരാളുടെ തലയുടെ പിൻഭാഗത്തിന്റെയും തോളിന്റെയും ദൃശ്യവും ഫ്രെയിമിന്റെ മദ്ധ്യഭാഗത്ത് എതിർഭാഗത്തായി വർത്തമാനം പറഞ്ഞുകൊണ്ടിരിക്കുന്ന ഒരാളുടെ മുൻഭാഗ ദൃശ്യവും അട ങ്ങുന്ന ഷോട്ടിനെയാണ് ഓവർ ദ ഷോൾഡർ ഷോട്ടെന്ന് പറയുന്നത്. ഒരു ഭാഗത്ത് നിന്നും എടുക്കുന്ന ഇത്തരത്തിലുള്ള ഷോട്ട് പോലെതന്നെ മറുഭാഗത്ത് നിന്നും എടുക്കുന്ന ഷോട്ടിനെ ഈ ഷോട്ടിന്റെ കൗണ്ടർഷോ ട്ടെന്ന് പറയും. രണ്ട് ഷോട്ടുകളും ക്യാമറയുടെ മുന്നിലുള്ള വസ്തുക്ക ളുടെയൊ കഥാപാത്രങ്ങളുടെയൊ ഒരേ ഭാഗത്തുനിന്നും ചിത്രീകരിക്കേ ണ്ടതാണ്. അല്ലെങ്കിൽ ഒരു ഷോട്ടിലെ നോട്ടത്തോട് മറ്റെ ഭാഗത്തുനിന്നും എടുക്കുന്ന കൗണ്ടർഷോട്ടിലെ നടന്റെ നോട്ടം യോജിക്കുകയില്ല. ഇതിന്റെ കാരണം രണ്ടു നടന്മാരെയും ബന്ധിപ്പിച്ചുകൊണ്ട് ഭൂമദ്ധ്യരേഖപോലെ ഭാവനാത്മകമായ ഒരു രേഖ പോകുന്നുണ്ടെന്നുള്ളതാണ്. ഈ രേഖയെ ഇമാജിനറി ലൈൻ എന്നു പറയുന്നു. ഈ തത്ത്വത്തെ ഇമാജിനറി ലൈൻ പ്രിൻസിപ്പിൾ എന്നു വിളിക്കാം. ഇതനുസരിച്ച് ക്യാമറയ്ക്ക് തൊട്ടുമു ന്നിലെ നടന്റെ വലതുഭാഗത്താണ് ക്യാമറ വച്ചതെങ്കിൽ മറുഭാഗത്തുള്ള നടന്റെ ഇടതുഭാഗത്ത് ക്യാമറ വയ്ക്കണം. എന്നാൽ മാത്രമേ അവർ രണ്ടുപേരും അന്യോന്യം നോക്കി വർത്തമാനം പറയുന്നതായി സിനിമ സ്ക്രീൻ ചെയ്യുമ്പോൾ തോന്നുകയുള്ളൂ. ഇത് ചിത്രീകരണത്തിലെ വളരെ ലളിതമായ ഒരു തത്ത്വമാണെങ്കിലും ഏറ്റവും പ്രധാനപ്പെട്ടതും ശ്രദ്ധിക്കേണ്ടതുമായ ചിത്രീകരണ തത്ത്വമാണിത്.

ഇനി ലോ ആംഗിൾ ഷോട്ടിനെക്കുറിച്ചും ഹൈ ആംഗിൾ ഷോട്ടി നെക്കുറിച്ചും മനസ്സിലാക്കാം. ക്യാമറ വസ്തുവിനെക്കാൾ ഉയരത്തിൽ വച്ച് ചിത്രീകരിക്കുന്ന ഷോട്ടിനെ ഹൈ ആംഗിൾ ഷോട്ടെന്നും, ക്യാമറ വസ്തുവിനെക്കാൾ താഴെവച്ച് ചിത്രീകരിക്കുന്ന ഷോട്ടിനെ ലോ ആംഗിൾ ഷോട്ടെന്നും പറയുന്നു.

ഏരിയൽ ഷോട്ടെന്ന് പറയുന്നതും ഒരു തരത്തിൽ ഹൈ ആംഗിൾ ഷോട്ടുതന്നെ. ഏരിയൽ ഷോട്ടെടുക്കുന്നത് സാധാരണയായി ക്യാമറ വളരെ ഉയരത്തിലൂടെ സഞ്ചരിക്കുന്ന ഹെലികോപ്ടർ, ഗ്ലൈഡർ, ചെറിയ വിമാനങ്ങൾ എന്നീ വാഹനങ്ങളിൽ നിന്നാണ്. ഒരുപാട് ഏരിയ (വി സ്തീർണ്ണം) ഫ്രെയിമിൽ കാണാൻ കഴിയുമെന്നതാണ് ഈ ഷോട്ടിന്റെ ഗുണം. ഏരിയൽ ഷോട്ടുകൾ എസ്റ്റാബ്ലിഷിംഗ് ഷോട്ടുകളായും ഉപയോഗിക്കാറുണ്ട്.

നിലാവുള്ള രാത്രികൾ സിനിമയിൽ കണ്ടിട്ടുണ്ടല്ലോ. അത്തരം ഷോട്ടുകൾ ചിത്രീകരിക്കുന്നത് പകൽ വെളിച്ചത്തിലാണ്. ക്യാമറയുടെ ലെൻസിൽ പ്രത്യേക ഫിൽട്ടറുകൾ ഉപയോഗിച്ച് പകൽ വെളിച്ചത്തെ വേണ്ടവിധം മിതപ്പെടുത്തി നിലാവെളിച്ചം പോലെയാക്കി ചിത്രീകരിക്കുന്ന ഷോട്ടുകളെയാണ് ഡേ ഫോർ നൈറ്റ് ഷോട്ടുകളെന്ന് വിളിക്കുന്നത്.

ഇങ്ങനെയുള്ള ഷോട്ടുകളടക്കം ഇതുവരെ പറഞ്ഞ ഷോട്ടുകളെ യെല്ലാം ചേർത്ത് തരംതിരിക്കുകയാണെങ്കിൽ ഷോട്ടുകളെ മൂന്ന് വിഭാ ഗത്തിൽ പെടുത്താം. യാന്ത്രികമായും ക്രിയാത്മകമായും ബുദ്ധിപര മായും എടുക്കുന്ന ഷോട്ടുകളാണിവ. സ്റ്റാറ്റിക് ഷോട്ടുകൾ, പാനിംഗ്,

ടിൽട്ടിംഗ്, ട്രാക്കിംഗ്, ക്രെയിൻ, സൂമിൻ, സൂമൗട്ട് എന്നീ ഷോട്ടുകളെല്ലാം സ്വതവേ യാത്രികവിഭാഗത്തിൽ പെടുന്ന ഷോട്ടുകളാണ്. ഈ ഷോട്ടു കൾ ഒരു പ്രത്യേക ആംഗിളിൽ എടുക്കുമ്പോൾ ക്രിയാത്മകമാകുന്നു. അതുതന്നെ ഒരു പ്രത്യേക കോംപോസിഷനിൽ, ഒരു പ്രത്യേക കോറി യോഗ്രാഫിയിൽ, ഒരു പ്രത്യേക പ്രകാശ സംവിധാനത്തിൽ എടുക്കു മ്പോൾ ബുദ്ധിപരമാകുന്നു.

റോസ്റ്റോക്ക്

ക്യാമറയിൽ ഓടിക്കാത്ത അതായത് വെളിച്ചത്തിൽ കാണിക്കാത്ത അല്ലെങ്കിൽ ഇമേജുകൾ പതിയാത്ത, എക്സ്പോസ് ചെയ്യാത്ത ഫിലി മിനെ റോസ്റ്റോക്ക് എന്നുപറയുന്നു. ഈ റോസ്റ്റോക്ക് ഉണ്ടാക്കുന്നത് 100 ശതമാനം ശുദ്ധമായ അന്തരീക്ഷവായുവും വെള്ളവും രാസപദാർത്ഥ ങ്ങളും ഉപയോഗിച്ചാണ്. സെല്ലുലോസ് അസിറ്റേറ്റ് എന്ന സുതാര്യമായ കട്ടികുറഞ്ഞ, ചുരുട്ടാനും നിവർത്താനും കത്രികകൊണ്ട് കട്ടുചെയ്യാനു മൊക്കെ സൗകര്യവും ഉറപ്പുമുള്ള ഒരു പോളിമറായ സെല്ലുലോസ് അസിറ്റേറ്റ് എന്ന സുതാര്യമായ പോളിമറാണ് ഫിലിമിന്റെ ബേസ്. ഈ ബേസിലാണ് രാസപദാർത്ഥങ്ങൾ പുരട്ടുന്നത്. സെല്ലുലോയ്ഡ് എന്ന പേരുവരാനുള്ള പ്രധാനകാരണം ഈ പോളിമറാണ്. ഈ പോളിമറിൽ പുരട്ടിയിരിക്കുന്ന സിൽവർ ബ്രോമൈഡ് ആണ് പ്രകാശ സംവേദനം നടത്തുന്നത്. കളർഫിലിമിൽ റെഡ്, ബ്ലൂ, ഗ്രീൻ എന്നീ കളറുകൾ മൂന്ന് ലെയറുകളിലായി സിൽവർ ബ്രോമൈഡ് ഇമൾഷനിൽ ഉണ്ടായിരിക്കും. സെല്ലുലോയ്ഡിന്റെ അകവശത്തു പുരട്ടിയിരിക്കുന്ന കെമിക്കൽസിന്റെ ആകെത്തുകയെയാണ് ഇമൾഷൻ എന്നുപറയുന്നത്.

1888-ൽ ജോർജ്ജ് ഈസ്റ്റ്മാനാണ് റോൾഫിലിം വിപണയിലിറക്കി യത്. അദ്ദേഹത്തിന്റെ കമ്പനിയുടെ പേരാണ് കൊഡാക്ക്. കൊഡാക്ക് കമ്പനിയിലുണ്ടാക്കുന്ന കളർഫിലിമാണ് ഈസ്റ്റ്മാൻ കളർഫിലിം എന്ന പേരിലറിയപ്പെടുന്നത്. ലോകമാസകലം ഈ കളർഫിലിമാണ് ഇന്ന് ഏറ്റവും കൂടുതൽ ഉപയോഗിക്കുന്നത്. ഓർവൊ, അഗ്ഫാ, ഫ്യൂജി എന്നീ കമ്പനികളും കളർഫിലിം ഉണ്ടാക്കുന്നുണ്ട്. കളർഫിലിമിന് പുറമെ ബ്ലാക്ക് & വൈറ്റ് ഫിലിമുകളും കളർ പോസിറ്റീവ് ഫിലിമുകളും ശബ്ദം ലേഖനം ചെയ്യുവാനുള്ള സൗണ്ട് നെഗറ്റീവുകളും മാഗ്നറ്റിക് ടേപ്പുകളും വിപണിയിൽ ലഭിക്കും. അതിസൂക്ഷ്മതയോടെ തയ്യാറാക്കുന്ന ഈ ഫിലി മുകൾ 400 അടി, 1000 അടി, 2000 അടി എന്ന കണക്കിനുള്ള മൂന്നുതരം റോളുകളാക്കിയാണ് വിപണിയിലെത്തുന്നത്. ഭദ്രമായി വിപണിയിലിറ ക്കുന്ന ഈ ഫിലിം നെഗറ്റീവുകളും പോസിറ്റീവുകളും കൊഡാക്ക് കമ്പ നിയാണ് വിതരണം നടത്തുന്നത്. 35 എം എം ഫിലിമിന് പുറമെ 16 എം എം, സൂപ്പർ 16 എം എം, സൂപ്പർ 35 എം എം, 70 എം എം എന്നീ ഗേജു കളിലുള്ള ഫിലിമുകൾ വിതരണത്തിലുണ്ട്.

നിർമ്മാതാക്കൾക്ക് ഫിലിം വാങ്ങണമെങ്കിൽ ലൈസൻസ് ആവ ശ്യമാണ്. ഒരാൾ ഫിലിം നിർമ്മാതാവാണെന്ന് തെളിയിക്കുന്നതിനുള്ള

സർട്ടിഫിക്കറ്റാണ് ലൈസൻസ്. ഈ ലൈസൻസ് കിട്ടണമെങ്കിൽ സിനിമ നിർമ്മിക്കണമെന്ന് ആഗ്രഹമുള്ള ഒരാൾ അദ്ദേഹത്തിന്റെ ബാനർ അഥവാ ഓഫീസിന്റെ പേര് കേരള ഫിലിം ചേമ്പർ ഓഫ് കൊമേഴ്സ് എന്ന നിർമ്മാതാക്കളുടെ സംഘടനയിലോ അല്ലെങ്കിൽ സൗത്ത് ഇന്ത്യൻ ഫിലിം ചേമ്പർ ഓഫ് കൊമേഴ്സിലോ അതുമല്ലെങ്കിൽ മുംബൈയിലോ രജിസ്റ്റർ ചെയ്തിരിക്കണം. ഇങ്ങനെ രജിസ്റ്റർ ചെയ്തുകഴിഞ്ഞാൽ അയാൾ അംഗീകൃത നിർമ്മാതാവായി. പ്രസ്തുത രജിസ്ട്രേഷൻ നമ്പറും പുതിയതായി രജിസ്റ്റർ ചെയ്ത നിർമ്മാതാവിന്റെ പേരും ബാനർ രജിസ്ട്രേഷനുമെല്ലാം ചെയ്തതിന്റെ കോപ്പികൾ ബന്ധപ്പെട്ട എല്ലാ ഡിപ്പാർട്ട്മെന്റുകൾക്കും അയച്ചുകൊടുക്കും. ലൈസൻസുള്ള നിർമ്മാ താക്കൾക്ക് മൂവി റോസ്റ്റോക്ക് ലോകനിലവാരത്തിലുള്ള വിലയ്ക്കുതന്നെ വാങ്ങി ഉപയോഗിക്കാവുന്നതാണ്. സ്റ്റിൽ ക്യാമറയ്ക്കുവേണ്ടി വാങ്ങുന്ന ഇതേ ഫിലിമിന് വില കൂടുതൽ കൊടുക്കേണ്ടിവരും.

വ്യത്യസ്ത സ്പീഡിലുള്ള ഫിലിമും വിപണിയിൽ ലഭ്യമാണ്. സ്പീഡ് എന്നാൽ ഫിലിം ഇമൾഷന്റെ പ്രകാശ സംവേദനക്ഷമതയാണ്. പ്രകാശ സംവേദനത്തിന്റെ യൂണിറ്റ് എ എസ് എ (അമേരിക്കൻ സ്റ്റാന്റേർഡ് അസോസിയേഷൻ) ആണ്. ജർമ്മനിയിൽ ഇത് ഡിൻ (DIN) ആണ്. എ എസ് എ ആണ് കൂടുതൽ ജനകീയമായ പദം. 20 ASA, 50 ASA, 100 ASA, 200 ASA, 400 ASA, 800 ASA എന്നിങ്ങനെ വ്യത്യ സ്ത ഫിലിമുകൾ മാർക്കറ്റിൽ കൊഡാക്ക് സെന്ററിൽ നിന്നു വാങ്ങാൻ കഴിയും. സ്പീഡ് കുറഞ്ഞ ഫിലിം പൊതുവെ ഔട്ട്ഡോർ ഫിലിം ഷൂട്ടിം ഗിനും, സ്പീഡ് കൂടിയ ഫിലിം ഇൻഡോർ ഷൂട്ടിംഗിനും ഉപയോഗിക്കും. 200 ASA - യിൽ താഴെയുള്ള ഫിലിമുകളെല്ലാം സ്പീഡ് കുറഞ്ഞ ഫിലിമുകളായാണ് കണക്കാക്കുന്നത്. ഫിലിംസ്പീഡ് 200 ASA മുതൽ 800 ASA വരെയുള്ള ഫിലിമുകളാണ് ഹൈസ്പീഡ് ഫിലിമുകൾ. ഫിലിം ഇമൾഷനിലുള്ള കണികകളുടെ വലിപ്പത്തിനനുസരിച്ചാണ് ഫിലി മിന്റെ സ്പീഡ് കൂടുന്നതും സ്പീഡ് കുറയുന്നതും. സ്പീഡ് കൂടിയ ഫിലിം ഉപയോഗിച്ച് ചിത്രീകരിച്ച രാത്രിരംഗങ്ങൾ വെള്ളിത്തിരയിൽ കാണുമ്പോൾത്തന്നെ പരിചയസമ്പന്നരായ സിനിമാപ്രവർത്തകർക്ക് ഏതു ഫിലിമാണ് ഉപയോഗിച്ചിരിക്കുന്നതെന്ന് മനസ്സിലാകും. കാരണം സ്പീഡ് കൂടിയ ഫിലിമിന്റെ ഇമൾഷനിലുള്ള കണികകളുടെ വലിപ്പം കൂടുതലായിരിക്കുമല്ലോ. അത്തരം ഫിലിമുകളിൽ ചിത്രീകരിച്ച രംഗങ്ങൾ സ്ക്രീൻ ചെയ്യുമ്പോൾ വെള്ളിത്തിരയിൽ കാണുന്ന ദൃശ്യങ്ങളോടൊപ്പം ധാരാളം ഗ്രെയിൻസും കാണാൻ കഴിയും. ഗ്രെയിൻസ് കുറയുമ്പോൾ ദൃശ്യത്തിന്റെ വ്യക്തത വർദ്ധിക്കുന്നു. ഔട്ട്ഡോർ രംഗങ്ങൾ ചിത്രീകരി ച്ചിരിക്കുന്ന ദൃശ്യങ്ങളുടെ വ്യക്തത വർദ്ധിക്കുവാനുള്ള കാരണങ്ങളി ലൊന്ന് ലോ സ്പീഡ് ഫിലിം ഉപയോഗിക്കുന്നതുകൊണ്ടാണ്.

1888-ലാണ് മഹാനായ ജോർജ്ജ് ഈസ്റ്റ്മാൻ റോൾഫിലിം കണ്ടു പിടിച്ചതെന്ന് പറഞ്ഞുവല്ലോ. അതോടൊപ്പംതന്നെ ആദ്യത്തെ സ്നാപ്പ് ഷോട്ട് സ്റ്റിൽ ക്യാമറയും കൊഡാക് വിപണിയിലിറക്കി. 1889-ൽ

റോൾഫിലിം മാർക്കറ്റിലിറക്കി. 1891-ൽ എഡിസൺ ഈ റോൾഫിലിം ചുരുളുകളുപയോഗിച്ച് ചില ചലനങ്ങൾ ചിത്രീകരിക്കാൻ ശ്രമിച്ചിട്ടുണ്ട്. 1892-ൽ കൊഡാക് കമ്പനി ഈസ്റ്റ്മാൻ കൊഡാക് കമ്പനിയായി രജിസ്റ്റർ ചെയ്യപ്പെട്ടു. 1893-ൽ ഈ കമ്പനി സ്വന്തമായി സെല്ലുലോയ്ഡ് ഉണ്ടാക്കി അതിൽ വ്യത്യസ്ത സ്പീഡിലുള്ള ഇമൾഷൻ പുരട്ടാനുള്ള ഓട്ടോമാറ്റിക് യന്ത്രസാമഗ്രികൾ സ്ഥാപിക്കുകയും അങ്ങനെ ന്യൂയോർക്കിലെ 343 സ്റ്റേറ്റ് സ്ട്രീറ്റിൽ ഈസ്റ്റ്മാൻ കൊഡാക്കിന്റെ ആറുനിലക്കെട്ടിടം ഉയരുകയും ചെയ്തു.

1923-ൽ എളുപ്പത്തിൽ തീപിടിക്കുന്ന ഫിലിം ബേസായിരുന്ന സെല്ലുലോസ് അസിറ്റേറ്റിന്റെ സ്ഥാനത്ത് കൂടുതൽ സുരക്ഷിതമായ സെല്ലുലോസ് അസിറ്റേറ്റ് ഈസ്റ്റ്മാൻ കണ്ടുപിടിച്ചു വിപണിയിലിറക്കി. 1925-ൽ ആഗോളമായി ഫിലിമുണ്ടാക്കുന്ന ഏറ്റവും വലിയ കമ്പനിയായ കൊഡാക്കിന്റെ ചെയർമാനായി ജോർജ്ജ് ഈസ്റ്റ്മാൻ സ്ഥാനമേറ്റു. അതിനുശേഷം ഫിലിം നിർമ്മാണരംഗത്ത് പുതിയതരം ഫിലിമുകൾ ഉണ്ടാക്കാൻ തുടങ്ങി. 1927-ൽ ആദ്യത്തെ ശബ്ദചിത്രമായ *ജാസ് സിംഗർ* *(Jazz Singer)* റിലീസായതോടെ ശബ്ദം ഫിലിമിൽ റെക്കോർഡ് ചെയ്യാവുന്ന സൗണ്ട് നെഗറ്റീവും പോസിറ്റീവും കൊഡാക് നിർമ്മാണം ആരംഭിച്ചു. 1928-ൽ ഈസ്റ്റ്മാൻ കളർഫിലിം ആദ്യമായി മാർക്കറ്റിലിറങ്ങി. തുടർന്ന് 1930-ൽ ഇമൾഷനെ സുരക്ഷിതമായി സംരക്ഷിക്കുന്ന ജെലാറ്റിൻ പ്ലാന്റും ഈസ്റ്റ്മാൻ ഉണ്ടാക്കി. 1931-ൽ കൊഡാലിത്ത് ഫിലിമും, ക്യാമറയും പുറത്തിറക്കി. 1932-ൽ മഹാനായ ജോർജ്ജ് ഈസ്റ്റ്മാൻ അന്തരിച്ചു. ചലച്ചിത്രമാധ്യമത്തിൽ ക്യാമറയെപ്പോലെതന്നെ പ്രാധാന്യമുള്ള ഫിലിമിന്റെ നിർമ്മാതാവും ശാസ്ത്രജ്ഞനുമായിരുന്ന ജോർജ്ജ് ഈസ്റ്റ്മാൻ ശേഷവും കൊഡാക് പുതിയ കണ്ടുപിടുത്തങ്ങൾ തുടർന്നുപോയി. തുടർന്നുള്ള വർഷങ്ങളിൽ അവർ ഹൈസ്പീഡ് ക്യാമറയും മൂന്നുതരം സ്പീഡുകളുള്ള കളർഫിലിമുകളും (200 A S A, 400 A S A, 800 A S A) പുറത്തിറക്കി.

1984-ൽ കൊഡാക് വീഡിയോക്യാമറകൾ പുറത്തിറക്കുവാൻ തുടങ്ങി. കൊഡാവിഷൻ എന്ന പേരിലാണ് അത്തരം ക്യാമറകൾ അറിയപ്പെടുന്നത്. 1992-ൽ കോംപാക്ട് ഡിസ്ക്കുകളും (CD) പുറത്തിറക്കി. ഇന്ന് ഡിജിറ്റൽ ലോകത്തിലേക്ക് മാറിക്കൊണ്ടിരിക്കുന്ന ഈസ്റ്റ്മാൻ കൊഡാക്കിന്റെ ചരിത്രമെന്ന് പറഞ്ഞാൽ ചലച്ചിത്രമാദ്ധ്യമ ടെക്നോളജിയുടെയും റോസ്റ്റോക്ക് എന്നപേരിലറിയപ്പെടുന്ന ഫിലിമിന്റെയും ചരിത്രമാണ്. ചലച്ചിത്രകലയും ടെലിവിഷനും 100 വർഷത്തിനുള്ളിൽ കൈവരിച്ച നേട്ടങ്ങളുടെ പിതാവായി ജോർജ്ജ് ഈസ്റ്റ്മാനെ കാണുന്നതിൽ ഒരർത്ഥത്തിൽ പറഞ്ഞാൽ തെറ്റില്ല. കാരണം ടെക്നോളജിയില്ലെങ്കിൽ ചലച്ചിത്രമാധ്യമത്തിന് നിലനിൽപ്പില്ല. ആകയാൽ, ചലച്ചിത്രകല ജോർജ്ജ് ഈസ്റ്റ്മാനോട് കടപ്പെട്ടിരിക്കുന്നു. അദ്ദേഹത്തിന്റെ ആദ്യകാലത്തെ ആ വാചകം ഒരിക്കൽ കൂടി ഓർമ്മിക്കാം: "You press the button, we do the rest." ലോകത്തിലാദ്യമായി സ്നാപ് ഷോട്ട് ക്യാമറയും റോൾഫിലിമും ഇറക്കിയപ്പോൾ ജോർജ്ജ് ഈസ്റ്റ്മാൻ പറഞ്ഞ പരസ്യവാചകമായിരുന്നു ഇത്.

7

ചിത്രീകരണം

നമ്മളിപ്പോൾ ചലച്ചിത്രം ചിത്രീകരിക്കാനുള്ള ക്യാമറയെക്കുറിച്ചും ഫിലിമിനെക്കുറിച്ചും ലെൻസുകളെക്കുറിച്ചും അതിനോട് ബന്ധപ്പെട്ടു നിൽക്കുന്ന സാങ്കേതിക സാമഗ്രികളെക്കുറിച്ചും പറഞ്ഞുകഴിഞ്ഞു. ക്യാമ റയ്ക്ക് മുന്നിലുള്ള ഒരു വസ്തുവിനെയോ ജീവികളെയോ മനുഷ്യരെ യോ നടീനടന്മാരെയോ എങ്ങനെ ചിത്രീകരിക്കുന്നുവെന്നുകൂടി പറയാം.

പ്രകാശത്തിന്റെയും നിഴലിന്റെയും ഇടകലർന്നുള്ള സ്ഥിതിവിശേ ഷത്തിന്റെ ഫലമായിട്ടാണ് നാം ഒരു വസ്തുവിനെ കാണുന്നത്. ക്യാമ റയും ഒരു വസ്തുവിനെ കാണുന്നത് അപ്രകാരം തന്നെ. നമ്മുടെ കണ്ണു കൾ കാണുന്ന വസ്തുവിലേക്ക് നമ്മൾ ശ്രദ്ധ കേന്ദ്രീകരിക്കുന്നതുപോലെ ക്യാമരയുടെ ശ്രദ്ധയും ഒരു വസ്തുവിലേക്ക്, അതായത് ചിത്രീകരിക്കാ നുള്ള വസ്തുവിലേക്ക് കേന്ദ്രീകരിക്കണം. ക്യാമരയുടെ ശ്രദ്ധയെന്ന് പറ ഞ്ഞാൽ ലെൻസിന്റെ ഫോക്കസ് എന്നാണർത്ഥം. ചിത്രീകരിക്കേണ്ട വസ്തുവിനെ ക്യാമരയുടെ വ്യൂഫൈൻഡറിലൂടെ നോക്കിയും ഇട യ്ക്കുള്ള ദൂരം ടേപ്പ്കൊണ്ട് അളന്നുമാണ് ഫോക്കസ് ചെയ്യുന്നത്. രണ്ടാ മതായി പ്രകാശത്തിന്റെ തീവ്രതയും നിഴലിന്റെ തീവ്രതയും മനസ്സിലാ ക്കണം. നമ്മുടെ കണ്ണുകൾക്ക് ആ കഴിവും സ്വതവേതന്നെ ലഭിച്ചിട്ടുണ്ട്. അതായത് പ്രകാശം അത്യുച്ചത്തിലാണെങ്കിൽ വസ്തുവിൽ തട്ടി പ്രതി ഫലിച്ച് വരുന്ന പ്രകാശരശ്മികളുടെ തീവ്രതയും കൂടുതലായിരിക്കും. നമ്മുടെ കണ്ണിന്റെ കൃഷ്ണമണിയിലുള്ള (eye ball) പേശികൾ (ഡയ ഫ്രം) ആ സമയത്ത് സ്വയം ചുരുങ്ങുകയും ആ വസ്തുവിനെ നല്ലവണ്ണം കാണുവാനുള്ള പ്രകാശം മാത്രമേ തലച്ചോറിലേക്ക് അഥവാ റെറ്റിനയി ലേക്ക് കടത്തിവിടുകയുള്ളൂ.

ഇതുപോലെ ലെൻസിലും പ്രകാശനിയന്ത്രണത്തിനായി അപ്രച്ചർ

(aperature) അല്ലെങ്കിൽ ഡയഫ്രം ഉണ്ട്. പ്രകാശത്തിന്റെ തീവ്രത കൂടു തലാണെങ്കിൽ അപ്രെച്ചർ ചെറുതാകുകയും പ്രകാശ തീവ്രത കുറവാ ണെങ്കിൽ അപ്രെച്ചർ വലുതാവുകയും ചെയ്യുന്നു. നമ്മുടെ കണ്ണുകൾ സ്വയം ചെയ്യുന്ന പ്രവൃത്തി തന്നെയാണ് മെക്കാനിക്കലായി ലെൻസിലും ചെയ്യുന്നത്.

പ്രകാശതീവ്രത അളക്കാനായി ഉപയോഗിക്കുന്ന ഉപകരണത്തെ എക്സ്പോഷർ മീറ്റർ എന്നു വിളിക്കുന്നു. ചിത്രീകരിക്കേണ്ട വസ്തു വിൽ തട്ടിക്കൊണ്ടിരിക്കുന്ന പ്രകാശത്തിന്റെ അളവും വസ്തുവിൽ നിന്നും പ്രതിഫലിക്കുന്ന പ്രകാശത്തിന്റെ അളവും നിഴൽ വീണ ഭാഗ ത്തുള്ള പ്രകാശത്തിന്റെ അളവും ക്യാമറ കൈകാര്യം ചെയ്യുന്നവർ കൃത്യമായി മനസ്സിലാക്കേണ്ടതുണ്ട്. ആ റീഡിംഗിനനുസരിച്ചാണ് ക്യാമ റയുടെ അപ്രെച്ചർ ക്രമീകരിക്കുന്നത്. ഒരു ഫോട്ടോ ഇലക്ട്രിക് സെല്ലും ഗാൽവനോമീറ്ററും ചേർന്ന ഉപകരണമാണ് എക്സ്പോഷർ മീറ്റർ. ഇതിൽ തട്ടുന്ന പ്രകാശരശ്മികളിലെ ഫോട്ടോണുകൾ ഇലക്ട്രോണു കളായി മാറുകയും അത്തരം ഇലക്ട്രോണുകൾ ഗാൽവനോമീറ്ററിലൂടെ കടന്നുപോകുമ്പോൾ ഗാൽവനോമീറ്ററിന്റെ സൂചി അപ്പോഴുണ്ടാകുന്ന ഇലക്ട്രിസിറ്റിയുടെ അളവ് മീറ്ററിൽ കാണിക്കുകയും ചെയ്യുന്നു. മീറ്റ റിൽ കാണിക്കുന്ന റീഡിംഗനുസരിച്ചാണ് ക്യാമറാമാൻ ക്യാമറയുടെ ലെൻസ് എങ്ങനെ സജ്ജീകരിക്കണമെന്ന് നിശ്ചയിക്കുന്നത്. ഈ ഉപ കരണത്തിൽ കാണിക്കുന്ന റീഡിംഗ് ക്യാമറയിൽ പ്രയോഗിക്കണമെ ങ്കിൽ ഒരുപാട് അനുഭവസമ്പന്നതയും പഠനവും ക്യാമറാമാന് ആവശ്യ മാണെന്ന് പ്രത്യേകം പറഞ്ഞുകൊ ള്ളുന്നു.

എന്നാൽ വീഡിയോ ക്യാമ റയിലാണെങ്കിൽ ഇക്കാര്യം മോണി ട്ടറിൽ പതിഞ്ഞുകൊണ്ടിരിക്കുന്ന ഇമേജിനെ നോക്കിത്തന്നെ ചെയ്യാവു ന്നതാണ്. ഇത്തരം ക്യാമറകളിൽ തന്നെ ബിൽട്ട് ഇൻ എക്സ്പോഷർ മീറ്ററുകളും ഉണ്ട്.

നിഴലും വെളിച്ചവുമായി നില കൊള്ളുന്ന പ്രകൃതിയുടെ നിഴൽ വീണ ഭാഗങ്ങളിൽ നിൽക്കുന്ന ഒരു വസ്തുവിനെ ചിത്രീകരിക്കുമ്പോൾ നിഴൽവീണ ഭാഗത്ത് പ്രകാശം പര ത്തുവാൻ റിഫ്ളക്ടേർസ് ഉപയോഗി ക്കുന്നു. നമുക്ക് വേണ്ട രീതിയിൽ പ്രകാശത്തെ പ്രതിഫലിപ്പിക്കാൻ സിൽവർപേപ്പർ പതിച്ച റിഫ്ള

റിഫ്ളക്ടർ

ഷൂട്ടിംഗ് സെറ്റ്

ക്ടേഴ്സിൽ വീഴുന്ന പ്രകാശത്തെ വസ്തുവിലേക്ക് പ്രതിഫലിപ്പിക്കു
ന്നു. റിഫ്ളക്ടേഴ്സ് ഇടത്തോട്ടും വലത്തോട്ടും മുകളിലേക്കും താഴോട്ടും
അഡ്ജസ്റ്റ് ചെയ്താണ് വസ്തുവിലേക്ക് പ്രതിഫലനരശ്മികളെ എത്തി
ക്കുന്നത്. ഒരു സ്റ്റാന്റിൽ ഉറപ്പിച്ചിരിക്കുന്ന ഇത്തരം റിഫ്ളക്ടറുകളെ
വെളിച്ചം ആവശ്യമുള്ള ഇടത്തിലേക്ക് എത്തിക്കുവാൻ പരിചയം ആവ
ശ്യമാണ്. റിഫ്ളക്ടറുകൾക്ക് രണ്ടുവശമുണ്ട്. തിളക്കമേറിയ സിൽവർ
പേപ്പർ ഒട്ടിച്ചിരിക്കുന്ന ഭാഗത്തെ ഹാർഡ് (Hard) എന്നും, തിളക്കം
കുറഞ്ഞ ഭാഗത്തെ സോഫ്ട് (soft) എന്നും പറയുന്നു. പ്രകാശത്തിന്റെ
ഏറ്റക്കുറച്ചിലിനനുസരിച്ചാണ് ഹാർഡും സോഫ്ട്ടുമൊക്കെ ഉപയോഗി
ക്കുന്നത്. ക്യാമറ കൈകാര്യം ചെയ്യുന്ന ക്യാമറാമാന്റെ ആവശ്യപ്രകാ
രമാണ് ലൈറ്റിംഗ് അസിസ്റ്റന്റുമാർ ഇതെല്ലാം ചെയ്തുകൊടുക്കുന്നത്.
റിഫ്ളക്ടറുകളുടെ അഭാവത്തിൽ കൊച്ചുകൊച്ചാവശ്യങ്ങൾക്കായി
തെർമോക്കോളിന്റെ വലിയ ഷീറ്റുകൾ ഉപയോഗിക്കാം. തെർമോക്കോ
ളിൽ നിന്നും അധികം ഹാർഡല്ലാത്തതും, എന്നാൽ തീരെ സോഫ്ടല്ലാ
ത്തതുമായ ഒരു മദ്ധ്യവർത്തി വെളിച്ചം കിട്ടുമെന്നതിനാൽ തെർമോ
ക്കോൾ റിഫ്ളക്ടറുകൾ സുലഭമായി ഉപയോഗത്തിലുണ്ട്.

സൂര്യാസ്തമനം കഴിഞ്ഞതിനു ശേഷമുള്ള ചിത്രീകരണത്തിന്
കൃത്രിമ ലൈറ്റുകൾ ഉപയോഗിക്കുന്നു. 500 വാട്ട്സ് മുതൽ 5000 വാട്ട്സ്
വരെയുള്ള ലൈറ്റുകൾ രാത്രിസമയത്തെ ചിത്രീകരണത്തിനായി ഉപ
യോഗിക്കുന്നു. ഒരാളിരുന്ന് വായിക്കുന്ന ചെറിയൊരു മുറി, അല്ലെങ്കിൽ
ഒറ്റ മുറിയും വരാന്തയുമുള്ള ഒരു കുടിൽ മുതലായ വീടുകൾ മുതൽ
വലിയ കെട്ടിടങ്ങൾ, ഹാളുകൾ, രാത്രി നടക്കുന്ന ഡിന്നർ പാർട്ടികൾ

എന്നിവയെല്ലാം ചിത്രീകരിക്കേണ്ടി വരുമ്പോൾ ഒരുപാട് ലൈറ്റുകൾ പല സ്ഥലങ്ങളിലായി വയ്ക്കേണ്ടിവരും. ഇങ്ങനെയുള്ള അവസരങ്ങളിൽ 10 മുതൽ 50 കിലോവാട്ട് വരെയുള്ള ജനറേറ്ററുകൾ ഉപയോഗിക്കുന്നു. അമ്പ തും എഴുപത്തിയഞ്ചും കിലോവാട്ട് വരെയുള്ള ജനറേറ്ററുകൾ വരെ വലിയ ചിത്രീകരണത്തിനായി ഉപയോഗിക്കുന്നുണ്ട്.

കൃത്രിമലൈറ്റുകളെ അതാതിന്റെ കളർ ടെംപറേച്ചർ അനുസരിച്ചും ഫിലമെന്റിന് ഉപയോഗിച്ചിരിക്കുന്ന പദാർത്ഥങ്ങളെ അടിസ്ഥാനമാക്കിയും പലതരമായി തിരിച്ചിട്ടുണ്ട്.

വീഡിയോ ക്യാമറയോടൊപ്പം നിങ്ങൾ കണ്ടിട്ടുള്ള ചെറിയ ലൈറ്റു കളെ സൺഗൺ ലൈറ്റുകളെന്ന് വിളിക്കുന്നു. 500, 1000, 2000 വരെയുള്ള ലൈറ്റുകൾ ഈ വിഭാഗത്തിലുണ്ട്. ഗൃഹാന്തരീക്ഷത്തിൽ നടക്കുന്നതും സ്യൂസ്റീൽ വിഭാഗത്തിൽ വരുന്നതുമായ രംഗങ്ങൾ ചിത്രീകരിക്കുവാൻ ഈ ലൈറ്റുകൾ ഉപയോഗിക്കുന്നു. സിനിമയുടെ ആദികാലത്തുള്ള വലിയ ഫിലമെന്റ് ലൈറ്റുകളൊന്നും ഇന്ന് ഉപയോഗിക്കുന്നില്ല. ഇക്കാ ലത്തുപയോഗിക്കുന്ന ലൈറ്റുകളിൽ പ്രധാനി പുറത്തും അകത്തും ഒരു പോലെ ഉപയോഗിക്കാവുന്ന HMI ലൈറ്റുകളും LED ലൈറ്റുകളും പല തരം റെയർ ഗ്യാസുകളുപയോഗിച്ച് കത്തിക്കാവുന്ന ടങ്സ്റ്റൺ ലൈറ്റു കളുമാണ്. ലൈറ്റുകളോടൊപ്പംതന്നെ ആവശ്യമില്ലാത്ത നിറങ്ങളെ തടഞ്ഞു നിർത്തുന്ന ഫിൽട്ടറുകളും പ്രകാശധാരയെ നിശ്ചിതമാർഗ്ഗത്തി

ട്രാക്കിംഗ് ഷോട്ടും, ക്രെയിൻ ഷോട്ടും

ലൂടെ വിടുന്ന കട്ടറുകളും വർണ്ണക്കടലാസുകൊണ്ടുള്ള ഫിൽട്ടറുകളും ബട്ടർപേപ്പറുകളും പ്രകാശത്തിന്റെ കാഠിന്യം കുറയ്ക്കാനുള്ള നെറ്റുകളുമൊക്കെ കൃത്രിമ ലൈറ്റുകളോടൊപ്പം ഉപയോഗിക്കുന്നു.

ചിത്രീകരണം നടക്കുന്ന സ്ഥലത്തെ സെറ്റ് അഥവാ ലൊക്കേഷൻ എന്ന പേരിലറിയപ്പെടുന്നു. ഈ സെറ്റിൽ കഥാപാത്രങ്ങളെയും ചിത്രീകരണ പശ്ചാത്തലത്തെയും മറ്റു വസ്തുക്കളെയും സംവിധായകന്റെ ആവശ്യപ്രകാരം നിരത്തി സ്ഥാനങ്ങൾ നിശ്ചയിച്ചുകഴിഞ്ഞാൽ ലൈറ്റിംഗ് തുടങ്ങുകയായി. ഡോക്യുമെന്ററിയുടെ ചിത്രീകരണം മിക്കവാറും യഥാതഥ സ്ഥലത്ത് സൂര്യപ്രകാശത്തെ ആശ്രയിച്ച് ചെയ്യുന്നതിനാൽ കഥാ ചിത്രങ്ങൾ ചിത്രീകരിക്കുന്ന രീതിയും ഡോക്യുമെന്ററികൾ ചിത്രീകരിക്കുന്ന രീതിയും തമ്മിൽ വ്യത്യാസമുണ്ട്. എന്നിരുന്നാൽതന്നെ പ്രകാശത്തിന്റെ സാന്നിദ്ധ്യത്തിൽ മാത്രമേ ഈ രണ്ടു വിഭാഗം സിനിമയും ചിത്രീകരിക്കാൻ സാധിക്കൂ.

ലൈറ്റിംഗ് കഴിഞ്ഞാൽ ക്യാമറയുടെ സ്ഥാനനിർണ്ണയവും ആംഗിളും ഷോട്ടെടുക്കുന്ന രീതിയും അതിനുവേണ്ട സാങ്കേതികോപകരണങ്ങളും സജ്ജീകരിച്ച് റിഹേഴ്സൽ നടത്തുവാൻ തുടങ്ങുകയായി. ശബ്ദലേഖനത്തിന്റെ ആവശ്യത്തിനായി വേണ്ടത്ര മൈക്രോഫോണുകൾ വേണ്ട രീതിയിൽ വേണ്ടസ്ഥാനത്ത് വച്ച് ക്യാമറാ റിഹേഴ്സലിനോടൊപ്പം ശബ്ദ ലേഖനത്തിന്റെയും സാദ്ധ്യതകളെ പരിശോധിക്കുന്നു. നടീനടന്മാർ നടന്നുകൊണ്ട് സംസാരിക്കുമ്പോൾ അവരോടൊപ്പം മൈക്രോഫോണുകളും സഞ്ചരിക്കേണ്ടതുണ്ട്. ഈ ആവശ്യത്തിനായി ബൂമോ അല്ലെങ്കിൽ കോഡ്‌ലെസ് മൈക്രോഫോണുകളോ ഉപയോഗിക്കുന്നു. പാനിംഗ് ഷോട്ടുകൾ, ടിൽട്ടപ്പ്, ടിൽട് ഡൗൺ ഷോട്ടുകൾ, ട്രാക്കിംഗ് ഷോട്ടുകൾ, സൂമിൻ, സൂമൗട്ട് ഷോട്ടുകൾ, ക്രെയിൻ ഷോട്ടുകൾ എന്നിങ്ങനെയുള്ള ഷോട്ടുകളെടുക്കുമ്പോൾ ശബ്ദലേഖനത്തിന് പ്രത്യേക സംവിധാനങ്ങൾ ആവശ്യമായി വരും. ദൃശ്യ-ശ്രവണ ചിത്രീകരണത്തിനുള്ള സാങ്കേതിക സംവിധാനവും കലാകാരന്മാരുടെ പരിശീലനവും (റിഹേഴ്സൽ) പൂർത്തിയായാൽ ക്യാമറാമാൻ ചിത്രീകരിക്കേണ്ട ഓരോ വസ്തുവിന്റെ ചലന മാതൃകകൾക്കുമനുസരിച്ചുള്ള ഫോക്കസിംഗും പ്രകാശ സംവിധാനവും ക്യാമറയുടെ ചലനസംവിധാനവും ഒരിക്കൽക്കൂടി പരിശോധിച്ച് സംവിധായകനോട് 'റെഡി' പറഞ്ഞുകഴിഞ്ഞാൽ സംവിധായകൻ ചിത്രീകരണത്തിനുള്ള ഓർഡർ കൊടുക്കുകയായി. ആദ്യം ശബ്ദവും പിന്നീട് ക്യാമറയും അതിനുശേഷം നടീനടന്മാരും പ്രവർത്തനം തുടങ്ങാനുള്ള ഓർഡറുകൾ ക്രമപ്രകാരം കൊടുക്കുന്നു. ഇങ്ങനെയാണ് ഒരു ഷോട്ടിന്റെ ചിത്രീകരണം നടക്കുന്നത്.

8
പ്രോസസ്സിങ്

ചലച്ചിത്ര നിർമ്മാണത്തിലെ ടെക്നോളജിയിലെ ഒന്നാം വിഭാഗ
മായ ക്യാമറ, ഫിലിം, പ്രകാശം, ചിത്രീകരണം എന്നിങ്ങനെയുള്ള കാര്യ
ങ്ങൾ പറഞ്ഞുവല്ലോ. രണ്ടാമത്തെ വിഭാഗമാണ് പ്രോസസ്സിങ്. പ്രോസ
സ്സിംഗ് ലാബറട്ടറികളെക്കുറിച്ച് നിങ്ങൾ കേട്ടിരിക്കുമല്ലോ. നല്ല പ്രോസ
സ്സിംഗ് ലാബിന് ഓരോ വർഷവും നാഷണൽ അവാർഡ് കൊടുക്കുന്നു
ണ്ട്. കേരളത്തിലെ ചിത്രാഞ്ജലി കളർലാബ്, മദ്രാസിലെ പ്രസാദ്
കളർലാബ്, പഴയ ജെമിനി കളർലാബ് എന്നിങ്ങനെ പല പേരുകളിൽ
അറിയപ്പെടുന്ന ഫിലിം പ്രോസസ്സിംഗ് ലാബുകൾ നിലവിലുണ്ട്.

ചലച്ചിത്രം ചിത്രീകരിച്ചുകഴിഞ്ഞാൽ ഉടനെ തീയേറ്ററിൽ കൊണ്ടു
പോയി പ്രദർശിപ്പിക്കാനാവുമെന്ന് ഇന്നും പലരും തെറ്റിധരിക്കുന്നുണ്ട്.
അത് തീരെ സാദ്ധ്യമല്ല. ക്യാമറയിലൂടെ കടന്നു വരുന്ന ഇമേജ് ഫ്രെയി
മിൽ പതിഞ്ഞുകഴിഞ്ഞാൽ അത് ക്യാമറയിലൂടെ കടന്ന് ക്യാമറയുടെ
മുകളിൽ ഘടിപ്പിച്ചിട്ടുള്ള മേഗസിന്റെ ഉള്ളിലുള്ള രണ്ടാമത്തെ അറയിൽ
ചുറ്റിക്കൊണ്ടിരിക്കും. പൂർണ്ണമായും ഇരുട്ടുള്ള വൃത്താകാരമായ ഒര
യാണ് ഈ രണ്ടാമത്തെ അറ. മേഗസിന്റെ ആദ്യത്തെ അറയിൽ ഉള്ള
ഫിലിമിനെ റോസ്റ്റോക്ക് എന്നും ചിത്രീകരണം കഴിഞ്ഞ ഫിലിമിനെ
എക്സ്പോസ്ഡ് പിക്ചർ നെഗറ്റീവ് എന്നും പറയുന്നു. 400 അടിമു
തൽ 1000 അടിവരെയുള്ള റോസ്റ്റോക്കാണ് സാധാരണയായി മേഗസി
നിൽ ലോഡ് ചെയ്യുന്നത്. അത് ചിത്രീകരിച്ചുകഴിഞ്ഞാൽ ആ മേഗസിൻ
ക്യാമറയിൽ നിന്നും എടുത്തുമാറ്റി അതിലുള്ള ചിത്രീകരണം കഴിഞ്ഞ
ഫിലിം വെളിച്ചം തീരെ കടക്കാത്ത ഡാർക്ക്റൂമിൽ കൊണ്ടുപോയി
ക്യാനിലേക്ക് മാറ്റി അടച്ച് ഭദ്രമാക്കി ക്യാനിന്റെ വശങ്ങളിൽ വെളിച്ചം
കടക്കാതിരിക്കാൻ പശയുള്ള ടേപ്പ് ചുറ്റിയൊട്ടിക്കുന്നു. ചിത്രീകരണം
തുടങ്ങാനായി ലോഡ് ചെയ്ത മറ്റൊരു മേഗസിൻ ക്യാമറയിൽ ലോഡ്

ചെയ്ത് ചിത്രീകരണം തുടരുകയും ചെയ്യുന്നു. 400 അടി ഫിലിം വയ്ക്കാ വുന്ന വൃത്താകാരമായ ഒരു ഡപ്പയെയാണ് ക്യാൻ എന്നു പറയുന്നത്.

എക്സ്പോസ്ഡ് പിക്ചർ നെഗറ്റീവിൽ ചിത്രീകരിച്ച ഇമേജുകൾ പതിഞ്ഞിട്ടുണ്ടെങ്കിലും അതിന്റെ ഒരു കഷണം പുറത്തെടുത്തു നോക്കി യാൽ യാതൊന്നും കാണാൻ കഴിയില്ല. ചിത്രീകരിച്ച ഇമേജ് പ്രകാശ ത്തിന്റെയും നിഴലിന്റെയും രൂപത്തിൽ ഫിലിമിൽ പുരട്ടിയിരിക്കുന്ന രാസ പദാർത്ഥമായി രാസപ്രക്രിയ നടന്നുകഴിഞ്ഞെങ്കിലും ഇമേജിനെ കാണ ണമെങ്കിൽ അത് പ്രോസസ്സ് ചെയ്യണം. അതുകൊണ്ടാണ് ചിത്രീകരണം കഴിഞ്ഞ എക്സ്പോസ്ഡ് പിക്ചർ നെഗറ്റീവ് ഒരുവിധത്തിലും പ്രകാശം തട്ടാത്ത വിധത്തിൽ ക്യാനിലാക്കി പ്രോസസ്സിംഗ് ലാബിൽ എത്തിക്കു ന്നത്. പ്രോസസ്സിംഗ് ലാബിലെ ഇരുട്ടറയിൽവച്ച് പ്രസ്തുത ക്യാൻ തുറന്ന് ചിത്രീകരണം കഴിഞ്ഞ 400 അടി ഫിലിംറോൾ അതേപടി പ്രോസ സ്സിംഗ് യന്ത്രത്തിലെ മേഗസിനിൽ ഘടിപ്പിക്കുന്നു. ഇതെല്ലാം ഇരുട്ടിലാണ് നടക്കുന്നത്. പ്രോസസ്സിംഗ് യന്ത്രത്തിലെ ടാങ്കുകളിൽ, എക്സ്പോസ്ഡ് പിക്ചർ നെഗറ്റീവിൽ പതിഞ്ഞ ലേറ്റൻറ് ഇമേജുകളെ ഡവലപ്പ് ചെയ്ത് നമുക്കു കാണാവുന്ന തരത്തിലുള്ള ഇമേജുകളാക്കി മാറ്റാനുള്ള രാസ പദാർത്ഥങ്ങൾ തയ്യാറാക്കിയിട്ടുണ്ട്. ഇത്തരം രാസപദാർത്ഥങ്ങളടങ്ങിയ ലായനികൾ തയ്യാറാക്കുന്നത് 100 ശതമാനം ശുദ്ധജലത്തിലും നിയന്ത്രിത ഊഷ്മാവിലും നിയന്ത്രിത സാന്ദ്രതയിലുമാണ്.

ബ്ലാക്ക് & വൈറ്റ്, കളർ എന്നിങ്ങനെ രണ്ടുതരം ഫിലിമുകൾ നില വിലുണ്ടായിരുന്നു. ഇന്ന് 99 ശതമാനം സിനിമകളിലും കളർ ഉപയോഗി ക്കുന്നു. ടെലിവിഷൻ കളറിലേക്ക് മാറിയതാണ് ഇതിന്റെ പ്രധാന കാര ണം. കളറായാലും ബ്ലാക്ക് ആൻഡ് വൈറ്റായാലും പ്രോസസ്സ് ചെയ്തേ പറ്റൂ. ബ്ലാക്ക് ആൻഡ് വൈറ്റിലാണെങ്കിൽ ഡെവലപ്പിംഗ് കഴിഞ്ഞാൽ പിന്നെ ആ രാസപദാർത്ഥങ്ങളെ കഴുകിക്കളഞ്ഞ് മറ്റൊരു രാസപദാർത്ഥ മായ ഹൈപ്പോവിൽ ചിത്രീകരിച്ച ഇമേജിനെ എന്നെന്നേക്കുമായി കാണ ത്തക്കവിധത്തിൽ ഫിക്സ് ചെയ്യുന്നു. ഈ ഫിലിം വീണ്ടും കഴുകിക്കഴി ഞ്ഞാൽ പിന്നെ ഡ്രയറിലേക്ക് പോകും. ഡ്രയറിൽ നിന്നും വരുന്ന ഫിലി മിനെ പിക്ചർ നെഗറ്റീവ് എന്നു പറയുന്നു. ചിത്രീകരിച്ച ഇമേജിന്റെ നെഗറ്റീവ് രൂപമാണ് ആദ്യം ഉണ്ടാകുന്നത്. നെഗറ്റീവിൽ കറുപ്പ് വെളു പ്പായും വെളുപ്പ് കറുപ്പായും കാണുന്നതുകൊണ്ടാണ് ഈ ഇമേജിനെ പിക്ചർ നെഗറ്റീവ് എന്നുപറയുന്നത്. ഈ പിക്ചർ നെഗറ്റീവിൽ നിന്നും എടുക്കുന്ന പ്രിന്റിനെയാണ് പിക്ചർ പോസിറ്റീവ് എന്നുപറയുന്നത്. ശബ്ദം ചേർക്കാതെയെടുക്കുന്ന ഈ പോസിറ്റീവ് ഫിലിമിനെ 'റഷസ്' എന്നു പറയുന്നു. ഈ റഷസ് ഒരു പ്രൂഫ് പോലെയാണ്. ചിത്രീകരിച്ച ഷോട്ടുകളെല്ലാം വിചാരിച്ചപോലെ വന്നിട്ടുണ്ടോയെന്ന് പരിശോധിക്കാ നുള്ള ഒരു പ്രിന്റ് ധൃതഗതിയിൽ ഗ്രേഡ് ചെയ്യാതെ എടുക്കുന്നതുകൊ ണ്ടാണ് ഇതിനെ റഷസ് എന്നുപറയുന്നത്. ഇത് ഫിലിം ഡയറക്ടറും ക്യാമറാമാനും പ്രോസസ്സിംഗ് ലാബിലെ ചീഫും കൂടിയിരുന്ന് കണ്ട് വില

യിരുത്തുന്നു. മോശമായ ഷോട്ടുകളുണ്ടെങ്കിൽ അവ വീണ്ടും ചിത്രീക
രിക്കേണ്ടി വരും.

കളർ പ്രോസസ്സിംഗ്, ബ്ലാക്ക് ആന്റ് വൈറ്റ് പ്രോസസ്സിന്റെ അടി
സ്ഥാന തത്ത്വങ്ങളിലൂടെയാണ് കടന്നുപോകുന്നതെങ്കിലും കളർഫിലി
മിൽ മൂന്ന് അടിസ്ഥാന കളറുകളായ, ചെമപ്പ് നീല, പച്ച എന്നിവ അട
ങ്ങിയിരിക്കുന്നതിനാൽ ഓരോ കളറിനും പ്രത്യേകം രാസപദാർത്ഥങ്ങൾ
അഥവാ കളർ കപ്പിൾസ് അടങ്ങിയ ഡെവലപ്പറിലാണ് കളർ ഫിലിം
ഡവലപ്പ് ചെയ്യുന്നത്. പ്രസ്തുത ഫിലിം ഡെവലപ്പറിലേക്ക് പോകുന്ന
തിനുമുമ്പ് കളർഫിലിമിന്റെ കോട്ടിംഗ് കളയാനായി പ്രിബാത്ത് ചെയ്യുന്നു.
അതിനുശേഷമാണ് ഡെവലപ്പ് ചെയ്യുന്നത്. ഡെവലപ്പിംഗും കളർ
കപ്പ്ലിംഗും കഴിഞ്ഞ നെഗറ്റീവ് ശുദ്ധജലത്തിൽ കഴുകി ബ്ലീച്ച് ചെയ്യുന്നു.
ബ്ലീച്ചിംഗ് കഴിഞ്ഞ നെഗറ്റീവ് വീണ്ടും കഴുകി ഫിക്സറിലേക്ക് വിടു
ന്നു. ഫിക്സ് ചെയ്ത് കഴിഞ്ഞ പിക്ചർ നെഗറ്റീവിൽ കളർ ഇമേജ്
മാത്രമേയുണ്ടാകുകയുള്ളൂ. അത് കഴിഞ്ഞാൽ ആ നെഗറ്റീവ് സ്റ്റെബി
ലൈസറിലൂടെ ഡ്രയറിലേക്ക് വിടുന്നു. പൂർണ്ണമായി ഉണങ്ങിയ പിക്ചർ
നെഗറ്റീവിൽനിന്നും നേരത്തെ പറഞ്ഞതുപോലെ കളർ പോസിറ്റീവ്
എടുത്ത് തീയേറ്ററിൽ ഓടിച്ചുനോക്കുന്നു. പോസിറ്റീവുകൾക്കും പ്രോസ
സ്സിംഗ് അവശ്യമാണെന്ന് പ്രത്യേകം പറയേണ്ടതില്ലല്ലോ. തീയേറ്ററിൽ
സ്ക്രീൻ ചെയ്തു കഴിഞ്ഞാൽ ഈ ഫിലിം എഡിറ്റിംഗ് ഡിപ്പാർട്ട്മെന്റി
ലേക്കോ ടെലിസിനെ സെക്ഷനിലേക്കോ കൈമാറുന്നു. പ്രോസസ്സിംഗ്
ലാബിൽ തന്നെയാണ് റിലീസ് പ്രിന്റുകളും എടുക്കുന്നത്.

പിക്ചർ നെഗറ്റീവ് പോലെതന്നെ സൗണ്ട് നെഗറ്റീവും ഡെവലപ്പ്
ചെയ്യുന്നതും പ്രോസസ്സിംഗ് ലാബിൽ തന്നെ. സൗണ്ട് നെഗറ്റീവെന്നാൽ
ശബ്ദം ലേഖനം ചെയ്തിരിക്കുന്ന ബ്ലാക്ക് ആന്റ് വൈറ്റ് ഫിലിം എന്നാ
ണർത്ഥം. അതും പ്രോസസ്സ് ചെയ്യുന്നതും, അതുപോലെ സിനിമാ തീയ
റ്ററുകളിൽ കാണിക്കുന്ന റിലീസ് പ്രിന്റ് എടുക്കുന്നതുമെല്ലാം പ്രോസ
സ്സിംഗ് ലാബിൽ തന്നെ. പ്രോസസ്സിംഗ് ലാബുകളിൽ സാധാരണയായി
16 എം എം, സൂപ്പർ എം എം, 35 എം എം, 35 എം എം (വൈഡ് സ്ക്രീൻ),
സൂപ്പർ 35 എം എം, 35 എം എം സിനിമാസ്കോപ്പ്, 70 എം എം എന്നി
ങ്ങനെ എല്ലാത്തരം ഫിലിമുകളും പ്രോസസ്സ് ചെയ്ത് നെഗറ്റീവാക്കു
വാനും പ്രിന്റ് ചെയ്ത് പോസിറ്റീവുകൾ എടുക്കുവാനും സൗകര്യമുണ്ട്.
ചില പ്രോസസ്സിംഗ് ലാബിനോടനുബന്ധിച്ച് വിഷ്വൽ ഇഫക്ടുകളും
ഗ്രാഫിക്സും, ചെറിയ തോതിലുള്ള ആനിമേഷനും ചെയ്യാനുള്ള സൗക
ര്യംകൂടി ഉണ്ടായിരിക്കും.

എല്ലാ പ്രോസസ്സിംഗ് ലാബുകളും ഒരർത്ഥത്തിൽ പറഞ്ഞാൽ
വലിയ ആർക്കൈവുകൾ കൂടിയാണ്. ഒരു പത്രമാഫീസിൽ അവരിറ
ക്കിയ പത്രങ്ങളുടെയും ആനുകാലിക പ്രസിദ്ധീകരണങ്ങളുടെയും
കോപ്പികൾ സൂക്ഷിച്ചിരിക്കുന്നതുപോലെ ഒരു പ്രോസസ്സിംഗ് ലാബിൽ
അവിടെ പ്രോസസ് ചെയ്ത എല്ലാ ഫിലിമുകളുടെയും ഡോക്യുമെന്ററി

കളുടെയും ഷോർട്ട് ഫിലിമുകളുടെയും നെഗറ്റീവുകൾ ഭദ്രമായി സൂക്ഷി ച്ചിരിക്കും. നിർമ്മാതാവിന് വർഷങ്ങൾക്കുശേഷം തന്റെ ഒരു ഫിലിമിന്റെ പ്രിന്റ് എടുക്കണമെങ്കിൽ അതുകൊണ്ട് സാധിക്കുന്നു. ഫിലിം നെഗ റ്റീവ് സൂക്ഷിക്കുന്നതിനുള്ള വാടക നിർമ്മാതാവിൽ നിന്നും ഈടാക്കി ക്കൊണ്ടിരിക്കും.

ആധുനിക സിനിമാനിർമ്മാണവും ടെലിവിഷൻ ടെക്നോളജിയു മൊക്കെ എപ്പോഴും മാറിക്കൊണ്ടിരിക്കുന്നുവെന്ന കാര്യം പ്രോസസ്സിംഗ് ലാബിനെക്കുറിച്ച് പറഞ്ഞപ്പോൾ സൂചിപ്പിച്ചിരുന്നല്ലോ. പിക്ചർ നെഗ റ്റീവിൽ നിന്നും ഒരു പോസിറ്റീവ് പ്രിന്റ് (റഷസ്) എടുക്കുമെന്നും അതു പിന്നെ ചിത്രസംയോജനത്തിനായി എഡിറ്റിംഗ് റൂമിലേക്ക് അയക്കു മെന്നും പറഞ്ഞുവല്ലോ. അപൂർവ്വം ചിലർ പഴയ രീതിയിലുള്ള എഡി റ്റിംഗ് സമ്പ്രദായം ഉപയോഗിക്കുന്നുണ്ടെങ്കിലും ആ ടെക്നോളജി ലോക മാസകലം മാറിക്കഴിഞ്ഞു. എഡിറ്റിംഗ് റൂമിൽ പഴയ സാങ്കേതിക ഉപക രണങ്ങളായ സ്പ്ലൈസർ, സിക്രണൈസർ, മൂവിയോള എന്നിവയൊന്നും ആരും ഇപ്പോൾ ഉപയോഗിക്കാറില്ല. പിക്ചർ നെഗറ്റീവ് പ്രോസസ്സ് ചെയ്തുകഴിഞ്ഞാൽ അത് പിന്നെ, ഫിലിം മാദ്ധ്യമത്തിൽ നിന്ന് ഡിജി റ്റൽ വീഡിയോ മാദ്ധ്യമത്തിലേക്ക് മാറ്റാനായി ടെലിസിനി ഡിപ്പാർട്ട്മെന്റി ലേക്ക് കൊണ്ടുപോകുന്നു. ടെലിസിനി ഉപകരണമെന്നാൽ ഒരു ടെലി വിഷൻ ക്യാമരയും (വീഡിയോ ക്യാമറ) സിനിമ പ്രൊജക്ടറും ചേർന്ന താണ്. ടെലിവിഷൻ സംപ്രേഷണം നിലവിൽ വന്നകാലം മുതലേ ഈ ഉപകരണം നിലവിലുണ്ട്. ഫീച്ചർ ഫിലിമുകൾ സംപ്രേഷണം ചെയ്തു കൊണ്ടിരുന്നത് ഈ ഉപകരണം ഉപയോഗിച്ചായിരുന്നു. ഫീച്ചർ ഫിലിം എഡിറ്റിംഗ്, ലീനിയർ എഡിറ്റിംഗ് സമ്പ്രദായത്തിൽ നിന്നും ഡിജിറ്റൽ അഥവാ നോൺ ലീനിയർ എഡിറ്റിംഗ് സമ്പ്രദായത്തിലേക്ക് മാറിയപ്പോൾ ഈ ടെലിസിനി ഉപകരണത്തിൽ ചില പരിഷ്കാരങ്ങൾ വരുത്തി പിക്ചർ നെഗറ്റീവിലുള്ള ഇമേജുകളെ ഡിജിറ്റൽ വീഡിയോ ഇമേജുക ളാക്കിമാറ്റി വീഡിയോ ടേപ്പിൽ റെക്കോർഡ് ചെയ്യാനായി ഉപയോഗിച്ചു വരുന്നു. ടെലിസിനിയുടെ തത്ത്വങ്ങളിൽ ഒന്നും വ്യത്യാസമില്ലെങ്കിലും പിക്ചർ നെഗറ്റീവിലെ ഓരോ ഷോട്ടും ഫ്രെയിം ബൈ ഫ്രെയിമാക്കി ഗ്രേഡ് ചെയ്ത് അത് ഡിജിറ്റൽ ഇമേജുകളാക്കി വീഡിയോ ടേപ്പിൽ പകർത്താനും രേഖപ്പെടുത്താനുമുള്ള കമ്പ്യൂട്ടറൈസ്ഡ് സൗകര്യം ഇപ്പോൾ ഉപയോഗിച്ചുകൊണ്ടിരിക്കുന്ന ടെലിസിനികളിൽ ഉണ്ട്.

പിക്ചർ നെഗറ്റീവ് ടെലിസിനി വഴി ടേപ്പിലേക്ക് പകർത്തിക്കഴി ഞ്ഞാൽ അത് ഡിജിറ്റൽ ഇമേജുകളായി മാറുന്നു. ഇത്തരം ഡിജിറ്റൽ ഇമേജുകളെ നോൺലീനിയർ എഡിറ്റിംഗ് സിസ്റ്റത്തിലേക്ക് ഒരു ക്യാപ്ച്ച റിംഗ് കാർഡ് വഴി ഹാർഡ് ഡിസ്കിൽ രേഖപ്പെടുത്തുന്നു. ഡിജിറ്റൽ ഓഡിയോയും ഡിജിറ്റൽ വീഡിയോയും റെക്കോർഡ് ചെയ്യാൻ 120 ജി ബിയിൽ കൂടുതലുള്ള പല ഹാർഡ് ഡിസ്കുകളാണ് ഉപയോഗിക്കു ന്നത്. ഒരു മണിക്കൂർ ദൈർഘ്യമുള്ള വീഡിയോയും ഓഡിയോയും

റെക്കോഡ് ചെയ്യാൻ 14 ജി ബി മുതൽ 20 ജി ബി വരെ ആവശ്യമായി വരും. ഒരു ഫീച്ചർഫിലിം 90 മിനിട്ടുമുതൽ 120 മിനിട്ടുവരെ (8100 മുതൽ 10800 അടി) ദൈർഘ്യമുള്ളതാണെങ്കിലും ചിത്രീക രിക്കുമ്പോൾ 1:10, 1:20 എന്നീ അനുപാ തങ്ങളിലാണ് ചിത്രീകരിക്കുന്നത്. 1:10 എന്ന് പറഞ്ഞാൽ $2 \times 10 = 20$ മണി ക്കൂർ ദൈർഘ്യം അതിന്റെ പിക്ചർ നെഗറ്റീവ് ടെലിസിനി വഴി പകർത്തിയ ടേപ്പിനുണ്ടാവും. ഈ 20 മണിക്കൂർ വീഡിയോ - ഓഡിയോ ഹാർഡ് ഡിസ്കിലേക്ക് രേഖപ്പെടുത്തണമെങ്കിൽ 280 മുതൽ 300 ജി ബിയെങ്കിലും വേണ്ടി വരും. ഈ 300 ജി ബി വീഡിയോ-ഓ ഡിയോ സിനിമയുടെ എഡിറ്റിംഗ് തീരു ന്നതുവരെ അങ്ങനെതന്നെ സൂക്ഷിക്കേ

ബീന പോൾ വേണുഗോപാൽ
പഴയ ചിത്രസംയോജന സാങ്കേതികരീതിയിലും പിന്നീടുവന്ന ലീനിയർ - നോൺലീനിയർ എന്നീ ആധുനിക സാങ്കേതിക ചിത്രസംയോജന രീതി കളിലും ഒരേപോലെ പ്രാഗത്ഭ്യം തെളിയിച്ച മല യാളത്തിലെ ആദ്യത്തെ വനിതാ ഫിലിം എഡിറ്റർ

ണ്ടിവരും. ഇക്കാരണത്താൽ ലോ റസല്യൂഷനിലാണ് (Law Resolution) പിക്ചർ നെഗറ്റീവ് ഹാർഡ് ഡിസ്കിൽ രേഖപ്പെടുത്തുന്നത്. അങ്ങ നെയാണെങ്കിൽ ഒരു മണിക്കൂർ പിക്ചർ നെഗറ്റീവിന് 10 ജി ബി മതി

നോൺ ലിനിയർ എഡിറ്റിംഗ് & റിക്കാർഡിംഗ് റൂം

യാകും. റസല്യൂഷൻ കുറയുന്തോറും ദൃശ്യ-ശ്രവണ ഗുണമേന്മയിൽ വ്യത്യാസം വരുമെങ്കിലും ചിത്രസംയോജനത്തിന് വേണ്ടിമാത്രം ഉപ യോഗിക്കുന്നതാകയാൽ വീഡിയോ-ഓഡിയോ ഗുണമേന്മ പ്രസക്ത മല്ലെന്നാണ് വിശ്വാസം. ഹാർഡ് ഡിസ്കിൽ ലീനമായിട്ടുള്ള ദൃശ്യ ശ്രവണ ഷോട്ടുകളെ ചിത്രസംയോജനം നടത്തണമെങ്കിൽ പ്രത്യേക നോൺലീനിയർ എഡിറ്റിംഗ് സോഫ്ട് വെയറുകൾ ആവശ്യമാണ്.

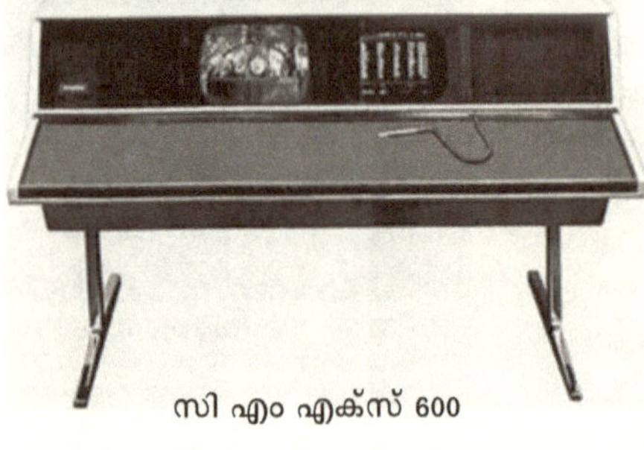

സി എം എക്സ് 600

നോൺ ലീനിയർ രംഗ ത്ത് ഏറ്റവും ആദ്യം വന്നത് 'അവിഡ്' എന്ന സോഫ്ട് വെയറാണ്. അതിനുമുൻപ് 1971-ൽ സി എം എക്സ്-600 (C M X 600) എന്ന ഒരു ബ്ലാക്ക് & വൈറ്റ് സോഫ്ട് വെയർ ഉണ്ടായിരുന്നു. ഏതാ ണ്ടൊരു വാഷിംഗ് മെഷീന്റെ വലിപ്പമുണ്ടായിരുന്നു അന്ന

ത്തെ സി എം എക്സ്-600 - ന്. എഡിറ്റിംഗിനും എഡിറ്റ് ചെയ്തത് കാണാനുമുള്ള രണ്ട് മോണിട്ടറുകൾ, എഡിറ്റിംഗ് കൺസോൾ എന്നിവ യായിരുന്നു അന്നത്തെ സി എം എക്സ്-600 - ൽ ഉണ്ടായിരുന്നത്. ഡിജിറ്റൽ പി ഡി പി കമ്പ്യൂട്ടറിന്റെ നിയന്ത്രണത്തിലായിരുന്നു ചിത്ര സംയോജനം ടെക്നോളജിയുടെ പ്രക്രിയകൾ നടന്നുകൊണ്ടിരുന്നത്.

1993-ലാണ് അവിഡ് മീഡിയ കമ്പോസർ ഒരു ഫീച്ചർ ഫിലിമിന്റെ സമ്പൂർണ്ണ നോൺ ലീനിയർ ചിത്രസംയോജനത്തിനുതകുന്ന തരത്തി ലുള്ള T - ടെറാ ബൈറ്റ്സ് ഹാർഡ് ഡിസ്കിന്റെ ഡിജിറ്റൽ വീഡിയോ എഡിറ്റിംഗ് സമ്പ്രദായം ആരംഭിച്ചത്. ഈ സിസ്റ്റത്തിന്റെ ഉപവിഭാഗ ങ്ങളിൽ പലതും എസ് ജി ഐ, സോണി (SGI, SONY) എന്നീ ഇല ക്ട്രോണിക് ഉപകരണങ്ങൾ ഉണ്ടാക്കുന്ന കമ്പനികളിൽ നിന്നായിരുന്നു. തുടർന്ന് വന്ന മൂന്ന് കൊല്ലത്തിനുള്ളിൽ അവിഡ് നോൺലീനിയർ ചിത്ര സംയോജന സങ്കേതം ഫീച്ചർ-നോൺഫീച്ചർ ഫിലിം എഡിറ്റിംഗിലും ടെലിവിഷനിലും ലോകമാസകലം ഉപയോഗിക്കാൻ തുടങ്ങി. അങ്ങനെ സിനിമയുടെ ആദികാലം മുതൽ ഏതാണ്ട് നൂറു വർഷത്തോളം നിലനി ന്നിരുന്ന ചിത്രസംയോജന ഉപകരണങ്ങൾ ചരിത്രത്തിൽ ലയിച്ചു. അതിന്റെ സ്ഥാനത്ത് വേഗതയും സൗകര്യവും കൃത്യതയും കൂടുതലുള്ള ഇലക്ട്രോണിക് ഡിജിറ്റൽ നോൺ ലീനിയർ ചിത്രസംയോജന സാങ്കേ തികവിദ്യ നിലവിൽ വന്നു. അതോടെ പുതിയ ഉപകരണങ്ങളോട് ഒത്തു പോകാൻ കഴിയാത്ത ഒരുപാട് ചിത്രസംയോജന സാങ്കേതിക വിദഗ്ദ്ധരും ഫിലിം ഇൻഡസ്ട്രിയിൽനിന്നും പിൻവാങ്ങി.

കാലം 21-ാം നൂറ്റാണ്ടിലേക്ക് കടന്നതോടെ എല്ലാ മൂന്നാംലോകരാ ജ്യങ്ങളിലും ഈ ചിത്രസംയോജന സമ്പ്രദായം നിലവിൽ വന്നു. അവിഡ്

സോഫ്റ്റ് വെയർ കൂടാതെ, എഡിറ്റ്, ഫൈനൽ കട്ട് പ്രോ (FCP) പ്രീമി
യർ അഡോബ്, പ്രീമിയർ പ്രോ, മെട്രോക്സ്, ആപ്പിൾ എന്നീ എൻ
എൽ - ഇ (നോൺ ലീനിയർ എഡിറ്റ്) സോഫ്റ്റ് വെയറുകൾ ജനകീയ
മായി.

ദൃശ്യത്തിന്റെയും ശബ്ദത്തിന്റെയും വ്യക്തതയും കൃത്യതയും
പുതിയ ഡിജിറ്റൽ ചിത്രസംയോജന-ശബ്ദലേഖന സമ്പ്രദായത്തിലൂടെ
അനായാസേന നേടുവാൻ കഴിയുന്നുവെന്ന് ലോകം അംഗീകരിച്ചുകഴി
ഞ്ഞു. ദൃശ്യത്തിന്റെ വ്യക്തതയും ശബ്ദത്തിന്റെ സ്വരമാധുരിയും ആസ്വ
ദിക്കാൻ തീയേറ്ററുകളിൽ എത്തുന്ന കാണികൾക്ക് വീടുകളിലിരുന്ന്
ടെലിവിഷൻ കാണുന്നതിൽ അതൃപ്തിയുണ്ടാകാനും ഈ പുതിയ സമ്പ്ര
ദായം കാരണമായി. ഇതേ സോഫ്റ്റ് വെയറുകളും എഡിറ്റിംഗ് സമ്പ്രദാ
യവുമാണ് ടെലിവിഷനിലും ഉപയോഗിക്കുന്നതെങ്കിലും ടെലിവിഷന്റെ
മിനിസ്ക്രീനിൽ ദൃശ്യവും ശബ്ദവും ആസ്വദിക്കുന്ന ഒരു സാധാരണ
പ്രേക്ഷകനെ സംബന്ധിച്ചിടത്തോളം, സിനിമാതീയേറ്ററുകളിലെ വലിയ
ദൃശ്യങ്ങളിൽ നിന്നും വ്യത്യസ്ത ശബ്ദ സംവിധാനത്തിൽ നിന്നും
കിട്ടുന്ന ആസ്വാദനവും അതിന്റെ അനുഭവവും ഒന്ന് വേറെതന്നെ.

നോൺ ലീനിയർ എഡിറ്റിംഗ് നിലവിൽ വന്നതോടെ ഉണ്ടായ
മറ്റൊരു ശ്രദ്ധേയമായ മാറ്റം ജോലി ലാഭവും സമയക്കുറവുമാണ്. ഷൂട്ടിംഗ്
കഴിഞ്ഞാൽ കുറഞ്ഞത് മൂന്നുമാസമെങ്കിലും വേണ്ടിവന്നിരുന്നു ഫിലി
മിന്റെ ജോലികൾ പൂർണ്ണമാക്കാൻ. ഒരുദിവസം ശരാശരി 12 മണിക്കൂർ
സമയം ജോലി ചെയ്താൽ മാത്രമേ ഇപ്പറഞ്ഞ മൂന്ന് മാസംകൊണ്ട്
ചിത്രസംയോജനവും ശബ്ദലേഖനവും അതിനിടയ്ക്ക് വരുന്ന പ്രോസ
സിംഗ് ലാബിലെ ജോലികളുമെല്ലാം തീർത്ത് ഫിലിം തീയേറ്ററിൽ കാണി
ക്കുവാൻ സാധിക്കുന്ന അവസ്ഥയിലേക്ക് എത്തിക്കാൻ കഴിയുമായിരു
ന്നുള്ളു. നോൺ ലീനിയർ എഡിറ്റിംഗ് വന്നതോടെ ജോലിഭാരം കുറ
ഞ്ഞു. സമയം രണ്ടിലൊന്നായി ചുരുങ്ങി. നിർമ്മാതാവിന് അതുകൊണ്ട്
പണച്ചെലവിലും ഗണ്യമായ കുറവുണ്ടായി. സിനിമയുടെ ആ സമയത്തെ
ജോലികൾക്കു വേണ്ടി ഓടിനടക്കേണ്ട ആവശ്യവും കുറഞ്ഞു. ശാന്ത
മായി ഒരു സ്റ്റുഡിയോയിൽ ഇരുന്നുകൊണ്ട് ഫിലിമിന്റെ എല്ലാ ജോലി
കളും അനായാസേന പൂർണ്ണമാക്കാമെന്ന സ്ഥിതി വന്നു. അതുപോലെ
തന്നെ സ്വന്തം സിനിമയെക്കുറിച്ച് ഇന്റർനെറ്റ് വഴി ആശയവിനിമയം നട
ത്താനും അതുവഴി കച്ചവട സാദ്ധ്യതകൾ ഉണ്ടാക്കുവാനും എഡിറ്റിംഗ്
റൂമിലിരുന്നുകൊണ്ടുതന്നെ നിർമ്മാതാവിന് സാധിക്കുമെന്ന അവസ്ഥ
യുണ്ടായി. വരാനിരിക്കുന്ന കാലത്ത് ഈ രംഗത്തുണ്ടാവാനിരിക്കുന്ന
മാറ്റങ്ങൾ ഒരിക്കലും ഊഹിക്കാൻ പോലും സാദ്ധ്യമല്ലതന്നെ.

നോൺ ലീനിയർ എഡിറ്റിംഗ്-റെക്കോഡിംഗ് സാദ്ധ്യതകൾ വർദ്ധി
ച്ചതോടെ ഫിലിമിലെ സൃഷ്ടിപരമായ സാദ്ധ്യതകൾ കുറഞ്ഞു എന്നൊ
രഭിപ്രായം ചില നിരൂപകർ പറയുന്നുണ്ട്. അതുപോലെതന്നെ ഫിലി
മിന്റെ സൃഷ്ടിപരതയെക്കാൾ കൂടുതൽ സാങ്കേതികത മികച്ചുനിൽക്കു

ന്നുവെന്നും ഇക്കൂട്ടർക്ക് അഭിപ്രായമുണ്ട്. മാറിമാറി വരുന്ന ഏതൊരു ജീവിത സമ്പ്രദായവും ഇപ്രകാരം വിമർശിക്കപ്പെടുന്ന പതിവുണ്ട്. സിനി മയിലായാലും ജീവിതത്തിലായാലും മറ്റേതു കലാ-കായിക രംഗങ്ങളി ലായാലും ഒരുകൂട്ടർ ശക്തമായി ഇത്തരം മാറ്റങ്ങളെ നിശിതമായി വിമർശി ക്കും. ഇത്തരം മാനസികാവസ്ഥയെയാണ് യാഥാസ്ഥിതിക മനോഭാവം എന്നു പറയുന്നത്. ചലച്ചിത്രമാദ്ധ്യമത്തിന്റെ കാര്യമാണെങ്കിൽ കൂടു തൽ യാഥാസ്ഥിതിക മനോഭാവക്കാർ ഉള്ള ഒരു മാദ്ധ്യമം കൂടിയാണ്. ഏറ്റവും ജനകീയവും ശക്തവുമായ മാദ്ധ്യമമായതുകൊണ്ട് ഈ രംഗ ത്തുണ്ടാവുന്ന പുതിയ ചലനങ്ങളെ വിശകലനം ചെയ്യുന്ന മൾട്ടിമീഡിയ വിദഗ്ദ്ധന്മാരും നിരൂപകരും വിമർശകരും ആട്ടം മുഴുവൻ കണ്ടു മനസ്സി ലാക്കുന്നതിനുമുമ്പ് അഭിപ്രായങ്ങളും വിമർശനങ്ങളും കെട്ടഴിച്ചു വിടു ന്നതുകൊണ്ടാണ് ഇത്തരം സാങ്കേതിക മാറ്റങ്ങളെ തള്ളിപ്പറയുന്നത്.

എന്താണ് യഥാർത്ഥത്തിൽ സംഭവിച്ചതെന്ന് മുമ്പേ സൂചിപ്പിച്ചുവ ല്ലോ. പുതിയ നോൺ ലീനിയർ ചിത്രസംയോജനം വന്നതോടെ പഴയ രീതിയിൽ മാത്രം ചിത്രസംയോജനം ചെയ്തിരുന്നവരിൽ ഭൂരിഭാഗവും സ്വയം രംഗത്തുനിന്നും പിന്മാറേണ്ടി വന്നു. ആ സ്ഥാനത്ത് വന്ന പുതിയ തലമുറയ്ക്ക് ഇവരെപ്പോലെ ചിത്രസംയോജനത്തിന്റെ ക്രിയാത്മകവള ത്തെക്കുറിച്ച് പരിചയപ്പെടാനുള്ള സമയം കിട്ടിയതുമില്ല. അതുകൊണ്ട് അവരെക്കുറിച്ച് ടെക്നോളജി മാത്രമറിയാവുന്ന സിസ്റ്റം ഓപ്പറേറ്റർമാർ എന്നാണ് പഴമക്കാരും വിമർശകരും പറയുന്നത്. ക്രിയാത്മകമായി ചിത്ര സംയോജനം നടത്താനറിവില്ലാത്തവർ എന്ന് ചുരുക്കം. ഇതിൽ സത്യാ വസ്ഥയില്ലാതില്ല. ടെക്നോളജി മാത്രം പഠിച്ചു കഴിഞ്ഞതിനുശേഷം എഡിറ്റർമാരായി വരുന്ന വളരെ പ്രായംകുറഞ്ഞ സാങ്കേതിക വിദഗ്ദ്ധർ ധാരാളമായി നോൺ ലീനിയർ ചിത്രസംയോജനരംഗത്ത് ഇപ്പോൾ പ്രവർ ത്തിച്ചു വരുന്നുണ്ട്. പരിചയസമ്പന്നരായ സംവിധായകരുടെ കൂടെ ജോലി ചെയ്യാനവസരം കിട്ടുമ്പോൾ അവർക്കും കാര്യങ്ങൾ മനസ്സിലാവും. രംഗത്തു നിന്നിരുന്നവരെ തിരിച്ച് കൊണ്ടുവരുന്നതിനെക്കാൾ എത്രയോ എളുപ്പമാണ് സാങ്കേതികജ്ഞാനം ഉള്ളവരെ ക്രിയാത്മകതത്ത്വങ്ങൾ കൂടി പഠിപ്പിക്കുവാനെന്ന കാര്യം വിമർശകർ മനസ്സിലാക്കണം.

നോൺ ലീനിയർ എഡിറ്റിംഗ് സിസ്റ്റത്തിലെ ഏതെങ്കിലും ഒരു സോഫ്ട് വെയർ ഉപയോഗിച്ച് സംവിധായകന്റെ കാഴ്ചപ്പാടിൽ ദൃശ്യവും ശബ്ദവും സംയോജിപ്പിച്ച് കഴിഞ്ഞാൽ, എൻ എൽ ഇ ഉപയോഗിച്ചുള്ള ചിത്രസംയോജനം കഴിഞ്ഞു. അതിനനുസരിച്ച് കമ്പ്യൂട്ടർ കട്ട്ലിസ്റ്റ് അഥവാ ഇ ഡി എൽ തയ്യാറാക്കുന്നു. ഈ കട്ട് ലിസ്റ്റിൽ കൊടുത്തിരി ക്കുന്ന കണക്കനുസരിച്ച് പിക്ചർ നെഗറ്റീവ് കട്ട് ചെയ്ത് ഒട്ടിക്കുന്ന തോടെ ചിത്രസംയോജനം പൂർണ്ണമാകുന്നു. അവിടെനിന്നും പിക്ചർ നെഗറ്റീവും സൗണ്ട് നെഗറ്റീവും സമാന്തരപ്പെടുത്തി (ദൃശ്യവും ശബ്ദ വും) റോളുകളാക്കി നേരെ പ്രോസസ്സിംഗ് ലാബിലേക്ക് പോകുന്നു. അവിടെ വച്ചാണ് ഫൈനൽ പ്രിന്റ് എടുക്കുന്നത്.

9
ശബ്ദലേഖനം

ശബ്ദലേഖനത്തിലെ ടെക്നോളജിയാണ് നാലാമത്തേത്. ക്യാമ റയെക്കുറിച്ചും, പ്രോസസ്സിംഗിനെക്കുറിച്ചും, ചിത്രസംയോജനത്തെക്കു റിച്ചും അടിസ്ഥാനപരമായി നിങ്ങൾ മനസ്സിലാക്കേണ്ട കാര്യങ്ങൾ പറ ഞ്ഞുകഴിഞ്ഞു.

നോൺ ഫിക്ഷൻ, ഫിക്ഷൻ അതായത് ഡോക്യുമെന്ററി വിഭാഗ ത്തിലായാലും കഥാചിത്രങ്ങളുടെ വിഭാഗത്തിലായാലും ശബ്ദലേഖനം നടത്തുന്നത് മൂന്ന് വ്യത്യസ്ത സമയങ്ങളിൽ മൂന്നുതരം ടെക്നോളജി ഉപയോഗിച്ചാണ്. ഒന്നാമ തായി ചിത്രീകരണത്തിനു മുമ്പും ചിത്രീകരണ സമ യത്തും ശബ്ദലേഖനം നട ത്തുന്ന ടെക്നോളജിയും ഉപകര ണങ്ങളും.

രണ്ടാമതായി ചിത്രസംയോജനസമയത്ത് ശബ്ദലേഖനം നടത്തുന്ന ടെക്നോളജിയും ഉപകരണ ങ്ങളും.

മൂന്നാമതായി ചിത്രസംയോജനം കഴിഞ്ഞതിനു ശേഷമുള്ള ശബ്ദലേഖനം. അതായത് ദൃശ്യങ്ങളുടെ കാഴ്ചപ്പാടിൽ മുമ്പേ ശബ്ദലേഖനം നടത്തിക്കഴിഞ്ഞ ശബ്ദരേഖകൾ ക്രിയാത്മകമായി മിശ്രണം നടത്തി ഒറ്റട്രാക്കാക്കി മാറ്റുന്ന ടെക്നോളജിയും.

സിനിമ ചിത്രീകരിക്കുന്നതോടൊപ്പം ശബ്ദവും ലേഖനം (Recording) നടത്തുന്നു.

സൗണ്ട് റിക്കോർഡിംഗ്

ഈ കർമ്മത്തെ ശബ്ദലേഖനമെന്നും ഇത് ചെയ്യുന്ന സാങ്കേതിക വിദ ഗ്ദ്ധനെ റെക്കോഡിസ്റ്റ് എന്നും വിളിക്കുന്നു. കഥാസിനിമകളിൽ ദൃശ്യം ചിത്രീകരിക്കുന്നതോടൊപ്പം സംഭാഷണവും ചിത്രീകരിക്കുന്നു. പുറ ത്താണ് ചിത്രീകരണം നടക്കുന്നതെങ്കിൽ നടന്മാരുടെ സംഭാഷണത്തോ ടൊപ്പം ആവശ്യമില്ലാത്ത പ്രകൃതി ശബ്ദങ്ങളും നാഗരിക ശബ്ദങ്ങളും ശബ്ദരേഖയിൽ ലേഖനം ചെയ്യപ്പെടുന്നു. ആകയാൽ ചിത്രീകരണം കഴി ഞ്ഞാൽ ചിത്രസംയോജനവേളയിൽ നടന്മാരുടെ സംഭാഷണം ശബ്ദ ലേഖനത്തിന് പ്രത്യേകം തയ്യാറാക്കിയ സ്റ്റുഡിയോയിൽ വച്ച് (Dub-bing Theatre) പുനരാവി

ഷ്കരിച്ച് ലേഖനം നട ത്തുന്നു. ഈ ജോലിയെ ഡബ്ബിംഗ് എന്നുപറയുന്നു. സിനിമ ചിത്രീകരിക്കു മ്പോൾ നടന്മാരുടെ സംഭാ ഷണവും മറ്റ് ആവ ശ്യമുള്ള ശബ്ദങ്ങളും റെക്കോഡ് ചെയ്യുന്നത് നമ്മൾ നിത്യേന ഉപയോ ഗിക്കുന്ന ശബ്ദലേഖനോ പകരണങ്ങൾ കൊണ്ടല്ല. സിനിമയിൽ ഈയടുത്ത

നാഗ്ര ടേപ്പ് റിക്കോഡർ

കാലംവരെ ശബ്ദം ലേഖനം ചെയ്തിരുന്ന ഉപകരണത്തെ നാഗ്ര ടേപ്പ് റെക്കോഡർ (Nagra Tape recorder) എന്നു പറയുന്നു.

പോളണ്ടുകാരനായ സ്റ്റെഫാൻ കൂടൽസ്കി (Stefan kudelsky) യാണ് Nagra എന്ന സ്വീഡിഷ് കമ്പനിയുടെ സ്ഥാപകൻ. Nagra എന്ന വാക്കിന്റെ പോളിഷിലുള്ള അർത്ഥം "ഇത് ശബ്ദലേഖനം ചെയ്യും" (it will record) എന്നാണ്. ദൃശ്യചിത്രീകരണത്തിൽ ആരിഫ്ളക്സ് ക്യാമ

സ്റ്റെഫാൻ കൂടൽസ്കി

റയ്ക്കുള്ള സ്ഥാനംതന്നെ യാണ് ശബ്ദലേഖനത്തിന്റെ കാര്യത്തിൽ 1951-ൽ തുട ങ്ങിയ നാഗ്ര കമ്പനി 1962-ൽ പുറത്തിറക്കിയ Nagra-III മുതലുള്ള അവരുടെ ടേപ്പ് റിക്കോർഡറിനും ഉള്ളത്. 1962 നുശേഷം എടുത്തിട്ടുള്ള സിനിമകളിലെല്ലാം ആരി ഫ്ളെക്സ് ക്യാമരയും നാഗ്ര ടേപ്പ് റെക്കോഡറും എവി ടെയും ഒരുമിച്ചായിരുന്നു.

ഇതിൽ, ഒരു ഇഞ്ചിന്റെ നാലിലൊന്നു വലിപ്പമുള്ള - ക്വാർട്ടർ ഇഞ്ച് - ടേപ്പുകളാണ് ഉപയോഗിക്കുന്നത്. നോൺ ലീനിയർ ചിത്രസംയോജന സമ്പ്രദായം വന്നതോടെ നാഗ്രടേപ്പ് റെക്കോഡറിനു പകരം ഡിജിറ്റൽ ഓഡിയോ ടേപ്പ് (DAT) റെക്കോഡറുകളാണ് ഉപയോഗിക്കുന്നത്. നാഗ്ര ടേപ്പ്റെക്കോഡറുകളിൽ ശബ്ദം അനലോഗായിട്ടാണ് ലേഖനം ചെയ്യ പ്പെടുന്നത്. അത്തരം ശബ്ദങ്ങളെ അനലോഗിൽ നിന്നും ഡാറ്റ് റെക്കോ ഡർ ഉപയോഗിച്ച് ഡിജിറ്റൽ ശബ്ദതരംഗങ്ങളാക്കി മാറ്റിയാണ് ചിത്ര സംയോജനം നടത്തുന്നത്.

ഡോക്യുമെന്ററി വിഭാഗത്തിൽ നിർമ്മിക്കുന്ന സിനിമകളിലും ശബ്ദം റെക്കോഡ് ചെയ്യുന്നത് മേൽപ്പറഞ്ഞതുപോലെ തന്നെയാണ്. എന്നാൽ ഡിജിറ്റൽ വീഡിയോ ക്യാമറകളിൽ തന്നെ ശബ്ദലേഖനം ചെയ്യാനുള്ള സൗകര്യവും ഉണ്ട്. ഇത്തരം ക്യാമറകളെ ക്യാം കോഡർ എന്നു വിളിക്കുന്നു. വീഡിയോ ക്യാമറ ഉപയോഗിച്ച് ചിത്രീകരിക്കുന്ന സീരിയലുകളെല്ലാം കഥാസിനിമകളെപ്പോലെത്തന്നെ ഡബ്ബ് ചെയ്യാ റുണ്ട്.

ശബ്ദലേഖനത്തിന്റെ രണ്ടാംഘട്ടം ചിത്രസംയോജനത്തിന്റെ സമ യത്താണ്. കഥയ്ക്കനുസരിച്ച് ദൃശ്യങ്ങൾ ശരിയാക്കിക്കഴിഞ്ഞാൽ പിന്നെ നടന്മാരുടെയും നടിമാരുടെയും ശബ്ദത്തിൽ അവരുടെ സംഭാഷണം വീണ്ടും ശബ്ദലേഖനം ചെയ്യുന്നു. ഇതിന് ഡബ്ബിംഗ് തീയേറ്ററും പ്രോടൂൾ സോഫ്ട് വെയറും വേണം. ശബ്ദലേഖനം നടത്താനുള്ള ഡിജി റ്റൽ സോഫ്റ്റ് വെയറാണ് പ്രോടൂൾ. സംഭാഷണത്തിന്റെയും മറ്റു ശബ്ദ ങ്ങളുടെയും ഒരുപാട് ട്രാക്കുകൾ ഒരേസമയത്ത് ലേഖനം ചെയ്യാമെന്ന താണ് ഇതിന്റെ പ്രത്യേകത. ചിത്രസംയോജനത്തിന്റെ പൂർണ്ണതയിലാണ് മൂന്നാമത്തെ ശബ്ദലേഖനവിഭാഗമായ മിക്സിംഗ്. പശ്ചാത്തല സംഗീതം, പ്രകൃതിശബ്ദങ്ങൾ, സംഭാഷണം, മനുഷ്യർ ഓരോ പ്രവർത്തികൾ ചെ യ്യുമ്പോഴുണ്ടാകുന്ന ശബ്ദങ്ങൾ, യാന്ത്രിക ശബ്ദങ്ങൾ എന്നിങ്ങനെ യുള്ള ശബ്ദങ്ങളെല്ലാം ഒരു ട്രാക്കിലാക്കി ദൃശ്യവുമായി പൊരുത്തപ്പെ ടുത്തി, ആ ഏറ്റക്കുറച്ചിലനുസരിച്ച് സംയോജിപ്പിക്കുന്നതാണ് മിക്സിംഗ്. വളരെ പരിചയസമ്പന്നനായ ഒരു ശബ്ദലേഖകൻ സംവിധായകന്റെ സാന്നിദ്ധ്യത്തിൽ റെക്കോഡിംഗ് തീയേറ്ററിൽ വച്ച് പ്രോടൂൾ എന്ന സോഫ്ട് വെയറിന്റെ സഹായത്തോടെ ചെയ്യേണ്ടതാണ് മിക്സിംഗ്.

മിക്സിംഗ് തീർന്നുകഴിഞ്ഞാൽ ആ ശബ്ദരേഖ ചിത്രസംയോജ കൻ കട്ട്‌ലിസ്റ്റെടുത്ത് ഒറിജിനൽ പിക്ചർ നെഗറ്റീവ് എഡിറ്റിംഗ് കഴിഞ്ഞ കട്ട്‌ലിസ്റ്റിനനുസരിച്ച് അതേ നീളത്തിൽ കട്ട് ചെയ്ത് റിലീസ് പ്രിന്റ് എടുക്കാനായി പ്രോസസിംഗ് ലാബിലേക്ക് അയക്കുന്നു. പ്രോസസിംഗ് ലാബിൽ സംവിധായകന്റെയും ക്യാമറാമാന്റെയും സാന്നിദ്ധ്യത്തിൽ ചീഫ് ലാബ് ടെക്നീഷ്യൻ കളർ ബാലൻസ് ചെയ്ത് പിക്ചർ നെഗ റ്റീവ് ഗ്രേഡ് ചെയ്യുന്നു. അതിനുശേഷമാണ് തീയേറ്ററിൽ കാണിക്കാ നുള്ള റിലീസ് പ്രിന്റ് എടുക്കുന്നത്. ഈ റിലീസ് പ്രിന്റ് സെൻസർ

ചെയ്ത സർട്ടിഫിക്കറ്റോടെയാണ് തീയേറ്ററിൽ കാണിക്കുന്നത്.

ടെലിവിഷനിൽ സംപ്രേഷണം ചെയ്യുന്ന ഒരു പ്രോഗ്രാമാണെങ്കിൽ മിക്സിംഗ് കഴിഞ്ഞാൽ അതിന്റെ ഡിജിറ്റൽ വീഡിയോ (ഡി വി) കോപ്പിയോ അല്ലെങ്കിൽ ബീറ്റാ ക്യാം കോപ്പിയോ എടുത്ത് ദൂരദർശൻ കേന്ദ്രത്തിൽ എത്തിച്ചാൽ അവിടെ നിന്നും ഒരു പ്രത്യേക ദിവസം പ്രത്യേക സമയത്ത് പ്രസ്തുത പ്രോഗ്രാം സംപ്രേഷണം ചെയ്യുന്നു. ദൂരദർശൻ ഡയറക്ടറുടെ സമ്മതപ്രകാരം പ്രസ്തുത പ്രോഗ്രാമിന്റെ പ്രൊഡ്യൂസറാണ് പ്രോഗ്രാം സംപ്രേക്ഷണം ചെയ്യുന്നത്. നിരവധി സ്വകാര്യ ചാനലുകളും ലോകത്തുണ്ട്. ഈ ചാനലുകളിൽ ഭൂരിഭാഗവും ഡിജിറ്റൽ രീതിയിലാണ് സംപ്രേക്ഷണം നടത്തുന്നത്. പ്രൈവറ്റ് ചാന ലുകളിൽ ഒട്ടുമുക്കാലും ചാനലുകൾ വാർത്താ വിനിമയത്തെയും വിനോ ദപരമായ പരിപാടികളെയും ആശ്രയിച്ചാണ് നിലകൊള്ളുന്നത്. പരസ്യ ങ്ങളിൽ നിന്നാണ് ഇത്തരം ചാനലുകൾ വരുമാനവും ലാഭവുമെല്ലാം ഉണ്ടാക്കുന്നത്. വിദ്യാഭ്യാസ പരിപാടികൾ മാത്രം സംപ്രേഷണം ചെയ്യുന്ന ചാനലുകളും നിലവിലുണ്ട്.

10
സിനിമയും ടെലിവിഷനും

1. നിർമ്മാണം

സിനിമയും ടെലിവിഷനും രണ്ടും ദൃശ്യമാധ്യമങ്ങളാണെങ്കിലും രണ്ടിന്റെയും നിർമ്മാണരീതിയിലും ടെക്നോളജിയിലും പ്രദർശന ത്തിലും ആസ്വാദനത്തിലുമെല്ലാം വ്യത്യാസമുണ്ട്.

സിനിമയുടെയും ടെലിവിഷന്റെയും നിർമ്മാണരീതികളെക്കുറിച്ച് ആദ്യമേ മനസ്സിലാക്കാം.

സിനിമയായാലും ടെലിവിഷനായാലും ഒരാശയത്തിൽ നിന്നാണ് രണ്ടും ആരംഭിക്കുന്നത്. ആശയം മുതൽ ആരംഭിക്കുന്ന നിർമ്മാണ ത്തിന്റെ ആകെത്തുകയെ മൂന്നായി തരംതിരിച്ചിരിക്കുന്നു. ഒന്നാമതായി ചിത്രീകരണം തുടങ്ങുന്നതിന് മുമ്പുള്ള ഘട്ടത്തെക്കുറിച്ചാണ് മനസ്സി ലാക്കേണ്ടത്. ഇന്ന് നിലവിലുള്ള ഏതുതരം സിനിമയായാലും ടെലിവി ഷൻ പരിപാടിയായാലും അതിന് ഒരു നിർമ്മാതാവ് ആവശ്യമാണ്. സിനി മയിൽ നിർമ്മാതാവിനെയാണ് പ്രൊഡ്യൂസർ എന്ന് വിളിക്കുന്നത്. സിനി മയിൽ 'പ്രൊഡ്യൂസർ' എന്നാൽ പണമിറക്കി സിനിമയെടുത്ത് അതു കൊണ്ട് കച്ചവടം നടത്തി ജീവിക്കുന്നയാൾ എന്നാണർത്ഥം. ടെലിവിഷ നിലാണെങ്കിൽ പ്രൊഡ്യൂസർ എന്ന പദംകൊണ്ട് പ്രോഗ്രാം ഉണ്ടാക്കു ന്നയാൾ എന്നും പണമിറക്കി ടെലിവിഷൻ പ്രോഗ്രാം നിർമ്മിക്കുന്നവ നെന്നും അർത്ഥമുണ്ട്. ടെലിവിഷനിലെ പ്രൊഡ്യൂസറും സംവിധായ കനും ഒരേയാൾ തന്നെയാകുന്ന നിരവധി സന്ദർഭങ്ങൾ ഉണ്ട്. അത്തരം പ്രോഗ്രാമുകൾക്ക് പണമിറക്കുന്നത് ടെലിവിഷൻ ചാനലുകളോ അല്ലെ ങ്കിൽ ടെലിവിഷൻ പ്രോഗ്രാം കച്ചവടം ചെയ്യുന്ന സ്പോൺസർമാരോ ആയിരിക്കും. സിനിമയിലെ നിർമ്മാതാവിനാണെങ്കിൽ സംവിധായകന് സ്വന്തം കാഴ്ചപ്പാടിലുള്ള ഒരു സിനിമ സംവിധാനം ചെയ്തുണ്ടാക്കാ

നുള്ള എല്ലാ സൗകര്യങ്ങളും ചെയ്തുകൊടുക്കുന്നയാൾ എന്നു മാത്രമേ അർത്ഥമുള്ളു. സിനിമയുണ്ടാക്കിക്കഴിഞ്ഞാൽ സംവിധായകന് തന്റെ ഫിലിമിന്റെ കർത്തൃത്വം ഉണ്ടെങ്കിലും ധനപരമായ യാതൊരു അവകാ ശവും ഇല്ല. പ്രസ്തുത സിനിമ സ്വന്തം പേരിൽ ക്രയവിക്രയം ചെയ്യാ നുള്ള അവകാശവും സംവിധായകനില്ല. സിനിമാ നിർമ്മാണം പൂർത്തി യായാൽ എഗ്രിമെന്റ് പ്രകാരം സംവിധാനം ചെയ്തതിനുള്ള വേതനവും വാങ്ങി അദ്ദേഹത്തിന് മറ്റൊരു പ്രൊഡ്യൂസറുടെകൂടെ ജോലി ചെയ്യാൻ നിയമപരമായി സ്വാതന്ത്ര്യമുണ്ട്. നമ്മുടെ ചലച്ചിത്രമാദ്ധ്യമത്തിലുള്ള ഒട്ടുമുക്കാലും സംവിധായകരും സ്വതന്ത്ര സംവിധായകരാണ്. ടെലിവി ഷനിലാണെങ്കിൽ ടെലിവിഷൻ ചാനലിൽ തന്നെ മാസശമ്പളത്തിന് പ്രൊഡ്യൂസർമാരായി ജോലിനോക്കുന്നവരാണ് കൂടുതൽ. സീരിയൽ ഒഴി ച്ചുള്ള പ്രോഗ്രാമുകളിൽ ഭൂരിഭാഗവും ചെയ്യുന്നത് ഇവരാണ്. സീരിയ ലുകൾ മാത്രം പുറത്തുള്ള സ്വതന്ത്ര നിർമ്മാതാക്കളോ സംവിധായകരോ പുറത്തെ സ്റ്റുഡിയോയിലെ സാങ്കേതിക സൗകര്യങ്ങൾ ഉപയോഗിച്ച് നിർമ്മിച്ചു കൊടുക്കുകയാണ് പതിവ്. എന്നിരുന്നാൽത്തന്നെ ചലച്ചിത്ര നിർമ്മാണത്തിന്റെയും ടെലിവിഷൻ പ്രോഗ്രാം നിർമ്മാണത്തിന്റെയും ആദ്യഘട്ടത്തിൽ ചെയ്യുന്ന ജോലികളിൽ വലിയ വ്യത്യാസമില്ല.

2. തിരക്കഥ

ഏതു മാദ്ധ്യമത്തിലായാലും എന്തെങ്കിലും ചെയ്യണമെങ്കിൽ ഒരാ ശയം ആവശ്യമാണെന്ന് പറഞ്ഞുവല്ലോ. ആശയം മുന്നോട്ടു വയ്ക്കു ന്നത് സംവിധായകനോ നിർമ്മാതാവോ ആയിരിക്കും. ആരായാലും ഒരാ ശയം തെരഞ്ഞെടുക്കുമ്പോൾ അടിസ്ഥാനപരമായി ശ്രദ്ധിക്കേണ്ട കാര്യ ങ്ങൾ താഴെ പറയാം:

1. വളരെ സൂക്ഷ്മതയോടെ വേണം ഒരാശയം തെരഞ്ഞെടുക്കാൻ. നിങ്ങൾ തെരഞ്ഞെടുക്കുന്ന ആശയത്തിലാണ് ഒരു ചലച്ചിത്ര ത്തിന്റെ അല്ലെങ്കിൽ ടി വി പ്രോഗ്രാമിന്റെ വിജയവും പരാജയ വും. ചലച്ചിത്രത്തിന്റെ കാര്യത്തിലാണ് കൂടുതൽ ശ്രദ്ധിക്കുവാ നുള്ളത്. പ്രത്യേകിച്ച് ഡോക്യുമെന്ററിയുടെയും ഫീച്ചർ ഫിലി മുകളുടെയും കാര്യത്തിൽ. ഫീച്ചർ ഫിലിമുകളുടെ ആശയത്തെ കഥാതന്തു (Premise) എന്നു വിളിക്കുന്നു. ഇത്തരം ഒരു കഥാ തന്തു, അല്ലെങ്കിൽ കഥ തെരഞ്ഞെടുക്കുമ്പോൾ അതിൽ ലീന മായിരിക്കുന്ന പ്രമേയത്തെക്കുറിച്ചും ആ പ്രമേയത്തിന്റെ സ്ഥല കാലപശ്ചാത്തലത്തെക്കുറിച്ചും നല്ലപോലെ പഠിക്കണം. ഇത്തരം പ്രമേയത്തെ അവലംബിച്ചുകൊണ്ട് സിനിമയുണ്ടാക്കു കയാണെങ്കിൽ ജനങ്ങളിൽ ഏതു വിഭാഗക്കാരായിരിക്കും പ്രസ്തുത സിനിമ കൂടുതൽ കാണുകയെന്ന് മനസ്സിലാക്കണം. അവർ മൊത്തം ജനസംഖ്യയുടെ എത്ര ശതമാനം വരുമെന്നും

(Target Audience) അവരിൽ നിന്നുള്ള വരുമാനത്തിന്റെ ശരാ
ശരി കിട്ടിയാൽ ധനപരമായി സിനിമ വിജയിക്കുമോയെന്നും
കണക്കാക്കണം. അതുപോലെ പ്രസ്തുത പ്രമേയത്തെപ്പോലെ
യുള്ള ഏതെങ്കിലും കഥയെ അടിസ്ഥാനമാക്കി കടന്നുപോയ
പത്തുവർഷത്തിൽ ഇറങ്ങിയിട്ടുള്ള സിനിമകളുടെ കണക്കെ
ടുത്ത് പരിശോധിച്ചു നോക്കണം. ഉണ്ടെങ്കിൽ അത് വിജയമോ
പരാജയമോയെന്ന് കണ്ടെത്തണം. ഇന്ന് ഇത്തരം ഒരു പ്രമേയ
ത്തിന്റെ പ്രസക്തിയെന്തെന്ന് ആരായണം. അതിനുശേഷമേ
പ്രമേയം തെരഞ്ഞെടുക്കാവൂ.

2. പ്രമേയത്തിലൂടെ എന്താണ് ജനഹൃദയങ്ങളിലേക്ക് എത്തിക്കു
ന്നതെന്ന കാര്യത്തിൽ വ്യക്തത നൂറു ശതമാനവും ആവശ്യമാ
ണ്. പ്രമേയം മുഖ്യധാര സിനിമയ്ക്കുള്ളതാണെങ്കിലും ബുദ്ധി
പരമായ ആസ്വാദനത്തിനുള്ളതാണെങ്കിലും കാണികളുടെ മന
സ്സിൽ എന്നെന്നും തങ്ങിനിൽക്കത്തക്ക ശക്തിയും പ്രതിബദ്ധ
തയും പ്രമേയത്തിനുണ്ടായിരിക്കണം.

3. പ്രമേയം ഏതു തരത്തിൽ പെട്ടതാണെന്ന് വിലയിരുത്തണം.
അതിനനുസരിച്ചുള്ള രൂപമാണ് തിരക്കഥയ്ക്കും തിരക്കഥയി
ലൂടെ ഉണ്ടാകുന്ന സിനിമയ്ക്കും ഉണ്ടാകുന്നത്. ഉപരിപ്ലവ യഥാ
തഥ സിനിമ, യഥാതഥ സിനിമ, കാവ്യാത്മക സിനിമ, ബുദ്ധി
പര സങ്കീർണ്ണ സിനിമ, സങ്കീർണ്ണ സിനിമ എന്നിങ്ങനെയുള്ള
രൂപങ്ങളിൽ ഏതൊരു രൂപമാണ് തന്റെ പ്രമേയത്തിലൂടെ ഉണ്ടാ
ക്കുന്ന സിനിമയ്ക്കുണ്ടാവുകയെന്ന് ഉദാഹരണത്തിലൂടെ
നിർമ്മാതാവിനും സഹപ്രവർത്തകർക്കും വ്യക്തമാക്കി കൊടു
ക്കണം. പ്രമേയം അവനവന് തന്നെ ബോധ്യപ്പെട്ടതിനുശേഷം
അടുത്ത സ്റ്റേജിലേക്ക് പ്രമേയത്തെ ആനയിക്കണം.

സിനോപ്‌സിസ്

പ്രമേയം അഥവാ പ്രിമൈസ് ഒരു കഥയായി മാറുന്നതാണ് അടു
ത്തപടി. കഥയെന്ന് പറഞ്ഞാൽ ഒരു ചെറുകഥയോ നോവലോ നാട
കമോ അല്ല. പ്രമേയത്തിന്റെ ചട്ടക്കൂടിൽ നിന്നും അൽപ്പം വിശാലമായ
മറ്റൊരു രൂപം. ഇതിൽ, സിനിമ എവിടെ നിന്ന് തുടങ്ങുന്നു, പ്രധാന
കഥാപാത്രങ്ങൾ ആരൊക്കെ, കഥാപാത്രങ്ങളിലൂടെയുണ്ടാകുന്ന പ്രധാന
സംഘർഷങ്ങളും സംഭവങ്ങളും ഒത്തുചേരലും വേർപിരിയലും മറ്റു
സമൂർത്തമായ ഭാവങ്ങളുമടക്കം സിനിമ എങ്ങനെ പര്യവസാനിക്കുന്നു
വെന്ന് വരെയുള്ള വിവരണം മാത്രമേ ആവശ്യമുള്ളൂ. കൂടിയാൽ മൂന്ന്
പേജ്. ഇതിനെ ശാസ്ത്രീയമായി സിനോപ്സിസ് എന്നു പറയുന്നു.
സിനോപ്‌സിസ് ചെറുതായിരിക്കണം. എന്നാൽ സിനിമയുടെ രൂപവും
ഭാവവും അതിൽനിന്നും മനസ്സിലാവണം. ചലച്ചിത്രമാദ്ധ്യമം അറിയാ

വുന്ന ഒരാൾക്ക് സിനോപ്സിസ് വായിച്ചാൽ പ്രസ്തുത സിനിമയുടെ ഭാവിയും മറ്റു വരുംവരായ്കകളും മനസ്സിലാവണം. എപ്പോൾ, എവിടെ വച്ച് ഏത് കാലാവസ്ഥയിൽ ചിത്രീകരണം നടത്തണമെന്നും, ആരൊക്കെയാണ് നടീനടന്മാരായി വരേണ്ടതെന്നും ഏതെല്ലാം സ്ഥലങ്ങളിൽ വച്ച് ചിത്രീകരണം നടത്തണമെന്നും എത്രമാത്രം പണം ആവശ്യമായി വരുമെന്നും സിനോപ്സിൽ നിന്നും അറിയണം. കൂടാതെ സുപ്രധാന സാങ്കേതിക കാര്യങ്ങളായ ക്യാമറയും ഉപകരണങ്ങളും ഏത് ഗേജി ലുള്ള ഫിലിമാണ് വേണ്ടതെന്നും 35 എം എം, നോർമൽ, സൂപ്പർ 35 എം എം, വൈഡ് സ്ക്രീൻ, സിനിമാ സ്കോപ്പ് എന്നിങ്ങനെയുള്ള ഗേജു കളിൽ ഏതാണ് വേണ്ടതെന്നും, ഭാഷ ഏതായിരിക്കണമെന്നും, ആരാണ് കാണികളെന്നുമുള്ള കാര്യങ്ങൾ സിനോപ്സിസിൽ നിന്നും മനസ്സിലാ വണം. സുലളിതമായ വാക്കുകളിലായിരിക്കണം സിനോപ്സിസ് എഴു തേണ്ടത്. വർണ്ണന ആവശ്യമില്ല. വിശേഷണങ്ങളുടെയും ആവശ്യമില്ല. ഉദാഹരണമായി 'പുലർകാലം' എന്ന് മാത്രം എഴുതിയാൽ മതി. പുലർകാല വർണ്ണന ആവശ്യമില്ല എന്നർത്ഥം. ഉപരിയായി ഈ സിനിമ ജനങ്ങൾ കാണുമ്പോൾ സഹൃദയരായ കാണികളുടെ സന്മനസ്സിൽ ഉണ്ടാകാവുന്ന വൈകാരിക ഭാവങ്ങളെന്തായിരിക്കുമെന്നും സിനോപ്സി സിൽ ലീനമായിരിക്കണം. അതായത് ഏതൊരുതരം ആശയവിനിമയ മായിരിക്കും സിനിമയിലൂടെ ഉണ്ടാവുകയെന്ന കാര്യവും സിനോപ്സി സിൽ നിന്നും വ്യക്തമാകണം.

ട്രീറ്റ്മെന്റ്

തിരക്കഥയിലേക്കുള്ള പ്രമേയത്തിന്റെ വികാസത്തിലെ അടുത്ത പടി ട്രീറ്റ്മെന്റ് ആണ്. സിനോപ്സിസിലെ ഒരു കാര്യം എന്തെല്ലാം ഉപ യോഗിച്ച്, എവിടെ, എങ്ങനെ, എന്തെല്ലാം രൂപഭാവങ്ങളിൽ അവതരിപ്പി ക്കുമെന്നതാണ് ട്രീറ്റ്മെന്റിലൂടെ വ്യക്തമാക്കുന്നത്. സിനിമയിലെ സിനി മാറ്റിക് സ്ഥലകാലസങ്കല്പത്തിന്റെ സ്വഭാവം ട്രീറ്റ്മെന്റിൽ നിന്നും അറിയണം. സിനിമയുടെ ഭൗതികസമയ സങ്കല്പം (സിനിമ എത്ര മണി ക്കൂർ ഉണ്ടാകുമെന്നത്) സിനിമയിലൂടെ കാണിക്കുന്ന ആന്തരിക അഥവാ ക്രിയാത്മക സമയസങ്കല്പം (പ്രമേയത്തിലെ അഥവാ കഥയിലെ സ്ഥല കാല സങ്കല്പം) അതായത് രണ്ട് മണിക്കൂറെന്ന ഭൗതിക സമയ സങ്കല്പംകൊണ്ട് എത്രകാലത്തെ അല്ലെങ്കിൽ കാലഘട്ടത്തിന്റെ കഥ യാണ് ആവിഷ്കരിച്ചിരിക്കുന്നതെന്ന കാര്യം വ്യക്തമാക്കിയിരിക്കണം. കഥാപാത്രങ്ങൾ സിനിമയുടെ ഏതേതു ഘട്ടങ്ങളിൽ വരുന്നുവെന്നും ഏതേതു ഘട്ടങ്ങളിൽ പോകുമെന്നും അവരോരുത്തരുടെയും പാത്ര സൃഷ്ടി എങ്ങനെയാണെന്നും വിവരിച്ചിരിക്കണം. പ്രമേയത്തിന്റെ ഉള്ളിൽ ഒളിഞ്ഞിരിക്കുന്ന സിനിമയുടെ അന്തഃസത്ത ട്രീറ്റ്മെന്റിലൂടെ സുവ്യക്ത മാക്കണം. പാത്രസൃഷ്ടിയുടെ കാര്യകാരണങ്ങളും ബന്ധവും ബന്ധമി ല്ലായ്മയും അവർ തമ്മിലുണ്ടാവുന്ന തീക്ഷ്ണമായ വൈകാരിക ഭാവ

ങ്ങളുടെ ഏറ്റക്കുറച്ചിലുകളും സംഘർഷങ്ങളും വ്യക്തമാക്കിയിരിക്കണം. ട്രീറ്റ്മെന്റിൽ സംഭാഷണമില്ലെങ്കിലും സുപ്രധാന സംഭാഷണങ്ങളുടെ ആശയം സൂചിപ്പിക്കേണ്ടി വരും. ഉപരി പ്രസ്തുത സിനിമയുടെ പ്രത്യേകതയെന്തെന്നും ഈ ലോകത്ത് വന്നുപോയ സിനിമകളിൽ നിന്നും ഈ സിനിമ ഏതെല്ലാം കാര്യങ്ങളിൽ വേറിട്ട് നിൽക്കുന്നുവെന്നും ട്രീറ്റ്മെന്റിൽ നിന്നും മനസ്സിലാവണം. പ്രമേയത്തിൽ ലീനമായിട്ടുള്ള ലക്ഷ്യം അതായത് സിനിമയെടുക്കുന്നതിന്റെ ഉദ്ദേശ്യത്തിനനുസരിച്ചുള്ള ട്രീറ്റ്മെന്റാണ് എഴുതേണ്ടത്. ഉദാഹരണമായി നിങ്ങളുണ്ടാക്കുന്നത് മുഖ്യധാരാ വിനോദ സിനിമയാണെങ്കിൽ (mainstream entertainment cinema) അതിന്റെ ചേരുവകളെല്ലാം ട്രീറ്റ്മെന്റിൽ ഉണ്ടായിരിക്കണം. അതായത് പാട്ടുകൾ, നൃത്തരംഗങ്ങൾ, സാഹസിക സംഘട്ടനങ്ങൾ, പൊട്ടിച്ചിരിപ്പിക്കുന്ന തമാശകൾ, അതിശയം കലർന്ന വൈകാരിക സംഘട്ടനങ്ങൾ എന്നിങ്ങനെയുള്ള മസാലക്കൂട്ടുകൾ കഥയോടൊപ്പം സിനിമയുടെ ട്രീറ്റ്മെന്റിൽ വ്യക്തമാക്കിയിരിക്കണം. നായികാനായകന്മാർ, വില്ലന്മാർ, ഉപകഥാപാത്രങ്ങൾ, സ്വഭാവ നടന്മാർ എന്നിവരുടെ അവതരണ സമ്പ്രദായങ്ങളും സ്വഭാവ പ്രത്യേകതകളും അവർ വ്യാപരിക്കുന്ന വീടുകളും സ്ഥലങ്ങളും ജോലിസ്ഥലങ്ങളും മറ്റും ട്രീറ്റ്മെന്റിൽ നിന്നും വ്യക്തമാകണം. തിരക്കഥയുടെ രംഗങ്ങളോരോന്നായി എഴുതത്തക്ക വിധത്തിലും വികാസത്തിലുമായിരിക്കണം ട്രീറ്റ്മെന്റിന്റെ രൂപവും ഭാവവും. പതിനഞ്ചു മുതൽ ഇരുപതുവരെ പേജുകളിൽ ലളിതമായ ഭാഷയിൽ വർണ്ണനകളില്ലാതെ കാര്യം മാത്രം പറഞ്ഞൊതുക്കി ട്രീറ്റ്മെന്റ് പൂർണ്ണമാക്കണം.

ഈ ഘട്ടത്തിൽ കഥാകൃത്തും തിരക്കഥാകൃത്തും നിർമ്മാതാവും സംവിധായകനും സിനിമയിൽ പാണ്ഡിത്യമുള്ള നല്ലൊരു ആസ്വാദക സുഹൃത്തും ഒരുമിച്ചിരുന്ന് ഈ ട്രീറ്റ്മെന്റ് വായിച്ച് പോരായ്മകൾ കൂട്ടായ്മയോടെ ചർച്ച ചെയ്തു പരിഹരിക്കണം. നിങ്ങൾ ചെറിയൊരു വീഡിയോ ഫിലിം, സ്കൂളിലോ കോളേജിലോ വച്ച് ചെയ്യുകയാണെങ്കിലും ഇത്തരത്തിൽ ഒരു ചർച്ച ആവശ്യമാണ്. അങ്ങനെയുള്ള അവസരത്തിൽ ആസ്വാദകസുഹൃത്തിന്റെ സ്ഥാനത്ത് നിങ്ങളുടെ ഒരദ്ധ്യാപകനെത്തന്നെയുൾപ്പെടുത്തി അദ്ദേഹത്തിന്റെ സാന്നിദ്ധ്യത്തിൽ ചർച്ചയാവാം.

ചർച്ചകളിലൂടെ ഉരുത്തിരിയുന്ന കാര്യങ്ങളിൽ വേണ്ടത് ഏത് എന്നും വേണ്ടാത്തത് ഏതെന്നും തിരക്കഥാകൃത്തും സംവിധായകനും കൂടിയിരുന്ന് തീരുമാനിക്കണം. തിരക്കഥാകൃത്തും സംവിധായകനും ചിലപ്പോൾ ഒരാൾ തന്നെയാവാം. അങ്ങനെയാണെങ്കിൽ അദ്ദേഹം സർഗ്ഗവാസനയുള്ള ക്രിയാത്മക സംവിധായകനായിരിക്കും. എല്ലാത്തിലുമെന്ന പോലെ സംവിധായകരിലും രണ്ടുതരം സംവിധായകരുണ്ട്. അതിൽ ആദ്യത്തെ വിഭാഗത്തെക്കുറിച്ചാണ് പറഞ്ഞത്. സിനിമയുടെ സാങ്കേതിക വശം മാത്രം അറിയാവുന്നവരാണ് രണ്ടാമതൊരു വിഭാഗം. സിനിമാ നിർമ്മാണത്തിന്റെ സാങ്കേതികവശം ഒരു ഫിലിം ഇൻസ്റ്റിറ്റ്യൂട്ടിൽ പോയി

പഠിച്ചോ അല്ലെങ്കിൽ അറിവുള്ള മറ്റൊരു സംവിധായകന്റെ കൂടെനിന്ന് സഹസംവിധായകനായി ജോലി ചെയ്തോ, സിനിമാ നിർമ്മാണത്തി ന്റെയും സംവിധാനത്തിന്റെയും സാങ്കേതികവശം പഠിക്കാവുന്നതാണ്. ഇത്തരം സംവിധായകർക്ക് പൂർണ്ണമായും സർഗ്ഗവാസനയുള്ള ഒരു തിര ക്കഥാകൃത്തിന്റെ സഹായം ആവശ്യമാണ്. സർഗ്ഗവാസനയെന്നാൽ ജന്മനാ ലഭിക്കുന്നതാണ്. ചിത്രകാരന്മാർ, എഴുത്തുകാർ, സംഗീതകാര ന്മാർ, പാട്ടുകാർ, വാദ്യക്കാർ, അഭിനയിക്കുന്നവർ, നൃത്തം ചെയ്യുന്നവർ എന്നിങ്ങനെയുള്ള കലാകാരന്മാരെല്ലാം സർഗ്ഗവാസനയുള്ളവരാണ്. എഴു ത്തുകാരിൽ തന്നെ ദൃശ്യകല അറിയാവുന്നവരാണ് തിരക്കഥയെഴുതു ന്നതിൽ വിദഗ്ദ്ധരാവുന്നത്. സിനിമയുടെ സാങ്കേതികവശം കൂടി പഠിച്ച വരാണെങ്കിൽ ശാസ്ത്രീയമായ നല്ല തിരക്കഥകളെഴുതാൻ സാധിക്കും. അങ്ങനെയുള്ള തിരക്കഥകൾ സിനിമയുടെ സാങ്കേതികവശം നല്ലവണ്ണം അറിയാവുന്ന സംവിധായകന് സിനിമയാക്കി മാറ്റാൻ, സിനിമയിലെ മറ്റു സാങ്കേതിക വിദഗ്ദ്ധരായ ക്യാമറാമാൻ, എഡിറ്റർ, റെക്കോഡിസ്റ്റ്, പ്രോസസിംഗ് സാങ്കേതിക വിദഗ്ദ്ധൻ എന്നിവരുടെ സഹായത്താൽ സാധിക്കും. ഇത്തരം സംവിധായകർക്ക് സിനിമയുടെ കർത്തൃത്വം മുഴു വനായി അവകാശപ്പെടാൻ സാധിക്കില്ല. ഇവിടെ സംവിധായകൻ, സാങ്കേ തികമായി സംവിധായകനാവുന്നതേയുള്ളൂ. സിനിമയുടെ നിർമ്മാണ ത്തിലെ ഓരോ ഘട്ടവും ഓരോ സാങ്കേതിക വിദഗ്ദ്ധനാണ് ചെയ്യുന്നത്. അവർ ചെയ്യുന്നത് തിരക്കഥയുടെ അടിസ്ഥാനത്തിൽ വിലയിരുത്തുന്ന ജോലി മാത്രമേ സംവിധായകൻ ചെയ്യുന്നുള്ളൂ. നല്ലതേത്, ചീത്തയേത് എന്ന് വേർതിരിച്ചറിയാനും കഥാപാത്രങ്ങളെയും സംഭാഷണങ്ങളെയും തിരക്കഥയുടെ പ്രമേയത്തിനനുസരിച്ച് ചിത്രീകരിക്കാനും കഴിവുള്ള സാങ്കേതിക സംവിധായകർ ഉണ്ടാക്കുന്ന സിനിമകൾ നല്ലതായിരിക്കും. അല്ലാത്തവർക്ക് ഉയർന്ന നിലവാരമുള്ള ഒരു തിരക്കഥ കിട്ടിയാലും അത് നല്ലൊരു സിനിമയാക്കി മാറ്റാനുള്ള സാങ്കേതികജ്ഞാനവും വകതിരിവും വേർതിരിവുമൊക്കെ അറിയാത്തതിനാൽ നല്ലൊരു തിരക്കഥ ജന ങ്ങൾക്കിഷ്ടപ്പെടാത്ത ഒരു സിനിമയായി പരിണമിക്കാം. ലോകസിനിമ യിൽ നല്ല സാഹിത്യകൃതികൾ മോശമായ സിനിമകളായി മാറിയ എത്രയോ ഉദാഹരണങ്ങൾ ലഭ്യമാണെന്നോ!

ഇത്തരം അവസരങ്ങളിലാണ് ഓരോ ഘട്ടത്തിലും ചർച്ചകൾ ആവ ശ്യമായി വരുന്നതും അത്തരം ചർച്ചകൾ സിനിമയുടെ ഉന്നതിക്ക് കാര ണമാകുന്നതും. സംവിധായകന് ജന്മനാ സർഗ്ഗവാസനയുള്ളവനാണെ ങ്കിലും ചർച്ചകൾ ആവശ്യമാണ്. സംവിധായകൻ തന്നെയാണ് തിരക്ക ഥയെഴുതുന്നതെങ്കിലും സ്വന്തം സിനിമയുടെ ട്രീറ്റ്മെന്റിനെക്കുറിച്ചും സാങ്കേതികമായ ആവശ്യങ്ങളെക്കുറിച്ചും വേണ്ടിവരാവുന്ന ബജറ്റിനെ ക്കുറിച്ചുമൊക്കെ നിർമ്മാതാവിനെ പറഞ്ഞു മനസ്സിലാക്കുന്നതും അദ്ദേ ഹത്തിന്റെ അഭിപ്രായങ്ങളും പരിമിതികളും സംവേദനം ചെയ്യേണ്ടതും ഏറ്റവും ആവശ്യമാണ്.

തിരക്കഥ

ട്രീറ്റ്മെന്റും ചർച്ചകളും പൂർണ്ണമായാൽ തിരക്കഥയെഴുതാൻ തുട
ങ്ങുന്നു. സിനിമയുടെ ട്രീറ്റ്മെന്റിൽ ലീനമായിട്ടുള്ള ക്രിയാത്മക സ്ഥല
കാല സങ്കൽപ്പത്തെ രംഗങ്ങളാക്കി മാറ്റുകയെന്നതാണ് ആദ്യമായി
ചെയ്യേണ്ടത്. എവിടെ നിന്നാണ് ആദ്യരംഗം ആരംഭിക്കേണ്ടതെന്നും എവി
ടെയാണ് അവസാനിപ്പിച്ച് അടുത്തരംഗം ആരംഭിക്കേണ്ടതെന്നുമുള്ള
തീരുമാനം രേഖപ്പെടുത്തുകയെന്ന ജോലിയാണിത്. ആദ്യരംഗം മുതൽ
സിനിമ തീരുന്നതുവരെയുള്ള രംഗങ്ങൾ ഇപ്രകാരം എഴുതണം. കഥാ
ചിത്രങ്ങൾക്കായാലും ഹ്രസ്വ സിനിമകൾക്കായാലും ഡോക്യുമെന്ററി
കൾക്കായാലും ഇത്തരത്തിൽ രംഗങ്ങളുടെ വിഭജനം ആവശ്യമാണ്.
സിനിമയുടെ ആകെത്തുക വെള്ളിത്തിരയിൽ കണ്ടുകൊണ്ടുവേണം രംഗ
വിഭജനം നടത്തുവാൻ. അതിസൂക്ഷ്മമായി വിഭാവന ചെയ്യേണ്ട (സ്വന്തം
സിനിമയെക്കുറിച്ച്) ഈയവസരത്തിൽ തിരക്കഥാകൃത്ത് ഏകനായിരി
ക്കുന്നതാണ് കൂടുതൽ സൗകര്യം. ഇങ്ങനെ സീൻ ഓർഡർ അഥവാ
രംഗവിഭജനം പൂർണ്ണമായാൽ തിരക്കഥാരചന തുടങ്ങാം.

ആദ്യരംഗത്തിന്റെ ആദിയിൽ തന്നെ ട്രീറ്റ്മെന്റിലെ സ്ഥലകാല
സങ്കൽപ്പം, ഭൗതിക സ്ഥലകാലമാക്കി മാറ്റുന്നു. രംഗം തുടങ്ങുമ്പോൾ
തന്നെ എഴുതുന്ന വെള്ളക്കടലാസിനെ രണ്ടാക്കി വിഭജിച്ച് ഇടതുഭാഗത്ത്
ദൃശ്യമെന്നും വലതുഭാഗത്ത് ശബ്ദരേഖയെന്നും എഴുതുന്നു. ദൃശ്യവി
ഭാഗത്തിന് താഴെ ഇടതുഭാഗത്ത് രംഗത്തിന്റെ നമ്പർ എഴുതുന്നു. അതിന്
താഴെ രംഗം നടക്കുന്ന സ്ഥലത്തെക്കുറിച്ചും സമയത്തിന്റെ പ്രത്യേകത
യെക്കുറിച്ചും കാലാവസ്ഥയെക്കുറിച്ചും പ്രകാശസംവിധാനത്തെക്കുറിച്ചും
വ്യക്തമാക്കുന്നു. പിന്നെയാണ് കഥാപാത്രങ്ങളെയും അവരുടെ ദൃശ്യ
സ്ഥിതിവിശേഷത്തെക്കുറിച്ചും എഴുതുന്നത്. കഥാപാത്രങ്ങളുടെ പ്രായം,
വേഷം, മേക്കപ്പ്, പ്രവൃത്തി, കയ്യിലുള്ള ഉപകരണങ്ങൾ, അവരുടെ
നിലനിൽപ്പ്, രംഗസംവിധാനം, ചലനം, മുഖഭാവങ്ങളുടെ പ്രത്യേകത
കൾ, സംഭാഷണം എന്നിവയാണ് ദൃശ്യത്തിൽ ലളിതമായ വാക്കുകളാൽ
വിവരിക്കുന്നത്. സംഭാഷണം എന്താണെന്ന് കഥാപാത്രത്തിന്റെ പേരെ
ഴുതി രണ്ടായി മടക്കിയിരിക്കുന്ന പേജിന്റെ വലതുഭാഗത്താണ് എഴുതേ
ണ്ടത്. ഉദാഹരണമായി ഒരു രംഗത്തിന്റെ ആദി താഴെക്കാണിക്കാം.

ദൃശ്യം   ശബ്ദരേഖ

രംഗം ഒന്ന്:

നെൽവയൽ. സൂര്യൻ ഉദിച്ചുകൊണ്ടിരിക്കുന്നത്
ചക്രവാളത്തിൽ കാണാം. അന്തരീക്ഷത്തിലെ
മഞ്ഞിന്റെ നനുത്ത പാളികൾ ഇളവെയിലിൽ
അലിയുന്നത് കാണാം. വയൽ വരമ്പിലൂടെ
കൃഷിയായുധങ്ങളുമായി നടന്നുപോകുന്ന മാധ

വനും വേലായുധനും. കൈലിമുണ്ടും ബനി
യനും ചുവന്ന തോർത്തുമുണ്ടുകൊണ്ടുള്ള
തലേക്കെട്ടുമാണ് വേഷം. നടന്ന് നീങ്ങവേ ഇരു
വശങ്ങളിലുള്ള വയലേലകളും പുഴയും കാ
ണാം. നാടൻ സംഗീതം കേൾക്കാം. മാധവനും
വേലായുധനും ഇടയ്ക്ക് സംസാരിക്കുന്നുണ്ട്.
മാധവന്റെ സംഭാഷണം കേൾക്കാം.

മാധവൻ:
ഇപ്രാവശ്യം ഇടകൃഷി
യായി എള്ളുവിതയ്
ക്കാമെന്ന് വിചാരിക്യാ.
ഇടമഴ കിട്ടിയാൽ മോ
ശം വരില്ല. എന്താ വേ
ലായുധാ?

വേലായുധന്റെ ദൃശ്യം:

മറുപടിയായി വേലായുധൻ:
എള്ളു വിതയ്ക്കുന്ന
തൊക്കെ കൊള്ളാം.
ഇടമഴ കിട്ടീല്ലെങ്കിൽ...
പണിക്കൂലിപോലും
കിട്ടില്ല. കാലം പുരോ
ഗമിച്ചൂന്നൊക്കെ പറ
യുന്നത് കേൾക്കാം.
എവിടെയാണാവോ
ഈ പുരോഗമനം?

ദൃശ്യം അവരുടെ മുഖഭാവങ്ങൾ കാണിക്കുന്ന
തിനായി മുന്നോട്ടു പോകുന്നു. ക്യാമറ ട്രാക്കി
ലാണ്. സംഭാഷണം തുടരുന്നു. ക്യാമറ ട്രാക്കി
ലൂടെ മുന്നോട്ട് ചലിക്കുന്നു.

ഇങ്ങനെയാണ് എഴുതിത്തുടങ്ങേണ്ടത്. തിരക്കഥയിൽ സ്ഥലകാല
സങ്കൽപ്പവും കഥാപാത്രങ്ങളും അവരുടെ ദൃശ്യചലനങ്ങളും സംഭാ
ഷണവും തന്നെയാണ് പ്രധാനം.

തിരക്കഥയുടെ ഘടന

ദൃശ്യമാതൃകകൾ അഥവാ ഷോട്ടുകൾ അടുത്ത പടിയായ ഷൂട്ടിംഗ്
സ്ക്രിപ്റ്റ് അല്ലെങ്കിൽ ചിത്രീകരണ തിരക്കഥയിലെ ഉണ്ടാവുകയുള്ളൂ.
ഒരു പ്രത്യേക സ്ഥലകാലത്തിൽ നിലകൊള്ളുന്ന കഥാപാത്രങ്ങളുടെ
ദൃശ്യങ്ങളും ചലനങ്ങളും പ്രവൃത്തികളും സംഭാഷണങ്ങളുമാണ് ഒരു
രംഗത്തിലുണ്ടാവുക. ഈ പ്രത്യേക സ്ഥലകാല സങ്കൽപ്പത്തിൽ ദൃശ്യ

മാകുന്ന കഥാപാത്രങ്ങളുടെ ദൃശ്യങ്ങളിലൂടെ, സംഭാഷണത്തിലൂടെ ആരംഭിക്കുന്ന രംഗം ആദിമധ്യാന്തങ്ങളിലൂടെ കടന്നു പോകുന്നതോടെ ആ രംഗം പൂർത്തിയാവുന്നു. പിന്നെ മറ്റൊരു സ്ഥലകാലത്ത് അടുത്ത രംഗം ആരംഭിക്കുന്നു. ഉദാഹരണമായി, ഒരു വീട്ടിലെ ബെഡ്റൂമിൽ പകൽസമയത്ത്, കുഞ്ഞിനെ കുളിപ്പിച്ച് പാലുകൊടുത്ത് ഉറക്കിക്കഴിഞ്ഞ് വേഷം മാറി, കുഞ്ഞിനെ അമ്മൂമ്മയെ ഏൽപ്പിച്ച് വീട്ടിൽ നിന്നും പുറ ത്തിറങ്ങുന്ന സ്ത്രീയെ രംഗം ഒന്നിൽ കാണിച്ചുവെന്നിരിക്കട്ടെ. രണ്ടാ മത്തെ ദൃശ്യം തുടങ്ങുന്നത് നഗരത്തിലെ വലിയ ബിൽഡിംഗിലുള്ള ഓഫീസിലേക്ക് വരുന്ന ആ സ്ത്രീയുടെ ദൃശ്യത്തോടെ ആയിരിക്കും. ഇവിടെ രണ്ടാമത്തെ രംഗത്തിൽ, സ്ഥലകാലങ്ങൾ മാറുന്നതായി മന സ്സിലാക്കണം. ഒന്നാമത്തെ രംഗത്തിലെ വീടിന്റെ സ്ഥാനത്ത് ഓഫീസ് കെട്ടിടവും ബെഡ്റൂമിന്റെ സ്ഥാനത്ത് ഓഫീസും മാറിവരുന്നു. അതേ പോലെ വീട്ടിലെ സമയസങ്കൽപ്പവും ഓഫീസിലെ സമയസങ്കൽപ്പവും തമ്മിൽ വ്യത്യാസമുണ്ട്. ആകയാൽ ഒന്നാം രംഗത്തിലെ സമയസങ്കൽപ്പ ത്തിന്റെ സ്ഥാനത്ത് രണ്ടാം രംഗത്തിൽ മറ്റൊരു സമയ സങ്കൽപ്പം വരുന്നു. രംഗം മാറുമ്പോൾ സ്ഥലകാലസങ്കൽപ്പവും മാറുന്നുവെന്ന കാര്യം വ്യക്ത മായല്ലൊ. ഇനി ഒന്നാംരംഗം തന്നെ ഒരൽപ്പംകൂടി നീട്ടണമെങ്കിൽ പുതി യൊരു കഥാപാത്രത്തെ രംഗത്തിൽ അവതരിപ്പിക്കുകയോ അവിചാരി തമായ മറ്റെന്തെങ്കിലും സംഭവങ്ങൾ രംഗത്തിലുണ്ടാവുകയോ വേണം. അതായത് ഓഫീസിലേക്ക് പോകുന്ന സ്ത്രീ പോയതിനുശേഷം ആ വീട്ടിലേക്ക് ആരെങ്കിലും കടന്നുവന്ന് അമ്മൂമ്മയുമായി സംസാരിക്കു കയോ അല്ലെങ്കിൽ ഉറങ്ങിക്കിടക്കുന്ന കുഞ്ഞ് അമ്മ ഇറങ്ങിപ്പോയതോടെ ഞെട്ടിയുണർന്ന് കരയുകയോ വേണം. പ്രധാന കഥാപാത്രം രംഗ ത്തിൽനിന്നും മറ്റൊരു സ്ഥലകാലസങ്കൽപ്പത്തിലേക്ക് പോയിട്ടും രംഗം നിലനിർത്തേണ്ടി വരുമ്പോഴത്തെ മാർഗ്ഗമാണ് പറഞ്ഞത്. അത്യാവശ്യ മാണെങ്കിൽ മാത്രമേ ഇപ്രകാരം ഒരു രംഗം വലിച്ചു നീട്ടാൻ പാടുള്ളു. അല്ലെങ്കിൽ സിനിമയുടെ ക്രിയാത്മകതയുടെ താളം ഇത്തരം വലിച്ചു നീട്ടലുകളാൽ തെറ്റിപ്പോകും. കാണികൾക്ക് അത്തരം ഭാഗങ്ങൾ കാണാൻ ഇഷ്ടമുണ്ടാവില്ല. അവരതിനെക്കുറിച്ച് സിനിമ കഴിഞ്ഞാൽ വിമർശിക്കുകയും ചെയ്യും. അതുകൊണ്ട് വളരെയേറെ ശ്രദ്ധിച്ചുവേണം തിരക്കഥയിലെ ഓരോ രംഗത്തിലെയും സംഭവ പരമ്പരകളെ സംയോ ജിപ്പിക്കാനും അടുത്ത രംഗത്തിലേക്ക് പോകാനും.

നമ്മളവതരിപ്പിക്കുന്ന ഓരോ രംഗത്തിലും ജീവിതത്തിലെ അനു കൂലശക്തിയും പ്രതികൂലശക്തിയും ഉണ്ടാവണം. ഇവ തമ്മിലുള്ള പൊരു ത്തക്കേടുകളുടെ ഏറ്റക്കുറച്ചിലനുസരിച്ചാണ് ആ രംഗത്തിന്റെ ആസ്വാ ദനത്തിന്റെ ഏറ്റക്കുറച്ചിലും. പൊരുത്തക്കേടുകളുടെ തന്മയത്വവും ആസ്വാദനത്തിന്റെ അന്തഃസത്തയും നേർപൂരകങ്ങളാണ് (Directly Pro-portional). നേരത്തെ ഉദാഹരണമായി പറഞ്ഞ രംഗത്തിൽ അമ്മയും കുഞ്ഞും തമ്മിലുള്ള ബന്ധവും കുഞ്ഞിനെ വളർത്തുന്നതിൽ അമ്മയ

നുഭവിക്കുന്ന സംതൃപ്തിയും ജീവിതത്തിലെ അനുകൂലശക്തിയിൽ നിന്നും ഉത്ഭവിക്കുന്നതാണെങ്കിൽ, കുഞ്ഞിനെ വേണ്ടവിധത്തിൽ വളർത്താനുള്ള സാഹചര്യക്കുറവും അമ്മയുടെ ജോലിഭാരവും പ്രായ മായ അമ്മൂമ്മയുടെ സ്ഥിതിയുമെല്ലാം ജീവിതത്തിലെ പ്രതികൂല ശക്തി യിൽ നിന്നും ഉത്ഭവിക്കുന്നതാണ്. ഇവരണ്ടും തമ്മിലുണ്ടാകുന്ന പൊരു ത്തക്കേടിൽ നിന്നും ഉത്ഭവിക്കുന്ന സംഘർഷമാണ് സത്യത്തിൽ ഓരോ രംഗത്തിലെയും ആസ്വാദനത്തിന്റെ ആത്മാവ്. തിരക്കഥയുടെ മൗലിക തയും അതുതന്നെയാണ്. മൗലികതയുടെ സംഘർഷങ്ങൾ അനുക്രമ മായി തിരക്കഥയിൽ ഉണ്ടാകണമെങ്കിൽ തിരക്കഥാകൃത്തിന് അഗാധമായ ജീവിതനിരീക്ഷണസ്വഭാവം ജന്മനാ ഉണ്ടായിരിക്കണം. സർഗ്ഗവാസന യുടെ സുപ്രധാന ലക്ഷണമായ ഈ ജീവിതനിരീക്ഷണസ്വഭാവത്തിൽ നിന്നുമാണ് ജീവിതഗന്ധിയായ തിരക്കഥകളും സിനിമകളും ഉണ്ടാകുന്നതും.

മനുഷ്യജീവിതത്തെ സമഗ്രമായ പുരോഗതിയിലേക്ക് നയിക്കുന്ന എല്ലാത്തരം ശക്തികളെയും പ്രതിനിധാനം ചെയ്യുന്നതാണ് ജീവിത ത്തിലെ അനുകൂലശക്തികളെന്ന് പറഞ്ഞത്. ഈ ശക്തികളാണ് ജീവിത നന്മകൾക്കടിസ്ഥാനം. തിരക്കഥയിലെ നായകന്മാരും ഉപനായകന്മാരും നായികയും ഉപനായികമാരും സ്വഭാവനടന്മാരിൽ നായകന്റെ (Thesis) ഭാഗത്ത് നിൽക്കുന്നവരും ജീവിതത്തിലെ അനുകൂല ശക്തിയിൽ നിന്നും ഉണ്ടാകുന്നവരാണ്. ജീവിതത്തിലെ പ്രതികൂല ശക്തികളെ പ്രതിനിധാനം ചെയ്യുന്നവരാണ് ജീവിത പുരോഗതിയെ തടഞ്ഞ് സ്വാർത്ഥലാഭം ഉണ്ടാ ക്കുന്നവരും സമൂഹത്തിൽ ദിനംപ്രതിയുണ്ടാകുന്ന എല്ലാത്തരം പ്രശ്ന ങ്ങൾക്കും കാരണവും. എന്നാൽ അവരെ പ്രത്യക്ഷത്തിൽ സമൂഹത്തിന് കാണാനും മനസ്സിലാക്കാനും കഴിയുകയില്ല. പരോക്ഷമായി അല്ലെങ്കിൽ മറഞ്ഞുനിന്നുകൊണ്ടാണ് അവർ അവരുടെ പ്രതികൂലശക്തികൾ പ്രയോ ഗിക്കുന്നത്. ഇവരെയാണ് സിനിമയിലെ വില്ലന്മാർ (Antithesis) എന്ന് വിളിക്കുന്നത്. വില്ലന്മാരും വില്ലത്തിമാരും ഉപവില്ലന്മാരും ഉപവില്ലത്തി മാരുമെല്ലാം ഇത്തരം പ്രതികൂലശക്തികളിൽ നിന്നും ഉണ്ടാകുന്നവരാണ്.

ക്രിയാത്മക കാലത്തിൽ നിന്നുമാണ് കഥാപാത്രങ്ങൾ ഉണ്ടാകു ന്നത്. ഒരു രംഗത്തിൽ പ്രത്യക്ഷമായോ പരോക്ഷമായോ അനുകൂലവും പ്രതികൂലവുമായ കാലത്തിന്റെ സംഘർഷമുണ്ടായിരിക്കണം. അല്ലെ ങ്കിൽ അനുകൂലവും പ്രതികൂലവുമായ ക്രിയാത്മക കാലത്തിൽ നിന്നു ണ്ടാകുന്ന കഥാപാത്രങ്ങൾ തമ്മിലുള്ള സംഘർഷങ്ങളുടെ ആകത്തുക യാണ് ഒരു രംഗം. ക്രിയാത്മകകാലം അഥവാ കഥാപാത്രങ്ങൾ വ്യാപരി ക്കുന്ന ഇടങ്ങളും വീടുകളുമാണ് സ്ഥലം എന്ന സങ്കൽപ്പംകൊണ്ട് അർത്ഥമാക്കുന്നത്. രംഗമെന്തെന്ന് ചിന്തിക്കുമ്പോൾ നന്മയുടെ ഭാഗത്ത് നിൽക്കുന്ന കഥാപാത്രങ്ങളും തിന്മയുടെ ഭാഗത്ത് നിൽക്കുന്ന കഥാപാ ത്രങ്ങളും ഒരു പ്രത്യേക സ്ഥലകാലത്തിന്റെ പ്രേരണയാൽ ഉണ്ടാകുന്ന സംഘർഷങ്ങളെക്കുറിച്ചാണ് ചിന്തിക്കേണ്ടത്. പൊരുത്തക്കേടിൽ (con-flict) നിന്നുണ്ടാകുന്ന പൊരുത്തമാണ് നല്ല സിനിമയുടെ അടിസ്ഥാനം.

സിനിമ ജീവിതത്തിന്റെ പ്രതിഫലനമാണെന്ന് പറയാനുള്ള കാരണവും ഇതുതന്നെ. നല്ല സിനിമകളുടെ കാര്യമാണ് പറഞ്ഞത്. സിനിമ ജീവി തോപാധിയാക്കുന്ന മിക്ക സംവിധായകർക്കും സിനിമയുടെ ശാസ്ത്രീ യമായ അറിവുകൾ പ്രയോഗിക്കാൻ സാധിക്കാറില്ല. പലപ്പോഴും ജീവി തത്തിൽ ഇല്ലാത്ത കാര്യങ്ങൾ കാണിച്ച് കാണികളെ മനംമയക്കി കാശു വാങ്ങിയാൽ മാത്രമേ നിർമ്മാതാവിന് വൻലാഭമുണ്ടാക്കാൻ കഴിയു. ആകയാൽ മുഖ്യധാരാ സിനിമകളുടെ കെട്ടും മട്ടും യഥാർത്ഥത്തിലുള്ള സിനിമകളിൽ നിന്നും വിഭിന്നമാണ്. പ്രമേയവും കഥയും കഥയുടെ രൂപ ഭാവങ്ങളും തിരക്കഥയും ഷൂട്ടിംഗ് സ്ക്രിപ്റ്റുമെല്ലാം യഥാർത്ഥ സിനിമ കളിൽ നിന്ന് വിഭിന്നവും അത്ഭുതാവഹവും അതിഭാവുകത്വ രംഗങ്ങൾ ഉള്ളതുമായിരിക്കും. ഇത്തരം സിനിമകളിലെ നായകന്മാരായി അഭിന യിക്കുന്നവരെ താരങ്ങൾ (നടന്മാരല്ല) എന്നാണ് വിളിക്കുന്നത്. പുറമേക്ക് കാണാൻ കൊള്ളാവുന്ന രൂപസൗന്ദര്യവും അതിനോടൊപ്പം ഒരൽപ്പം അഭിനയവാസനയും സിനിമയിലെ നിർമ്മാതാക്കളോടും സംവിധായക ന്മാരോടും മറ്റും ഒത്തുപോകാനുള്ള ചാതുര്യവും ഉണ്ടെങ്കിൽ മുഖ്യധാ രാസിനിമയിലെ നായകനോ നായികയോ വില്ലനോ ആകാൻ പ്രയാസ മില്ല. നായികക്കാണെങ്കിൽ രൂപസൗന്ദര്യം നായകനെക്കാൾ കൂടുതൽ ആവശ്യമാണ്. നായകൻ ശരിക്കും അമ്പത് വയസ്സ് കഴിഞ്ഞ ഒരാളാ ണെങ്കിലും നായിക വളരെ ചെറുപ്പമായിരിക്കണം. നായകനെ പ്രത്യേക വസ്ത്രധാരണരീതികൊണ്ടും മേക്കപ്പുകൊണ്ടും നായികയോടൊത്തു പോകാവുന്ന ഒരു പ്രായത്തിലേക്ക് കൊണ്ടുവരികയാണ് സാധാരണ ചെയ്യാറുള്ളത്. ജനങ്ങൾ സിനിമ കാണണമെങ്കിൽ ഇതൊക്കെ വേണ മെന്നുള്ള തെറ്റിദ്ധാരണ ഇന്ത്യൻ സിനിമയുടെ തികഞ്ഞ അന്ധവിശ്വാ സമായിത്തന്നെ വളരുന്ന തലമുറ വേർതിരിച്ചറിയണം. കാരണം ഇത്തരം സൂപ്പർ താരങ്ങളില്ലാത്ത പല സിനിമകൾക്കും ധാരാളം പണം ലാഭ മായി കിട്ടാറുണ്ട്. സൂപ്പർ താരങ്ങൾ അഭിനയിക്കുന്ന സിനിമകളിൽ 40 ശതമാനം പോലും ധനപരമായി വിജയിക്കാറുമില്ല. അന്വേഷണ മന സ്സുള്ളവർക്ക് ഇത് എളുപ്പത്തിൽ മനസ്സിലാകും. അതുകൊണ്ട് സിനിമ വിജയിക്കുന്നത് വൻ നടന്മാരുള്ളതുകൊണ്ടല്ല, അതോടൊപ്പം ജനങ്ങ ളിഷ്ടപ്പെടുന്ന തിരക്കഥ അല്ലെങ്കിൽ പ്രമേയം കൂടി ആവശ്യമാണെന്ന കാര്യം തെളിഞ്ഞുവരുന്നു. താരങ്ങളില്ലെങ്കിൽത്തന്നെ നല്ലൊരു തിരക്ക ഥയും സംവിധായകനുമുണ്ടെങ്കിൽ പടം ഓടും. ധാരാളം പണവും നിർമ്മാതാവിന് ഉണ്ടാക്കാം. ഇത്തരം നല്ല തിരക്കഥകളെ മനസ്സിലാക്കാ നുള്ള വാസനയും വകതിരിവും സാങ്കേതികജ്ഞാനവും ഉള്ള സംവി ധായകനും ആ സംവിധായകനെ അടിമുടി വിശ്വസിക്കുന്ന ഒരു നിർമ്മാ താവും തമ്മിലുള്ള കൂട്ടായ്മകൊണ്ട് മാത്രമേ ഒരു സിനിമ ഏതു നില യ്ക്കായാലും വിജയിക്കുകയുള്ളു. നമ്മുടെ മുഖ്യധാരാ സിനിമകളുടെ ഭാവി ഈയൊരൊറ്റ കാര്യത്തെ മാത്രം ആശ്രയിച്ചിരിക്കുന്നുവെന്ന കാര്യം നാളെ ഇതിലെ വരുന്നവരെല്ലാം ആഴത്തിൽ മനസ്സിലാക്കണം.

സിനിമാ നിർമ്മാണത്തിൽ കഥയുടെ രൂപരേഖകൾക്ക് (ട്രീറ്റ്മെന്റ്) ഉള്ള പ്രാധാന്യവും അതിന് ശേഷമെഴുതുന്ന തിരക്കഥയ്ക്ക് ഒരു സിനിമയുടെ ആകമാനമുള്ള വിജയപരാജയത്തെ നിശ്ചയിക്കുന്നതിലുള്ള നിർണ്ണായകമായ പങ്കിനെക്കുറിച്ചും വേണ്ട വിധത്തിൽ മനസ്സിലാക്കിയിരിക്കണമെന്ന് ബോദ്ധ്യപ്പെടുത്താനാണ് മുമ്പേ എഴുതിയ ചില വരികൾ അർത്ഥമാക്കുന്നത്. അതിനെക്കാൾ കൂടുതൽ പറയാൻ ഈ പുസ്തകത്തിൽ ഉദ്ദേശിക്കുന്നുമില്ല.

പ്രമേയം, കഥ (സിനോപ്സിസ്), ട്രീറ്റ്മെന്റ് അഥവാ ദൃശ്യാത്മക രൂപരേഖ, തിരക്കഥ എന്നിവയുടെ രചനകൾ പൂർണ്ണമായാൽ ഷൂട്ടിംഗ് സ്ക്രിപ്റ്റ് എഴുതിത്തുടങ്ങാം. ഇന്ത്യൻ സിനിമാ നിർമ്മാണത്തിൽ അപൂർവ്വം ചിലർ മാത്രമേ ഇത്തരം ശാസ്ത്രീയമായ രചനാശൈലി പ്രായോഗികമാക്കാറുള്ളൂ. റഷ്യ, യൂറോപ്യൻ രാജ്യങ്ങൾ, അമേരിക്ക, ലാറ്റിനമേരിക്ക, ആഫ്രിക്ക എന്നീ വൻകരകളിൽ ഈ ശാസ്ത്രീയമായ രചനാശൈലി കൂടുതൽ ആധുനിക സോഫ്റ്റ് വെയറുകളുടെ സഹായത്തോടെ പ്രബലമായിക്കൊണ്ടിരിക്കുന്നു. നമ്മുടെ സിനിമാ നിർമ്മാണ -വിതരണ-പ്രദർശന രംഗം പ്രശ്നങ്ങളുടെ കൂടാരമായി മാറാനുള്ള കാരണവും ഈ അച്ചടക്കമില്ലായ്മ തന്നെ. ഇവിടെ ഒട്ടുമുക്കാലും രചനകൾ നേരിട്ട് ഷൂട്ടിംഗ് സ്ക്രിപ്റ്റിൽ നിന്നാണ് ആരംഭിക്കുന്നത്. ഷൂട്ടിംഗ് ആരംഭിച്ചതിനുശേഷം ചിത്രീകരണ സ്ഥാനത്ത് വച്ച് സൂപ്പർതാരങ്ങളുടെ ഇഷ്ടത്തിനനുസരിച്ച് ഷൂട്ടിംഗ് സ്ക്രിപ്റ്റ് എഴുതുന്നവരാണ് തിരക്കഥാരചനയിൽ ഏറ്റവും താരവിലയുള്ളവരെന്ന് പൊതുവെ ഒരു വിശ്വാസവും നിലവിലുണ്ട്. ഇത്തരം കാര്യങ്ങളൊന്നും യഥാർത്ഥ ലോകസിനിമാരംഗത്ത് പതിവില്ല. നമ്മുടെ സിനിമ ലോകനിലവാരത്തിന്റെ അടുത്തൊന്നും എത്താത്തതിന്റെ പ്രധാനകാരണവും ഇതൊക്കെത്തന്നെ. സിനിമാരംഗത്ത് പ്രവർത്തിക്കുന്ന പ്രധാനികളെല്ലാവരും ഒന്നുചേർന്ന് ഈ കുറവുകൾ പരിഹരിക്കുന്ന ഒരുകാലത്ത് നമ്മുടെ സിനിമയും ലോകനിലവാരത്തിലേക്ക് എത്തിയേക്കാം.

ഷൂട്ടിംഗ് സ്ക്രിപ്റ്റ്

തിരക്കഥയിലെ ഓരോ രംഗത്തിലും ലീനമായിട്ടുള്ള ദൃശ്യാവിഷ്കാരത്തെയും കഥാപാത്രങ്ങളെയും സംഭാഷണങ്ങളെയും ശബ്ദങ്ങളെയുമെല്ലാം ചിത്രീകരണത്തിന്റെയും ചിത്രസംയോജനത്തിന്റെയും കാഴ്ചപ്പാടിൽ ഷോട്ടുകളാക്കി രൂപാന്തരപ്പെടുത്തുകയെന്ന ഏറ്റവും സുപ്രധാന രചനാ പ്രക്രിയയാണ് ഷൂട്ടിംഗ് സ്ക്രിപ്റ്റിലുള്ളത്. തിരക്കഥാകൃത്തും സംവിധായകനും കൂടിയിരുന്ന് ചെയ്യേണ്ട രചനാ പ്രക്രിയയാണിത്. തിരക്കഥയുടെ സ്ഥൂലമായ അവസ്ഥയിൽനിന്നും സിനിമയുടെ സൂക്ഷ്മവും അതിസൂക്ഷ്മവുമായ അവസ്ഥയിലേക്ക് തിരക്കഥയെ മാറ്റുകയെന്നതാണ് ഇവിടെ നടക്കുന്നത്. അതായത് തിരക്കഥയിലുള്ള ക്രിയാത്മക സ്ഥല കാല സങ്കൽപ്പത്തെ സിനിമാപരമായ (Cinematic) അഥവാ ചിത്രീകര

ണപരമായ സാങ്കേതിക സ്ഥലകാലസങ്കല്പത്തിലേക്ക് മാറ്റുകയാണി
വിടെ ചെയ്യുന്നത്. ഡോക്യുമെന്ററിയായായാലും മറ്റേതൊരുതരം സിനിമ
യായായലും ഷൂട്ടിംഗ് സ്ക്രിപ്റ്റ് എഴുതിയേ മതിയാവൂ. ഡോക്യുമെന്ററി
യാണെങ്കിൽ ശബ്ദരേഖയിൽ വ്യത്യാസങ്ങൾ വരുത്തണം. സംഭാഷ
ണങ്ങൾക്ക് പകരം കമന്ററിയോ, അവതരണരീതിയിലുള്ള വാചകങ്ങളോ
ആയിരിക്കും ഡോക്യുമെന്ററിയിൽ ഉപയോഗിക്കുന്നത്. ഷൂട്ടിംഗ്
സ്ക്രിപ്റ്റിൽ ഉള്ളതിനെക്കാൾ കൂടുതൽ ഷോട്ടുകൾ ഡോക്യുമെന്ററി
ചിത്രീകരണ സമയത്ത് എടുക്കേണ്ടതായിട്ടുണ്ട്. പൂർണ്ണമായും വസ്തു
നിഷ്ഠതയുടെ, സത്യാവസ്ഥയെ അടിസ്ഥാനമാക്കി ചിത്രീകരിക്കുന്ന
ഡോക്യുമെന്ററികളിൽ കൽപ്പിത കഥാപാത്രങ്ങളോ രംഗസംവിധാനമോ
ഇല്ല. സന്ദർഭത്തിനും സ്ഥലത്തിനും സംഭവങ്ങൾക്കുമാണ് പ്രാധാന്യം.
ചിത്രീകരണവേളയിൽ പുറമേകാണുന്ന വസ്തുനിഷ്ഠമായ അഥവാ
സ്ഥൂലമായ ദൃശ്യങ്ങളിൽ ഒളിഞ്ഞിരിക്കുന്ന സൂക്ഷ്മമായ സത്യത്തെ
അനാവരണം ചെയ്യുന്നതിനാണ് ഡോക്യുമെന്ററി, സംവിധായകന്റെ
ഏകാഗ്രമായ നിരീക്ഷണ നിർദ്ദേശത്തെ ഉൾക്കൊണ്ടുകൊണ്ട് ക്യാമറാ
മാൻ തന്റെ ക്യാമറ ചലിപ്പിക്കുന്നത്. ഡോക്യുമെന്ററി ചിത്രീകരണത്തിൽ
കഥാചിത്ര ചിത്രീകരണം പോലെ റിഹേഴ്സലുകളോ പുനർചിത്രീകര
ണമോ (retakes) ഇല്ല. ഡോക്യുമെന്ററി ചിത്രീകരണത്തേക്കാൾ
പ്രധാനം ചിത്രസംയോജനമാകയാൽ ആ സമയത്താണ് ആവശ്യമി
ല്ലാത്ത ഷോട്ടുകൾ മാറ്റിവയ്ക്കുന്നത്. ഏറ്റവും കൂടുതൽ ക്രിയാത്മക
മായ ചിത്രസംയോജനം നടക്കുന്നതും ഡോക്യുമെന്ററി നിർമ്മാണത്തിൽ
തന്നെ. ഫീച്ചർഫിലിം നിർമ്മാണത്തിലാണെങ്കിൽ ഷൂട്ടിംഗ് സ്ക്രിപ്റ്റിൽ
എഴുതിയിരിക്കുന്ന ഷോട്ടുകളുടെ ചിത്രീകരണരീതിയിൽ ആനുകാലി
കമായ ചില മാറ്റങ്ങൾ അവിചാരിതമായോ, സംവിധായകന്റെ ആ സമ
യത്തെ തീരുമാനമനുസരിച്ചോ ഉണ്ടാവാമെങ്കിലും ഫീച്ചർഫിലിം ചിത്രീ
കരണം ഏതാണ്ട് 99 ശതമാനവും ഷൂട്ടിംഗ് സ്ക്രിപ്റ്റിനെ ആശ്രയിച്ചാണ്
ചെയ്യേണ്ടത്.

ടെലിവിഷൻ പ്രോഗ്രാമുകളുടെയും സീരിയലിന്റെയും ഷൂട്ടിംഗ്
സ്ക്രിപ്റ്റിൽ ദൃശ്യത്തിനെക്കാൾ ഏറെ പ്രാധാന്യം സംഭാഷണത്തിനും
ശബ്ദങ്ങൾക്കും നൽകിവരുന്നു. ഇതിന്റെ പ്രധാനകാരണം സിനിമയുടെ
ദൃശ്യഭാഷയും ടെലിവിഷന്റെ ദൃശ്യഭാഷയും തമ്മിൽ ബന്ധമില്ല എന്നു
ള്ളതാണ്. ടെലിവിഷൻ ചിത്രീകരണവേളയിൽ സിനിമയും ടെലിവിഷനും
തമ്മിൽ ചില സാദൃശ്യങ്ങൾ ഉണ്ടെങ്കിലും അതുകഴിഞ്ഞാൽ പിന്നെ വരു
ന്ന ജോലികളും ടെലിവിഷന്റെ പ്രദർശന സമ്പ്രദായവുമെല്ലാം സിനിമ
യിൽ നിന്നും വിഭിന്നമാണ്. സിനിമയുടെ പ്രദർശനസമയത്ത് വെള്ളി
ത്തിരയിൽ തെളിയുന്ന ഒരു ഇമേജിന് കിട്ടുന്ന വലിപ്പവും ശക്തിയും
പ്രാധാന്യവും സൗന്ദര്യവും വൈകാരിക തീക്ഷ്ണതയും ആവിഷ്കാര
സ്വാതന്ത്ര്യവുമൊന്നും ടെലിവിഷനിലെ മിനിസ്ക്രീനിൽ തെളിയുന്ന ഇമേ
ജിനില്ല. വാർത്താവിനിമയ വിനോദരംഗത്തിലാണ് ടെലിവിഷന്റെ നില

നിൽപ്പുതന്നെ. ശബ്ദത്തെ ആശ്രയിച്ചാണ് അതിന്റെ വിനിമയം. അതു കൊണ്ടുതന്നെ സിനിമയുടെ വ്യാകരണമൊന്നും ടെലിവിഷൻ മാദ്ധ്യമ ത്തിൽ പ്രയോഗിക്കാൻ സാധിക്കില്ല. ടെലിവിഷൻ ഫോർമാറ്റിൽ സിനിമ ചെയ്യുമ്പോൾ ടെലിവിഷൻ സങ്കേതത്തിൽ സിനിമയുടെ വ്യാകരണമാണ് പ്രയോഗിക്കുന്നത്. അപ്രകാരം ചെയ്യുന്ന സിനിമകളുടെ രചനാപ്രക്രി യകൾ പൂർണ്ണമാകുമ്പോൾ ആ സിനിമയെ സെല്ലുലോയ്ഡിലേക്ക് അഥവാ പിക്ചർ നെഗറ്റീവിലേക്ക് അവസ്ഥാന്തരം നടത്തുന്നു. അല്ലെ ങ്കിൽ ആധുനിക ഡിജിറ്റൽ സാറ്റലൈറ്റ് വിതരണ-പ്രദർശന സമ്പ്രദാ യത്തെ ഉപയോഗപ്പെടുത്തി നേരിട്ട് പ്രദർശിപ്പിക്കുന്നു. ഇതിലേത് സാങ്കേ തികവിദ്യ ഉപയോഗിച്ചാലും ദൃശ്യഭാഷയും വ്യാകരണവും സിനിമയു ടേതായിരിക്കും.

ഷൂട്ടിംഗ് സ്ക്രിപ്റ്റ് പൂർണ്ണമാകുമ്പോൾ തിരക്കഥ ചിത്രീകരണത്തി നനുയോജ്യമായ രീതിയിൽ ഷോട്ടുകളായി മാറുന്നു. ഈയവസരത്തിൽ നിർമ്മാതാവ്, സംവിധായകൻ, ക്യാമറാമാൻ, കലാസംവിധായകൻ, സംഗീത സംവിധായകൻ, ശബ്ദലേഖകൻ, പ്രൊഡക്ഷൻ എക്സിക്യൂ ട്ടീവ് എന്നിവർ ഒത്തുകൂടി ഷൂട്ടിംഗ് സ്ക്രിപ്റ്റിനെ വിലയിരുത്തുന്നു. ഇതിനുശേഷമാണ് നടീനടന്മാരെയും മറ്റു സാങ്കേതികവിദഗ്ദ്ധരേയും തെരഞ്ഞെടുക്കുന്നത്. സാങ്കേതികോപകരണങ്ങൾ വാടകയ്ക്ക് തരുന്ന സ്റ്റുഡിയോ, ലൊക്കേഷൻ, സെറ്റ്, താമസം, ഭക്ഷണം, വാഹനം എന്നി വയെല്ലാം കണ്ടെത്തി അവർക്കെല്ലാം ഓരോ തുക അഡ്വാൻസ് കൊടുത്ത് ഏൽപ്പിക്കുന്നു. ശരിയായ സമ്പ്രദായമാണ് ഇവിടെ വിവരി ക്കുന്നത്. നമ്മുടെ ഫിലിം ഇൻഡസ്ട്രിയിൽ ഇത്തരം കാര്യങ്ങൾക്കൊ ന്നും വർഷങ്ങളായി യാതൊരു ചിട്ടയുമില്ല. ഓരോ സിനിമയും ഓരോ തരത്തിലാണ് ചെയ്തുവരുന്നത്. ആദ്യമേ താരങ്ങളുടെ സമ്മതം വാങ്ങിച്ച് അവരെ മനസ്സിൽ കണ്ടുകൊണ്ട് തിരക്കഥയെഴുതാൻ വിധിക്കപ്പെട്ടവ രാണ് ഇന്നത്തെ ഏറ്റവും അറിയപ്പെടുന്ന നിർമ്മാതാക്കളും സംവിധായ കരും തിരക്കഥാരചയിതാക്കളുമെല്ലാം. മുഖ്യധാരാ സിനിമാരംഗത്ത് ഇന്ത്യയിൽ ആകമാനം ഈ ദുഃസ്ഥിതി എക്കാലവും ഉണ്ടായിരുന്നുവെ ങ്കിലും ഇന്നീപ്രശ്നം അതിരൂക്ഷമായതിൽ സൂപ്പർതാരങ്ങളുടെ സംഭാ വന ചെറുതല്ല. കുഞ്ഞിന് ഇഷ്ടമുള്ള മരുന്നുമാത്രമേ ഡോക്ടർക്ക് കൊടുക്കാൻ അനുവാദമുള്ളുവെന്ന് പറയുന്നതുപോലെ അപകടകര മാണ് താരങ്ങൾ ഫിലിം ഇൻഡസ്ട്രിയുടെ കടിഞ്ഞാൺ പിടിക്കുകയെന്ന അസംബന്ധമായ അവസ്ഥ. ഇന്ത്യയിലെ അപൂർവ്വം നിർമ്മാതാക്കളും സംവിധായകരും തിരക്കഥാരചയിതാക്കളും സിനിമയുടെ ശാസ്ത്രീയ മായ രീതിയിൽ ഇന്നും സിനിമയെടുക്കുന്നുണ്ടെങ്കിലും അവയിൽ പല സിനിമകളും ലോകശ്രദ്ധയിൽ സ്ഥാനം പിടിക്കുന്നുണ്ടെങ്കിലും ആയ തുകൊണ്ട് ഇന്ത്യൻ സിനിമയാകമാനം മാറുന്നില്ല. മുഖ്യധാരാ സിനിമ യിലാണ് അടിമുടി അഴിച്ചുപണി നടക്കേണ്ടത്. അവിടെയാണെങ്കിൽ കഴിഞ്ഞ അമ്പത് വർഷമായി ആദ്യന്തം തലതിരിഞ്ഞ മട്ടാണ് തുടരുന്നത്.

ഡോക്യുമെന്ററിയും മറ്റു ചെറുസിനിമകളും ഇതിൽ നിന്നെല്ലാം സ്വത
ന്ത്രമാണെങ്കിലും ഒട്ടുമുക്കാലും ഡോക്യുമെന്ററികളും ഫ്രസ്വസിനിമകളും
സർക്കാർ സ്ഥാപനങ്ങളിൽ നിന്നും പണംവാങ്ങി നിർമ്മിക്കുന്നതിനാൽ
അവിടെയും ഒരുതരം സർക്കാർ മേൽക്കോയ്മ നിലവിലുണ്ട്. പരസ്യചി
ത്രങ്ങളുടെ കാര്യം പറയുകയും വേണ്ട. വളരുന്ന തലമുറകൾക്കു വേണ്ടി
യെഴുതുന്ന ഈ വരികളിൽ അസത്യം തീരെ പറയാൻ വയ്യ. നാളെ
ഈ രംഗത്തേക്ക് വരുന്നവർ ഇക്കാര്യം മനസ്സിലാക്കി തെറ്റുകൾ സ്വയം
തിരുത്താനുള്ള ആത്മവിശ്വാസവും സന്മനസ്സും ഉണ്ടാക്കണം. ഇന്ത്യൻ
സിനിമയിലും ആദ്യന്തം ഒരു നവതരംഗം ഉണ്ടാവണം.

ഷൂട്ടിംഗ് സ്ക്രിപ്റ്റിനെ അവലംബിച്ച് ചിത്രീകരണം നടത്തുമ്പോൾ
ഇന്ത്യൻ സിനിമ നേരിടുന്ന ചില പ്രധാന പ്രശ്നങ്ങളാണല്ലോ പറഞ്ഞു
വന്നത്. സിനിമാ നിർമ്മാണത്തിലെ അടുത്ത ഘട്ടം അതായത് ചിത്രീക
രണം ആരംഭിക്കുന്നതിന് തൊട്ടുമുമ്പ് ചെയ്യേണ്ട സുപ്രധാന ജോലിക
ളടങ്ങുന്ന ഘട്ടമാണ്. ഈ ഘട്ടത്തെ ഷൂട്ടിംഗ് സ്ക്രിപ്റ്റ് ബ്രേക്ക്ഡൗൺ
എന്നാണ് വിളിച്ചുവരുന്നത്. ഈ ഘട്ടത്തിൽ ഷൂട്ടിംഗ് സ്ക്രിപ്റ്റിലെ ഓരോ
രംഗത്തെയും ഷോട്ടുകളെയും ചിത്രീകരണത്തിന്റെ സൗകര്യപ്രകാരം
വിഭജനം നടത്തുന്നു. ഉദാഹരണമായി നായകന്റെ വീട്ടിൽ ചിത്രീകരി
ക്കേണ്ട എല്ലാ രംഗങ്ങളും ക്രമനമ്പറുകൾ കൊടുത്ത് ഒന്നിച്ചുകൊണ്ടുവ
രുന്നു. ഒരു ഷൂട്ടിംഗ് സ്ക്രിപ്റ്റിലെ 1, 4, 7, 10 എന്നിങ്ങനെയുള്ള രംഗങ്ങ
ളെല്ലാം നായകന്റെ വീട്ടിൽവച്ച് ചെയ്യേണ്ടതാണെങ്കിൽ അതെല്ലാം ഒരു
മിച്ച് വയ്ക്കുന്നു.

അതിനുശേഷം പ്രസ്തുത രംഗങ്ങളിൽ വീട്ടിനകത്തുവച്ച് ചെയ്യേ
ണ്ടവയും പുറത്തുവച്ച് ചെയ്യേണ്ടവയും വീണ്ടും വേർതിരിക്കുന്നു. പിന്നീട്
രാത്രി ചെയ്യേണ്ട രംഗങ്ങളെയും പകൽ ചെയ്യേണ്ട രംഗങ്ങളെയും
വേർതിരിക്കുന്നു. അതിനുശേഷം രംഗങ്ങളിലെ ഓരോ ഷോട്ടും ചിത്രീ
കരിക്കാൻ ആവശ്യമുള്ള നടന്മാർ, നടികൾ, കലാസംവിധാനം, പശ്ചാ
ത്തലം, മേക്കപ്പ്, വസ്ത്രങ്ങൾ, പ്രോപ്പർട്ടീസ്, ക്യാമറയോടൊപ്പംവേണ്ട
ഉപകരണങ്ങൾ, ലൈറ്റുകൾ, ഫിൽട്ടറുകൾ, ലെൻസുകൾ, നടീനടന്മാ
രുടെ സ്ഥാനങ്ങളും ചലനമാറ്റങ്ങളും, സംഭാഷണം, ശബ്ദലേഖനോപ
കരണങ്ങൾ, പ്രത്യേകമായി വേണ്ട സംവിധാനങ്ങൾ എന്നിവയുടെ പട്ടിക
തയ്യാറാക്കുന്നു. വളരെ ശ്രദ്ധിച്ചു ചെയ്യേണ്ട ഒരു ജോലിയാണിത്. സംവി
ധായകനും കലാസംവിധായകനും ക്യാമറാമാനും മുഖ്യ നിർമ്മാണസ
ഹായിയും വേണമെങ്കിൽ തിരക്കഥാകൃത്തും കൂടിയിരുന്ന് ചെയ്യേണ്ട
താണ് ഈ ഷൂട്ടിംഗ് സ്ക്രിപ്റ്റ് ബ്രേക്ക്ഡൗൺ. വലിയ ഒരു ഷീറ്റ് പേപ്പ
റിൽ കോളങ്ങൾ വരച്ച് സീൻ നമ്പറും ഷോട്ട് നമ്പറും ആദ്യത്തെ രണ്ടു
കോളത്തിൽ കൊടുത്ത്, അതിന് സമാനമായി ആവശ്യമുള്ള ഓരോ
കാര്യവും ഓരോ കോളത്തിൽ രേഖപ്പെടുത്തുന്നു. ഒരു ഷൂട്ടിംഗ് സ്ക്രിപ്
റ്റിലുള്ള എല്ലാ രംഗങ്ങളും എല്ലാ ഷോട്ടുകളും അവ ചിത്രീകരിക്കാനാവ
ശ്യമുള്ളതെല്ലാം രേഖപ്പെടുത്തിയിരിക്കുന്ന ഇത്തരം ബ്രേക്ക്ഡൗൺ

ഷീറ്റുകളുടെ വേണ്ടത്ര കോപ്പികളെടുത്ത് ചിത്രീകരണത്തിന്റെ കടി ഞ്ഞാൺ പിടിക്കുന്നവർക്കെല്ലാം എത്തിച്ചുകൊടുക്കുന്നു. പിന്നീട് ഈ ബ്രേക്ക്ഡൗൺ ഘട്ടത്തിന്റെ ചർച്ചകൾ നടക്കുന്നു. നിർമ്മാതാവും സംവി ധായകനുമായിരിക്കും ഈ ചർച്ചകൾ നയിക്കുന്നത്. അതിനുശേഷം ചിത്രീകരണം ആരംഭിക്കുന്നു. ഒരു സ്ഥലത്ത് അതായത് നായകന്റെ വീടും പരിസരവും ചിത്രീകരിച്ചു കഴിഞ്ഞാൽ മറ്റൊരു സ്ഥലത്തേക്ക് യാത്രയാവുന്നു. നായകന്റെ വീടും പരിസരവും ചിത്രീകരിക്കാനെടുത്ത ദിവസങ്ങളെ ഒന്നാം ഷെഡ്യൂൾ എന്ന് വിളിക്കുന്നു. അങ്ങനെ എല്ലാ രംഗങ്ങളും ഷോട്ടുകളും ചിത്രീകരിച്ചു കഴിയുന്നതുവരെ പല സ്ഥലങ്ങ ളിലായി പല ഷെഡ്യൂളുകളിലായി ചിത്രീകരണം തുടർന്നു പോകുന്നു.

ഷൂട്ടിംഗ്

അതുവരെ തിരക്കഥയിലും ഷൂട്ടിംഗ് സ്ക്രിപ്റ്റിലും ഒളിഞ്ഞിരുന്ന സിനിമയെ ചിത്രീകരണം വഴി സാക്ഷാൽക്കരിക്കുന്നു. ഷൂട്ടിംഗ് സ്ക്രിപ് റ്റിലെ ദൃശ്യഭാഷയും ശ്രവണഭാഷയും സംവിധായകൻ, ക്യാമറാമാൻ, നടന്മാർ, നടികൾ എന്നിവരിലൂടെ തിരക്കഥയിലെ ക്രിയാത്മക സ്ഥല കാല സങ്കൽപ്പത്തിനനുസൃതമായി സിനിമയായി രൂപാന്തരപ്പെടുന്ന പ്രക്രി യയെ ഷൂട്ടിംഗ് അഥവാ ചിത്രീകരണമെന്ന് പറയുന്നു. സംവിധായകനും ക്യാമറാമാനും നടന്മാരും (ഡോക്യുമെന്ററിയിലാണെങ്കിൽ അതിനുവേണ്ട യഥാതഥ വസ്തുക്കളും മനുഷ്യരും) നിർമ്മാതാവുമടങ്ങുന്ന ഈ ഗ്രൂപ്പി നോടൊപ്പം മുമ്പേപറഞ്ഞ എല്ലാ ഉപാധികളും സാങ്കേതിക വിദഗ്ദ്ധരും അവരുടെ സഹായികളുമെല്ലാം ഉൾക്കൊണ്ടിരിക്കുന്നു.

ഓരോ രംഗത്തിലെയും ഷോട്ടുകളെ ചിത്രീകരണ സൗകര്യാർത്ഥം ചിത്രീകരണവേളയിൽ സംവിധായകനും ക്യാമറാമാനും കൂടി ഒരിക്കൽ ക്കൂടി തരംതിരിക്കുന്നു. ഒരു ഷോട്ട് ചിത്രീകരിക്കണമെങ്കിൽ ആദ്യമേ ക്യാമറ എവിടെ വയ്ക്കണമെന്ന് നിശ്ചയിക്കണം. സംവിധായകന്റെ കാഴ്ചപ്പാടിൽ ക്യാമറാമാനാണ് അദ്ദേഹത്തിന്റെ സഹായികളെ ഉപയോ ഗിച്ച് ട്രൈപോഡിന് മുകളിൽ ക്യാമറവയ്ക്കുന്നത്. അതിനുശേഷം ഷോട്ടിന്റെ വീക്ഷണകോണും (angle) ലെൻസും ഫ്രെയിമും, ഫ്രെയി മിന്റെ സംഘടനയും നടീനടന്മാരുടെ സ്ഥാനവും അവരുടെ ചലനവും ലൈറ്റിംഗുമെല്ലാം നിശ്ചയിക്കുന്നു. ഇതെല്ലാം സംവിധായകൻ ക്യാമറാ മാന്റെ സഹായത്തോടെയാണ് ചെയ്യുന്നത്. ഒരു ഷോട്ടിൽ നിരവധി ഫ്രെയിമുകളുണ്ട്. ഒരു സെക്കന്റിൽ 24 ഫ്രെയിമുകൾ കടന്നുപോകും. സംവിധായകൻ ഷോട്ടിന്റെ ആദ്യത്തെ ഫ്രെയിമും അതായത് തുടങ്ങേണ്ട ഫ്രെയിമും നിർത്തേണ്ട ഫ്രെയിമും ക്യാമറാമാന് പറഞ്ഞുകൊടുക്കു കയോ ക്യാമറയിലൂടെ കാണിച്ചുകൊടുക്കുകയോ ചെയ്യുന്നു. ക്യാമറ യുടെ ചലനമാതൃകകളും വിവരിച്ചുകൊടുത്തതിനുശേഷം അദ്ദേഹം നട ന്മാരെ യഥാസ്ഥാനത്ത് നിർത്തി എങ്ങനെ ഈ ഷോട്ടിൽ അഭിനയിക്ക ണമെന്നും സംഭാഷണം നടത്തണമെന്നും പലവട്ടം വിവരിച്ചു കൊടു

ക്കുന്നു. സിനിമയിൽ നടന്മാരെ സംബന്ധിച്ചു പറഞ്ഞാൽ സിനിമയുടെ കഥപോലും അറിയേണ്ടതില്ല. കാരണം സിനിമ ചിത്രീകരിക്കുന്നത് ഷോട്ടുകളായാണ്. ആ ഷോട്ടിനെക്കുറിച്ചു മാത്രമേ ആ സമയത്ത് നടൻ ശ്രദ്ധിക്കേണ്ടതുള്ളൂ. അതിലെ അഭിനയം അതിലെ സംഭാഷണം മുത ലായവ മാത്രം. നാടകത്തിലാണെങ്കിൽ അങ്ങനെയല്ല. നാടകത്തിലെ ഒരു നടൻ അഭിനയിച്ചുകൊണ്ടിരിക്കുമ്പോൾ തിരശ്ശീല വീഴുന്നതുവരെ യുള്ള എല്ലാ കാര്യങ്ങളും മനസ്സിലുണ്ടാവണം. ആകയാൽ നാടക ത്തിന്റെ ആത്മാവായിട്ടാണ് നടനെ കണക്കാക്കുന്നത്. സിനിമയിലാണെ ങ്കിൽ നേരെ വിപരീതമാണ്. സിനിമയിൽ നടനെന്നു പറഞ്ഞാൽ സിനി മയിലെ ഏറ്റവും പ്രധാനപ്പെട്ട ഘടകങ്ങളിൽ ഒന്ന് മാത്രമേ ആകുന്നു ള്ളൂ. ഉദാഹരണമായി ഒരു ഷോട്ടിൽ നടനെ എങ്ങനെ കാണിക്കണമെന്നും എങ്ങനെ വർത്തമാനം പറയണമെന്നും എങ്ങനെ അഭിനയിക്കണമെന്നും ഏതു വീക്ഷണകോണിലാണ് കാണികൾ നടനെ കാണേണ്ടതെന്നു മെല്ലാം നിശ്ചയിക്കുന്നത് സംവിധായകനാണ്. ആകയാൽ ഒരു ഷോട്ടിൽ അതായത് സിനിമയുടെ ആകെത്തുകയുടെ ഒരംശമായ ഒരു ഷോട്ടിൽ അഭിനയിക്കേണ്ട കാര്യം മാത്രമേ നടൻ ചിന്തിക്കേണ്ടതുള്ളൂ. സിനിമ യുടെ ആകെത്തുകയും അതിന്റെ വരുംവരായ്കകളുമെല്ലാം സംവിധാ യകന്റെ മനസ്സിലാണ്. ഒരു ഷോട്ട് ചിത്രീകരിച്ചുകഴിഞ്ഞാൽ ചിത്രീകര ണസമയത്ത് ചിത്രീകരിക്കപ്പെടുന്ന അടുത്ത ഷോട്ടായിരിക്കണമെന്നില്ല, ചിത്രസംയോജനസമയത്ത് വരുന്ന അടുത്ത ഷോട്ട്. സംഗതി ഇപ്രകാര മായിരിക്കെ ഒരു ഷോട്ട് ചിത്രീകരിക്കുന്നതിന്റെ സ്വഭാവം സംവിധായ കൻ നിശ്ചയിക്കുന്നതുതന്നെ ചിത്രസംയോജനസമയത്ത് പ്രസ്തുത ഷോട്ട് കഴിഞ്ഞാൽ വരുന്ന ഷോട്ടിന്റെ സ്വഭാവത്തെ കണക്കിലെടുത്താ ണ്. സംവിധായകന് സിനിമയുടെ ആകെത്തുക മനഃപാഠമായതുകൊ ണ്ടാണ് ചിത്രീകരണസമയത്ത് എല്ലാവരും സംവിധായകൻ പറയുന്ന തുപോലെ ചെയ്യുന്നത്.

അതുപോലെതന്നെ ചിത്രീകരണം കഴിഞ്ഞുവരുന്ന ചിത്രസംയോ ജനം, ശബ്ദലേഖനം, ദൃശ്യശ്രവണ മിശ്രണം എന്നിങ്ങനെയുള്ള സുപ്ര ധാന ജോലികൾ പൂർണ്ണമാക്കേണ്ടത് സംവിധായകനാണ്. ചിത്രീകര ണസമയത്ത് സംവിധായകനോടൊപ്പം ഉള്ളവരിൽ നിർമ്മാതാവ് മാത്രമേ ചിത്രീകരണം കഴിഞ്ഞുള്ള ജോലികൾ നടക്കുന്ന സമയത്ത് അദ്ദേഹ ത്തിന്റെ കൂടെ ഉണ്ടാവൂ. പിന്നെ സംവിധാന സഹായികളും നിർമ്മാണ സഹായികളിൽ ചിലരും മാത്രം. ചിത്രീകരണ സമയത്ത് സംവിധായ കന്റെ കൂടെ ക്യാമറാമാനായി നിന്ന സാങ്കേതികവിദഗ്ദ്ധന്റെ സ്ഥാനത്ത് ചിത്രീകരണം കഴിയുമ്പോൾ, ചിത്രസംയോജകൻ (Film Editor) എന്ന സാങ്കേതികവിദഗ്ദ്ധൻ വരുന്നു. വിവിധ ഘട്ടങ്ങളിലൂടെ കടന്നുപോകുന്ന ഒരു സിനിമയുടെ നിർമ്മാണത്തിൽ ഓരോ ഘട്ടങ്ങൾ കഴിയുമ്പോൾ അതിൽ ജോലിചെയ്തവരിൽ ഒട്ടുമുക്കാലും കലാസാങ്കേതികവിദഗ്ദ്ധർ വേർപിരിയുന്നു. ഇതിൽ എല്ലാ ഘട്ടങ്ങളിലും ആദ്യാവസാനം നിൽക്കു

നവർ നിർമ്മാതാവും സംവിധായകനും മാത്രം. സിനിമ പ്രദർശനം തുട ങ്ങുന്നതോടെ നിർമ്മാതാവും വേർപിരിയുന്നു. പിന്നെ സംവിധായകനും സൃഷ്ടിയും കുറെ ഓർമ്മകളും മാത്രം ബാക്കിയാവുന്നു. അൽപ്പനാ ളത്തെ വിശ്രമത്തിനുശേഷം സംവിധായകൻ മറ്റൊരു സിനിമയെക്കുറിച്ച് ആലോചിച്ചു തുടങ്ങുന്നു. സിനിമ വിജയിച്ചാൽ നിർമ്മാതാവ് മറ്റൊരു സിനിമ നിർമ്മിക്കുന്നതിനെക്കുറിച്ച് ആലോചിക്കുന്നു. ചിലപ്പോൾ ഇതേ സംവിധായകനെത്തേടി ആ നിർമ്മാതാവ് വന്നേക്കാം. സിനിമയിലൂടെ ഉണ്ടാകുന്ന ബന്ധങ്ങളെല്ലാം സിനിമയെടുക്കാനുള്ള ആവശ്യ ത്തിൽനിന്നും ഉണ്ടാകുന്നതാണ്. അതൊന്നും ശാശ്വതമായി നിലനിൽക്ക ണമെന്നില്ല. എന്നാൽ ലോകസിനിമയിലെ ഉന്നതരായ ഒരുപാട് നിർമ്മാ താക്കളും സംവിധായകരും സിനിമാനിർമ്മാണത്തിലൂടെ ഉണ്ടാകുന്ന ഇത്തരം ബന്ധങ്ങൾ ശാശ്വതമായി നിലനിർത്തുന്നവരാണുതാനും.

11

പോസ്റ്റ് ഷൂട്ടിങ് - എഡിറ്റിങ്

ചിത്രീകരണം കഴിഞ്ഞാൽപ്പിന്നെ വരുന്ന പ്രോസസിംഗിനെക്കു റിച്ചും എഡിറ്റിംഗ് ശബ്ദലേഖനം എന്നിവകളുടെ സാങ്കേതികവശങ്ങ ളെക്കുറിച്ചും പറഞ്ഞുവല്ലോ. ചിത്രസംയോജനമാണ് പ്രോസസ്സിംഗ് കഴിഞ്ഞ് വരുന്ന ക്രിയാത്മകജോലി. ചിത്രസംയോജനസമയത്താണ് സംവിധായകന് ഏറ്റവും ക്രിയാത്മകമായി തന്റെ കാര്യങ്ങൾ ചെയ്യുവാൻ കഴിയുന്നത്. സംവിധായകന്റെ അതേ ക്രിയാത്മകത എഡിറ്റർക്കും ഉണ്ടെ ങ്കിൽ ചിത്രസംയോജനം സംവിധായകനെ സംബന്ധിച്ച് പറഞ്ഞാൽ ആനന്ദമാണ്. സിനിമയുടെ ആദികാലത്ത് രണ്ട് വ്യത്യസ്തഷോട്ടുകളിലെ ദൃശ്യങ്ങൾ തമ്മിൽ സംയോജിപ്പിച്ചപ്പോൾ അതിൽ നിന്നും മൂന്നാമതൊരു അർത്ഥം ഉണ്ടാകുന്നതായി കണ്ടറിഞ്ഞ ആ നിമിഷമാണ് സിനിമ ഒരു കലാമാദ്ധ്യമമമായി മാറിയത്. ആകയാൽ ക്രിയാത്മകമായ ചിത്രസംയോ ജനംകൊണ്ട് മാത്രമേ ചിത്രീകരണസമയത്ത് ദൃശ്യങ്ങളായി മാറിയ സംവിധായകന്റെ ദൃശ്യങ്ങൾക്ക് മൂന്നാമതൊരു ക്രിയാത്മകതലം ചിത്ര സംയോജനത്തിലൂടെ നേടുവാൻ സാധിക്കുകയുള്ളൂ. മുഖ്യധാരാസിനി മയിലാണെങ്കിൽ തിരക്കഥയെ അടിസ്ഥാനമാക്കി അതിലെ ക്രമത്തിന നുസരിച്ച് ദൃശ്യ-ശബ്ദങ്ങളെ സംയോജിപ്പിച്ച് സിനിമയാക്കുകയാണ് ചെയ്യുന്നത്. തിരക്കുള്ള മുഖ്യ സംവിധായകർ എഡിറ്ററെത്തന്നെ കാര്യ ങ്ങളെല്ലാം ഏൽപ്പിച്ച് തന്റെ ഒരു സഹായിയെ സാക്ഷിനിർത്തി മറ്റൊരു സിനിമയുടെ ചിത്രീകരണത്തിന് പോകുന്ന പതിവുണ്ട്. അത്തരം സന്ദർഭ ങ്ങളിൽ എഡിറ്ററുടെ സാങ്കേതികജ്ഞാനവും അറിവും വകതിരിവുമാണ് സത്യത്തിൽ സിനിമയെ വിജയിപ്പിക്കുന്നത്.

ശുദ്ധസിനിമയിലാണെങ്കിൽ ചിത്രസംയോജനത്തിന് ഒരുപാട് തല ങ്ങളുണ്ട്. ചിത്രീകരണസമയത്ത് ഒരു സംവിധായകനോ നടനോ ക്യാമ

റാമാനോ അറിയാതെ പറ്റിപ്പോകുന്ന നിരവധി കൈപ്പിഴകളും പോരാ
യ്മകളും ക്രിയാത്മക ചിത്രസംയോജനത്തിലൂടെ പരിഹരിച്ചെടുക്കാം.
പ്രമേയത്തിനും കഥയ്ക്കും തിരക്കഥയ്ക്കും ഷൂട്ടിംഗ് സ്ക്രിപ്റ്റിനും
ചിത്രീകരണത്തിനും അതീതമായി നിലകൊള്ളുന്ന ബുദ്ധിപര-ക്രിയാ
ത്മക തലത്തിലേക്ക് ചിത്രസംയോജനത്തിലൂടെ സിനിമയെ ഉയർത്താൻ
കഴിയുന്നു. ദൃശ്യങ്ങളെ വ്യത്യസ്ത കാലഗണനയ്ക്ക് വിധേയമാക്കി
സംയോജിപ്പിക്കുകവഴി ദൃശ്യവിന്യാസം നടക്കുകയും അതിലൂടെ ദൃശ്യ
താളം ഉൽപ്പന്നമാകുകയും ഈ ദൃശ്യവിന്യാസതാളം കാണികളെ
ആസ്വാദനത്തിന്റെ പറയാൻ വയ്യാത്ത തലങ്ങളിലേക്ക് എത്തിക്കുകയും
ചെയ്യുന്നു. സിനിമ മറക്കാൻ വയ്യാത്ത അനുഭവമായി മാറുകയും
ചെയ്യുന്നു. അങ്ങനെ ശബ്ദവും നിശ്ശബ്ദതയും ഒരു പ്രത്യേക കാല
ദൈർഘ്യത്തെ അടിസ്ഥാനമാക്കി സംയോജിപ്പിച്ച് സംഗീതത്തിലെ രാഗ
താളങ്ങളുണ്ടാക്കുന്നതുപോലെ ദൃശ്യവും ദൃശ്യമില്ലായ്മയും (cut)
പ്രത്യേക കാലയളവുകളിൽ സംയോജിപ്പിക്കുമ്പോൾ ഷോട്ടുകളിൽ ലീന
മായ വസ്തുതകൾക്കപ്പുറത്ത് ദൃശ്യബിംബാധിഷ്ഠിതമായ അർത്ഥതല
ങ്ങളുണ്ടാകുന്നു. ചിത്രസംയോജനത്തിലെ ക്രിയാത്മകതകളിലൂടെ
കൈവരിക്കുന്ന ഈ ദൃശ്യശ്രവണ ലയം സിനിമയുടെ തിരക്കഥയിലോ
ചിത്രീകരണത്തിലോ, ഷോട്ടുകളിലെ നടീനടന്മാരിലോ ഭൗതിക അള
വുകോലിൽ ഇല്ലാത്തതും, എന്നാൽ ചിത്രസംയോജനത്തിലൂടെ മാത്രം
സൃഷ്ടിക്കപ്പെടുന്നതുമാകുന്നു. സിനിമയുടെ സൗന്ദര്യാനുഭൂതിയാവു
ന്നത് ഇത്തരം അളവുകോലുകളാണ്. തൈരിൽ നിന്നും കടഞ്ഞെടുത്ത
വെണ്ണയോട് ഈ പ്രതിഭാസത്തെ ഉപമിക്കാം. അല്ലെങ്കിൽ ശബ്ദത്തിലും
നിശ്ശബ്ദതയിലും ഇല്ലാത്ത സംഗീതം അവതമ്മിൽ ഒരു പ്രത്യേക
കാലത്തെ അടിസ്ഥാനമാക്കി സംയോജിപ്പിക്കുമ്പോൾ ഉണ്ടാകുന്നതി
നോട് സാദൃശ്യപ്പെടുത്താം. മഹാനായ ബെർഗ്മാൻ സംഗീതത്തെ സിനി
മയോട് ഏറ്റവും അടുത്തുനിൽക്കുന്ന കലയെന്ന് പറഞ്ഞതും ഈ
അർത്ഥത്തിലാകാം. എന്തായാലും നല്ലൊരു സിനിമയുടെ കാതൽ നല്ല
ചിത്രസംയോജനം തന്നെ.

ചിത്രസംയോജനത്തിന്റെ സാങ്കേതികവശങ്ങൾ നേരത്തെ പറഞ്ഞി
ട്ടുണ്ട്. ചിത്രസംയോജനത്തിൽ ദൃശ്യങ്ങൾ സംയോജിപ്പിക്കുന്നതിന് സമാ
ന്തരമായി ശബ്ദങ്ങളും ചേർക്കണം. ചിത്രീകരണസമയത്ത് ലേഖനം
ചെയ്ത ശബ്ദങ്ങളിൽ തന്നെയുള്ള സംഭാഷണം ഇന്ത്യയിൽ പുനർലേ
ഖനം (ഡബ്ബിംഗ്) ചെയ്യാറുണ്ട്. അതിനുള്ള ഡബ്ബിംഗ് തീയേറ്ററിൽ ഫിലിം
സ്ക്രീൻ ചെയ്ത് (ദൃശ്യം മാത്രം) നടന്മാരുടെ ശബ്ദത്തിൽ സംഭാഷണം
മാത്രം പുനർലേഖനം ചെയ്യുന്നു. നടന്മാരോ അല്ലെങ്കിൽ ഡബ്ബിംഗിൽ
വിദഗ്ദ്ധരായ മറ്റു കലാകാരന്മാരോ അവരവരുടെ ശബ്ദം ചിത്രത്തിൽ
ചുണ്ടനങ്ങുന്നതിനോടു ചേർത്ത് പറയുന്നു. അതായത് സംഭാഷണം
ഓർമ്മയിൽ വച്ച് ചിത്രീകരിച്ചപ്പോഴുള്ള അതേ വൈകാരിക ഭാവത്തോടെ
നടനോ നടിയോ ചുണ്ടനക്കാൻ ഭാവിക്കുമ്പോൾ ഡബ്ബ്ചെയ്യുന്ന ആളും

ശബ്ദം അഥവാ സംഭാഷണം പറയുന്നു. ഇത് ശബ്ദലേഖകൻ പുനർലേ ഖനം നടത്തുന്നു. ചിത്രസംയോജനം നടത്തുമ്പോൾ ഈ സംഭാഷണ മാണ് ഓരോ ഷോട്ടിലും സംയോജിപ്പിക്കുന്നത് (Synchronize). അതു പോലെതന്നെ ചിത്രസംയോജനത്തിന്റെ മറ്റൊരു അവസരത്തിലാണ് പശ്ചാത്തലസംഗീതവും പ്രകൃതിശബ്ദങ്ങളും വേണ്ടവിധത്തിൽ അതാ യത് ചിത്രസംയോജനം കഴിഞ്ഞ ദൃശ്യങ്ങളിൽ ശബ്ദലേഖകൻ ലേഖനം നടത്തുന്നത്. ചിത്രസംയോജനത്തിൽ നേരത്തെ പറഞ്ഞരീതിയിലുള്ള ദൃശ്യതാളങ്ങളെ മാനിച്ചുകൊണ്ട് വേണം പശ്ചാത്തലസംഗീതവും ശബ്ദ ങ്ങളുമൊക്കെ നൽകേണ്ടത്. സംവിധായകന്റെ ഉറച്ച മേൽനോട്ടം ഈയ വസരങ്ങളിൽ ആവശ്യമാണ്. അല്ലെങ്കിൽ സംവിധായകനും എഡിറ്ററും കൂടി ചിത്രസംയോജനസമയത്ത് വളരെ ക്ഷമയോടെ നേടിയെടുത്ത മൂന്നാംതല ദൃശ്യശബ്ദതാളങ്ങളെല്ലാം ആവശ്യമില്ലാത്ത പശ്ചാത്തല സംഗീതത്താൽ ഇല്ലാതാകും. പ്രകൃതിശബ്ദങ്ങളുടെ കാര്യവും ഇപ്ര കാരംതന്നെ. ചുരുക്കിപ്പറഞ്ഞാൽ ചിത്രസംയോജകനെയും സംവിധാ യകനെയും അവരുടെ സൃഷ്ടിപരമായ ആവശ്യങ്ങളെയും സ്വയം മന സ്സിലാക്കാൻ കഴിവുള്ള ഒരാളായിരിക്കണം ശബ്ദലേഖകൻ എന്നർത്ഥം.

പശ്ചാത്തലസംഗീതം

നാടകത്തിലും സിനിമയിലും ഒരുപോലെ മഹത്തായ കലാസൃഷ്ടി കളുണ്ടാക്കി കടന്നുപോയ സ്വീഡിഷ് സംവിധായകൻ ഇംഗ്മർ ബർഗ്

ഇംഗ്മർ ബർഗ്മാൻ

മാനോട് സിനിമയോടു താരതമ്യപ്പെടുത്താവുന്ന ഏതെങ്കിലും കലാരൂ പമുണ്ടോയെന്ന് ഒരിക്കൽ ഒരു പത്രപ്രവർത്തകൻ ചോദിച്ചു. ഇല്ലെന്ന് അദ്ദേഹം ഉത്തരം പറഞ്ഞു: "അങ്ങനെയുണ്ടെങ്കിൽതന്നെ അത് നാട

കമോ ചിത്രകലയോ അല്ല, സംഗീതമാണ്. സംഗീതത്തിന് ദൃശ്യങ്ങളെ വിസ്തരിക്കാനും വിസ്തൃതമാക്കാനും കൂടുതൽ കാവ്യാത്മകമാക്കാനു മുള്ള കഴിവുണ്ട്."

സംഗീതം സിനിമയോട് സാമ്യമുള്ള കലാരൂപമാണ്. ദൃശ്യങ്ങളുടെ സ്ഥാനത്ത് ശബ്ദമാണുപയോഗിച്ചിരിക്കുന്നത്. സിനിമയിലേതുപോലെ തന്നെ സംഗീതത്തിലും ഭൗതിക കാലയളവിന് വളരെ പ്രാധാന്യമുണ്ട്.

സംഗീതത്തെ രണ്ട് തരത്തിലാണ് ഇന്ത്യൻ സിനിമയിൽ ഉപയോ ഗിച്ചുവന്നത്. ആദ്യകാലത്ത് വെറുമൊരു ശബ്ദകോലാഹലത്തിനുവേണ്ടി ഉപയോഗിച്ചുതുടങ്ങിയ സംഗീതം കാലക്രമത്തിൽ കഥയോട് ചേർന്നു നിന്നുകൊണ്ട് കഥയുടെ വഴിത്തിരിവുകളിലും സമൂർത്തമായ ഭാഗങ്ങ ളിലും നായകന്റെയും നായികയുടെയും അന്തർഗതങ്ങളെയും വികാര തീവ്രതകളെയും ഗാനാത്മകമായി വിസ്തരിക്കുന്നതിന് ഗാനങ്ങളായും പശ്ചാത്തല സംഗീതമായും ഉപയോഗിച്ചുവന്നു. അത്തരം രംഗങ്ങളിൽ, അതായത് പ്രേമരംഗങ്ങളിൽ വിരഹത്തിലും സന്തോഷത്തിലും ദുഃഖ ത്തിലുമെല്ലാം നായകൻ പാടുന്നു, അല്ലെങ്കിൽ നായിക പാടുന്നു - നായ കനും നായികയും കൂടിപ്പാടുന്നു. അങ്ങനെ ഗാനങ്ങളും പശ്ചാത്തല സംഗീതവും മുഖ്യധാരസിനിമയുടെ ശബ്ദരേഖയിലെ ഒരിക്കലും ഒഴി ച്ചുകൂടാൻ വയ്യാത്ത ജൈവഘടകമായി മാറി.

ബർഗ്മാൻ പറഞ്ഞ അർത്ഥത്തിലല്ല മുഖ്യധാരാസിനിമകളിൽ സംഗീതവും ഗാനങ്ങളും ഉപയോഗിച്ചുവരുന്നത്. ദൃശ്യങ്ങളെ വിസ്തരി ക്കുകയെന്നാൽ ദൃശ്യങ്ങൾക്ക് സംഗീതത്തിന്റെ സഹായത്തോടെ കൂടു തൽ അർത്ഥതലങ്ങൾ നൽകുകയെന്നാണർത്ഥം. ദൃശ്യഭാവങ്ങളെ കൂടു തൽ തീവ്രമാക്കുകയെന്നല്ല. അതുപോലെ ദൃശ്യങ്ങളെ വിസ്തൃതമാ ക്കാനും സംഗീതത്തിനു കഴിയും. ഉദാഹരണമായി ചില ദൃശ്യങ്ങളോ ടൊപ്പം ഓടക്കുഴലുപയോഗിച്ച് സൃഷ്ടിക്കുന്ന ചില രാഗങ്ങൾ ചേർക്കു മ്പോൾ പ്രകൃതിദൃശ്യങ്ങളുടെ വിസ്തൃതിയും അഗാധതയും വർദ്ധിക്കു ന്നതായി തോന്നും. "അപാരസുന്ദര നീലാകാശം" എന്ന് പാടാതെതന്നെ ആ വികാരം മനസ്സിലുണ്ടാക്കാൻ സംഗീതത്തിന് കഴിയണമെന്നാണ് ബർഗ്മാൻ അർത്ഥമാക്കുന്നത്.

ചിത്രസംയോജനത്തിലൂടെ സംവിധായകൻ സൃഷ്ടിച്ചെടുക്കുന്ന അർത്ഥതലങ്ങൾക്ക് സ്വതവേ ദൃശ്യതാളങ്ങളുണ്ട്. അതായത് ദൃശ്യങ്ങളെ പല കാലദൈർഘ്യത്തിൽ സംയോജിപ്പിക്കുമ്പോൾ ഉണ്ടാകുന്ന അനുഭ വത്തെയാണ് ദൃശ്യതാളമെന്നു പറയുന്നത്. ഈ ദൃശ്യതാളത്തെ അനു ഭവിക്കാൻ കഴിയുന്ന ഒരു സംഗീത സംവിധായകന് അതിന്റെ സ്പന്ദന ങ്ങൾ ഉൾക്കൊണ്ടുകൊണ്ട് അതിനോട് ചേർന്നുപോകുന്ന പശ്ചാത്തല സംഗീതം കൊടുക്കാൻ കഴിയും. ദൃശ്യതാളവും ശബ്ദതാളവും ലയി ക്കുമ്പോൾ ദൃശ്യങ്ങൾ കൂടുതൽ കാവ്യാത്മകമാകുന്നു - കവിതയായി മാറുന്നു. പശ്ചാത്തലസംഗീതത്തിന്റെ ഏറ്റവും വലിയ ഉപയോഗവും ആവശ്യവും സംഗീതസംവിധായകന്റെ ശ്രേഷ്ഠതയുമെല്ലാം ശുദ്ധസി നിമയുടെ ഇത്തരം അവസരങ്ങളിലാണ്.

ശുദ്ധസംഗീതം, ശാസ്ത്രീയസംഗീതം, സംഗീതത്തിന്റെ നിരവധി ശാഖോപശാഖകൾ, നാടൻസംഗീതം എന്നിങ്ങനെ സംഗീതരംഗത്ത് ജന കീയമായ ഏതെങ്കിലും സംഗീതവിഭാഗത്തിന്റെ ചുവടുപിടിച്ചോ അല്ലെ ങ്കിൽ മറ്റേതെങ്കിലും സിനിമയിൽ കൊടുത്ത സംഗീതത്തിന്റെ സ്വാധീന തയിലോ ആവരുത് സംഗീത സംവിധായകൻ പുതിയൊരു സിനിമയ്ക്ക് സംഗീതം ആവിഷ്കരിക്കേണ്ടത്. സിനിമയിലെ ഒരു പ്രത്യേക ദൃശ്യഖ ണ്ഡികയ്ക്ക് സംഗീതം കൊടുക്കുമ്പോൾ പ്രസ്തുത ദൃശ്യഖണ്ഡിക യിലെ ഓരോ ഷോട്ടും സംഗീതസംവിധായകൻ സംവേദനം ചെയ്യണം. സംവിധായകന്റെ സൃഷ്ടിപരമായ കാഴ്ചപ്പാടും ലക്ഷ്യവും മനസ്സിലാ ക്കണം. ഏതെല്ലാം സംഗീതോപകരണങ്ങളാണ് വേണ്ടതെന്ന് ചർച്ച ചെയ്തു തീരുമാനിക്കണം. ദൃശ്യങ്ങളിലേക്ക് നോക്കിയിരുന്ന് സംഗീതം കംപോസ് ചെയ്യണം. തെരഞ്ഞെടുത്ത സംഗീതോപകരണങ്ങളുടെ സഹായത്തോടെ ദൃശ്യതാളങ്ങൾക്കനുസൃതമായി സംഗീതം ആവിഷ്ക രിച്ച് സംവിധായകനെ കേൾപ്പിക്കണം. അത് യോജിക്കുന്നുണ്ടോ ഇല്ലയോ എന്നതാണ് മുഖ്യവിഷയം. കേൾക്കാനിമ്പമുള്ള ഈണവും താളവും ഉണ്ടായാൽ പോരാ അത് ഈ പ്രത്യേക അവസരത്തിനും ദൃശ്യങ്ങളിലെ സ്ഥലകാലാവിഷ്കാരശൈലിക്കും കൂടുതൽ മിഴിവും, അർത്ഥതലങ്ങളും നൽകുന്നുണ്ടോയെന്നതാണ് പ്രധാനം. സംവിധായകന് അങ്ങനെ തോന്നുന്നില്ലെങ്കിൽ മാറ്റങ്ങളെന്തെല്ലാം വേണമെന്ന് സംഗീതസംവിധാ യകനോട് പറയണം. അങ്ങനെ ദൃശ്യതാളവും പശ്ചാത്തലസംഗീതവും സ്വരച്ചേർച്ചയിലാവുന്നതുവരെ സംഗീതസംവിധായകൻ തന്റെ സംഗീ തത്തെ മാറ്റിക്കൊണ്ടിരിക്കണം. ഇവിടെ സംവിധായകന്റെയോ സംഗീ തസംവിധായകന്റെയോ അന്തസ്സിന് (ego) യാതൊരു സ്ഥാനവുമില്ല. അതുവരെ ഈ ലോകത്തില്ലാതിരുന്ന സംഗീതത്തിന്റെ ഒരു ചെറുപുതു മയോടെ സിനിമയിൽ ലയിച്ചുചേരത്തക്കവിധത്തിലുള്ള സംഗീതാവിഷ്കാ രമാണ് സത്യത്തിൽ പശ്ചാത്തലസംഗീതാവിഷ്കാരവേളയിൽ നടക്കേ ണ്ടത്.

മുഖ്യധാരാസിനിമയുടെ പശ്ചാത്തലസംഗീതം മിക്കവാറും സംഗീ തസംവിധായകർക്ക് മനഃപാഠമാണ്. നാലഞ്ചുതരം അവസരങ്ങളാണ് സംഗീതം ആവശ്യമായി വരുന്നവയെന്ന് എല്ലാ സംഗീതസംവിധായകർ ക്കും അറിയാം. ഡ്രാമ, മെലോഡ്രാമ, കോമഡി, പാത്തോസ്, സംഘർഷം അഥവാ സംഘട്ടനം എന്നിങ്ങനെയാണ് ഈ അവസരങ്ങളെ തിരിച്ചിരി ക്കുന്നത്. ഉദാഹരണമായി ഏതാണ്ടെല്ലാത്തരം മൃദുലമാനുഷികവികാ രങ്ങളുടെ ആരോഹണാവരോഹണങ്ങളെല്ലാം ഡ്രാമ എന്ന വിഭാഗത്തിൽ വരും. മുഖ്യധാരാസിനിമയ്ക്ക് സംഗീതം നൽകി പരിചയമുള്ള ഒരാളെ വിളിക്കുന്നതുതന്നെ കുറഞ്ഞസമയംകൊണ്ട് ആവശ്യത്തിനുതകുന്ന തര ത്തിലുള്ള പശ്ചാത്തലസംഗീതം ഏറ്റവും ചെലവ് കുറച്ചു നൽകുമെന്ന തിനാലാണ്. ഈ പതിവുകൾ ശീലിച്ചുവരുന്ന ഇവരുടെ അസിസ്റ്റന്റുമാ രാണ് നാളത്തെ പശ്ചാത്തലസംഗീത സംവിധായകരായി രംഗത്ത് വരിക.

അങ്ങനെ യാതൊരു മാറ്റത്തിനും വിധേയമാകാതെ ഈ പശ്ചാത്തല സംഗീതപാരമ്പര്യം തുടർന്നുപോകും.

ശബ്ദലേഖനം

ചിത്രീകരണസമയത്ത് തന്നെ ശബ്ദലേഖനം ആരംഭിക്കുമെന്നും പല അവസരങ്ങളിൽ പലതരം ശബ്ദരേഖകൾ, അതായത് സംഭാഷണം, പശ്ചാത്തലസംഗീതം, പ്രകൃതിശബ്ദങ്ങൾ എന്നിവ ചേർക്കുമെന്നും മന സ്സിലായിരിക്കും. പാട്ടുകൾ എപ്പോൾ ശബ്ദലേഖനം നടത്തുന്നുവെന്ന് ചിലർക്ക് സംശയം തോന്നാം. തിരക്കഥയെഴുതി പൂർണ്ണമായാൽ പാട്ടു കൾ ചേർക്കേണ്ട സന്ദർഭങ്ങളെക്കുറിച്ച് പാട്ടെഴുതുന്ന കവിയുമായി ചർച്ച നടത്തി തീരുമാനിച്ച് ആ സമയത്തു തന്നെ സംഗീതസംവിധായകൻ അത് ശബ്ദലേഖകന്റെ സഹായത്തോടെ ശബ്ദലേഖനം ചെയ്യുന്നു. ചിത്രീകരണസമയത്ത് ഈ പാട്ടുകൾക്കൊപ്പം നടീനടന്മാർ പാടി അഭി നയിക്കുകയും ചെയ്യുന്നു. ശബ്ദലേഖനം അവിടെനിന്നാണ് തുടങ്ങുന്ന തെങ്കിലും പാട്ടുകൾ ലേഖനം നടത്തുന്ന അതേ ശബ്ദലേഖകൻ തന്നെ സിനിമയുടെ മുഖ്യശബ്ദലേഖകനായിരിക്കണമെന്നില്ല. മറ്റൊരു കാര്യ മുള്ളത് മുഖ്യധാരാസിനിമകളിലാണല്ലോ പാട്ടുകൾ ധാരാളം ഉപയോ ഗിക്കുന്നത്. ശുദ്ധസിനിമയിൽ ഗാനങ്ങൾ അപൂർവ്വമായി മാത്രമേ ചേർക്കാറുള്ളൂ. അപ്പോൾ മുഖ്യശബ്ദലേഖനം ആരംഭിക്കുന്നത് ചിത്രീ കരണത്തോടെയാണുതാനും. ചിത്രീകരണസമയത്ത് മുഖ്യശബ്ദലേഖ കന്റെ നേതൃത്വത്തിൽ സെറ്റ് റെക്കോഡിംഗിൽ (ചിത്രീകരണസമയത്ത് ശബ്ദങ്ങൾ ലേഖനം ചെയ്യുന്നതിൽ) കഴിവുള്ള രണ്ടുപേരെ അതിന്റെ സാങ്കേതിക ജോലികൾക്കായി നിയമിക്കുന്നു. അവർ ലേഖനം ചെയ്യുന്ന സംഭാഷണവും അതായത് ചിത്രീകരണസമയത്ത് നടീനടന്മാർ പറയുന്ന സംഭാഷണവും അവരുണ്ടാക്കുന്ന മറ്റു ശബ്ദങ്ങളും ലേഖനം ചെയ്യുന്നു. അതാണ് (piolet track) ചിത്രസംയോജനസമയത്ത് ഡബ്ബിംഗിന് മുമ്പ് ഉപയോഗിക്കുന്നത്. പിന്നീടാണ് സംഭാഷണവും പശ്ചാത്തല സംഗീതവും പ്രകൃതിശബ്ദങ്ങളും ലേഖനം നടത്തുന്നത്.

മിക്സിംഗ് അഥവാ ശബ്ദമിശ്രണം

മുഖ്യശബ്ദലേഖകനും സംവിധായകനും ചിത്രസംയോജകനും അവരുടെ സഹായികളും നിർമ്മാതാവുമെല്ലാം ആവശ്യമുള്ള അവസര മാണിത്. സിനിമയുടെ സൃഷ്ടിപരമായ ആകെത്തുക പരിപൂർണ്ണമാകു ന്നത് ദൃശ്യങ്ങളും ശബ്ദങ്ങളും ലയനം നടക്കുന്ന ഈയവസരത്തിലാണ്. പല രേഖകളിലായി കിടക്കുന്ന ശബ്ദങ്ങളെ ഏകീകരിച്ച് ഒന്നാക്കുകയും അത് ദൃശ്യസംയോജനത്തിന്റെ അർത്ഥതലങ്ങൾക്കനുസൃതമായി സംവി ധായകന്റെ കാഴ്ചപ്പാടിൽ സംയോജിപ്പിച്ച് ദൃശ്യശ്രവണലയനം നടത്തു കയും ചെയ്യുന്ന സുപ്രധാന ജോലിയാണ് മിശ്രണം.

മുഖ്യശബ്ദലേഖകന്റെ മുന്നിൽ ആധുനികമായ എല്ലാ ഡിജിറ്റൽ ഉപകരണങ്ങളും വേണ്ടത്ര സഹായികളും നിർദ്ദേശങ്ങളുമെല്ലാം ഉണ്ടെ ങ്കിലും ശബ്ദമിശ്രണം നടത്തുന്ന സന്ദർഭം തികഞ്ഞ വെല്ലുവിളിതന്നെ യാണ്. ചിത്രസംയോജനം പൂർണ്ണമാക്കിയ ദൃശ്യങ്ങൾ സ്ക്രീനിൽ ഓടി ക്കൊണ്ടിരിക്കെ അദ്ദേഹത്തിന് സംഭാഷണം, പ്രകൃതിശബ്ദങ്ങൾ, പ്രത്യേക ശബ്ദങ്ങൾ, പശ്ചാത്തലസംഗീതം ദൃശ്യബിംബങ്ങളുടെ കാഴ്ച പ്പാടനുസരിച്ച് ഓരോ ഷോട്ടിനും പ്രത്യേകം നിയന്ത്രണം ചെയ്ത് സമ ന്വയിപ്പിക്കുകയെന്നത് ലേഖനം നടത്തുന്നതിനുമുമ്പ് നിരവധി പ്രാവ ശ്യത്തെ റിഹേഴ്സലുകൾ ആവശ്യമുള്ള സംഗതിയാണ്. ആകയാൽ ദൃശ്യവിന്യാസത്തിനനുസരിച്ച് ശബ്ദങ്ങളെ ക്രിയാത്മകമായി നിയന്ത്രി ക്കുകയും വേണ്ടത്ര ശബ്ദശുദ്ധിയും ശബ്ദമാധുരിയും അർത്ഥതല ങ്ങളും ഒരേ സമയത്ത് ഉണ്ടാക്കുകയും ചെയ്യേണ്ടിവരുന്ന സങ്കീർണ്ണ മായ ജോലികൂടിയാണ് ശബ്ദമിശ്രണം. തികഞ്ഞ സാങ്കേതിക പരിച യവും സംവേദനശേഷിയും പെട്ടെന്ന് സാങ്കേതികതീരുമാനങ്ങളെടുത്ത് യാന്ത്രികതയെ ക്രിയാത്മകമാക്കി നിയന്ത്രിക്കുവാനും മിശ്രണം നട ത്തുന്ന മുഖ്യ ശബ്ദലേഖകന് സാമർത്ഥ്യമുണ്ടാകണം. എന്നു പറ ഞ്ഞാൽ ചിത്രസംയോജനം പൂർണ്ണമാക്കിയ ദൃശ്യരേഖയെ ആദ്യമായി സംവേദനം ചെയ്തു പഠിക്കണം. സമയബന്ധിതമായി എവിടെയൊക്കെ യാണ് ശബ്ദങ്ങളുടെ ഏറ്റക്കുറച്ചിലുകൾ വേണ്ടതെന്ന് കമ്പ്യൂട്ടറിൽ രേഖ പ്പെടുത്തണം. ഇതെല്ലാം മുന്നേ ചെയ്യാമെങ്കിലും ശബ്ദങ്ങളുടെ ഏറ്റ ക്കുറച്ചിലുകൾ അതാതുസമയത്ത് അദ്ദേഹംതന്നെ സ്വന്തമായി ചെയ്യേ ണ്ടിവരും. തെറ്റും ശരിയുമായി അനവധി പ്രാവശ്യം ഒരേ രംഗംതന്നെ ശബ്ദലേഖനം നടത്തിയാണ് ദൃശ്യ-ശബ്ദമിശ്രണത്തിൽ പൂർണ്ണത കൈവരുന്നത്.

സൗണ്ട് മിക്സിംഗ് അഥവാ ശബ്ദമിശ്രണം എന്നാണ് പൊതുവെ ഈ ജോലി അറിയപ്പെടുന്നതെങ്കിലും സത്യത്തിൽ ഇത് ദൃശ്യ-ശബ്ദ രേഖാസംയോജന മിശ്രണമാണ്. ഇക്കാരണത്താൽ സംവിധായകന്റെ യും ചിത്രസംയോജകന്റെയും പരിപൂർണ്ണ ശ്രദ്ധ ഈയവസരത്തിൽ ശബ്ദലേഖകനോടൊപ്പം ഉണ്ടാകണം. സിനിമയുടെ എല്ലാ ക്രിയാത്മ കരേഖകളും ഒഴുകിയെത്തി ഒന്നാകുന്ന അഥവാ സിനിമാ നിർമ്മാണം അതിന്റെ പൂർണ്ണതയിലേക്കെത്തുന്ന അവസരമാണിത്. നിർമ്മാണ ത്തിന്റെ ഈയവസരം കഴിഞ്ഞാൽ പ്രോസസിംഗ് ലാബിലെ ചില ജോലി കൾ മാത്രമേ സിനിമ പ്രദർശിപ്പിക്കുന്നതിനുമുമ്പ് ബാക്കിയുള്ളൂ.

പശ്ചാത്തലസംഗീതവും പ്രകൃതിശബ്ദങ്ങളും ലേഖനം നടത്തിയ അവസരങ്ങളിൽ മുഖ്യ ശബ്ദലേഖകൻ പ്രസ്തുത സിനിമയുടെ ദൃശ്യ രേഖയെ സംവേദനം ചെയ്തുകഴിഞ്ഞിരിക്കും. എന്നാൽ അതെല്ലാം ഭാഗി കമായ സംവേദനമാണ്. ഉദാഹരണമായി സംഗീതം വേണ്ട ഭാഗങ്ങൾ, അല്ലെങ്കിൽ ശബ്ദങ്ങൾ വേണ്ട ഭാഗങ്ങളാണ് കൂടുതലായി അദ്ദേഹം ശ്രദ്ധിച്ചിരിക്കുക. ചലച്ചിത്രത്തിന്റെ പൂർണ്ണമായ സാങ്കേതിക രൂപസം

ഘടന ശബ്ദങ്ങളിലൂടെ എങ്ങനെ സ്വായത്തമാക്കാമെന്നതിനെക്കുറിച്ച് സംവിധായകനുമായി വിശദമായ ചർച്ചയ്ക്ക് ഇതൊക്കെ സഹായിക്കു മായിരിക്കാം. എന്നിരുന്നാൽതന്നെ ചിത്രീകരണം പോലെതന്നെ ശബ്ദ മിശ്രണവും വിജയിക്കുന്നത് ആ അവസ്ഥയിൽ മുഖ്യശബ്ദലേഖകൻ അനുവർത്തിക്കുന്ന സാങ്കേതിക നയങ്ങൾ കൊണ്ടുതന്നെയാണ്. ദൃശ്യ രേഖയിലെ ക്രിയാത്മകതയ്ക്കനുസരിച്ചുള്ള നിർദ്ദേശങ്ങൾ കുറെ യൊക്കെ സംവിധായകനിൽ നിന്നും വന്നേക്കാം. അത് സാങ്കേതികമാക്കി ആധുനിക ഉപകരണങ്ങളുടെ സഹായത്തോടെ ദൃശ്യശ്രവണ സംയു ക്തമാക്കി മാറ്റേണ്ടത് മുഖ്യശബ്ദലേഖകന്റെ ചുമതലയാണ്. ഈ ചുമ തല നേരാംവണ്ണം ഉപയോഗിക്കണമെങ്കിൽ ശബ്ദലേഖകന് ഒരൽപ്പം സർഗ്ഗവാസനയുംകൂടി ആവശ്യമാണ്. സാങ്കേതികമായ അറിവും പരി ചയവും ക്രിയാത്മകമായി ഉപയോഗിക്കണമെങ്കിൽ സർഗ്ഗവാസനകൂടി വേണമെന്നർത്ഥം. ഇത്തരം മുഖ്യശബ്ദലേഖകരെയാണ് നല്ല റെ ക്കോ ഡിസ്റ്റുകളെന്ന് വിളിക്കുന്നതും അവരെ ആദരിക്കുന്നതും.

12

സ്പെഷ്യൽ ഇഫക്ട്സ്

ജോർജ്ജ് മെലിയേ (Georges Melies) ഒരിക്കൽ പാരീസ് നഗര ത്തിൽ സിനിമ ചിത്രീകരിച്ചുകൊണ്ടിരിക്കവേ അദ്ദേഹത്തിന്റെ ക്യാമറ എന്തോ കാരണത്താൽ നിന്നുപോയി. ക്യാമറ ശരിയാക്കി അദ്ദേഹം ചിത്രീകരണം തുടർന്നു. നേരത്തെ ക്യാമറ വച്ചതിന്റെ എതിർഭാഗത്ത് ക്യാമറ വച്ചായിരുന്നു ബാക്കിഭാഗം എടുത്തത്. ഇത് സ്ക്രീൻ ചെയ്തു നോക്കിയപ്പോൾ സ്വതവേ ഒരു മജീഷ്യനായിരുന്ന അദ്ദേഹത്തിനു പോ ലും അത്ഭുതം തോന്നി. ആദ്യത്തെ ഭാഗത്ത് അതായത് ക്യാമറ നിൽക്കു ന്നതിനു മുമ്പ് ഇങ്ങോട്ടു നടന്നുവന്നി രുന്നവരെല്ലാം നേരെ എതിർഭാഗ ത്തേക്ക് നടന്നുപോകുന്നു. പുരുഷ ന്മാരുടെ ദൃശ്യത്തിന്റെ സ്ഥാനത്ത് സ്ത്രീകളും സ്ത്രീകളുടെ ദൃശ്യ ത്തിന്റെ സ്ഥാനത്ത് പുരുഷന്മാരും ആയിരിക്കുന്നു. ഇതിന്റെ കാരണമെ ന്തെന്ന് കുറെ അന്വേഷണത്തിനും ദൃശ്യപഠനത്തിനും ശേഷം മനസ്സിലാ യി. ക്യാമറയുടെ ചലനം നിൽക്കു കയും സ്ഥാനം മാറുകയും ചെയ്ത പ്പോൾ സംഭവിച്ച അവിചാരിതമായി ഉണ്ടായ ദൃശ്യവ്യത്യാസത്തെ അദ്ദേഹം സ്റ്റോപ് മോഷൻ ഇഫക്ട് എന്നുവി ളിച്ചു. ലൂമിയർ സഹോദരന്മാരുടെ പിന്നാലെ അവരുടെ ഏതാണ്ട്

ജോർജ്ജ് മെലിയേ

സമകാലീനനായിവന്ന ജോർജ്ജ് മെലിയെ ഏതാണ്ട് 500-ഓളം അഭൗ
തിക സിനിമകളെടുക്കുകയുണ്ടായി. അങ്ങനെ സിനിമയിലെ അഭൗതിക
ദൃശ്യചിത്രീകരണത്തിന്റെ പിതാവായി അദ്ദേഹം അറിയപ്പെടുന്നു.

അഭൗതികമെന്നു പറയുന്നത് മുഴുവൻ ശരിയല്ല. സാധാരണ ജീവി
തത്തിൽ ആകസ്മികമായുണ്ടാകാവുന്ന സംഭവങ്ങളെയും അതുപോലെ
തന്നെയുള്ള അന്ധവിശ്വാസങ്ങളെയും മനുഷ്യരുടെ ആശാപാശങ്ങ
ളെയും അടിസ്ഥാനമാക്കി സ്വന്തം ജന്മവാസനയായ മാജിക്കിലൂടെ
അത്തരം ദൃശ്യങ്ങൾ ചിത്രീകരിക്കാനുള്ള വിദ്യകൾ അദ്ദേഹം കണ്ടെത്തി
സ്വയം ചിത്രീകരിക്കുകയായിരുന്നു. ഇത്തരം അഭൗതിക കഥകളിൽ ചില

'ട്രിപ് ടു ദ മൂണി'ലെ രംഗം

തെല്ലാം പിന്നീട് സത്യമായി. അതിലൊന്നാണ് *ട്രിപ് ടു ദ മൂൺ* അഥവാ
ചന്ദ്രനിലേക്കൊരു വിനോദയാത്ര എന്ന അദ്ദേഹത്തിന്റെ സിനിമ. ഭൂമി
യിൽനിന്നും കുറേപേർ ഒരു റോക്കറ്റിൽ ചന്ദ്രനിൽപോയി ഇറങ്ങി തിരി
ച്ചുവരുന്നതാണ് ഇതിലെ പ്രമേയം. ഈ പ്രമേയം ഇരുപതാംനൂറ്റാ
ണ്ടിൽതന്നെ സത്യമായല്ലോ.

ജോർജ്ജ് മെലിയെ ഇത്തരം സിനിമകളുണ്ടാക്കുവാനുപയോഗി
ച്ചിരുന്ന സാങ്കേതികവിദ്യകളെ അദ്ദേഹംതന്നെ വിളിച്ച പേരാണ്
സ്പെഷ്യൽ ഇഫക്ട്സ് എന്ന്. ഇത്തരം സ്പെഷ്യൽ ഇഫക്ടുകൾ കാലാ
കാലങ്ങളിൽ പരിഷ്കരിച്ചുവെങ്കിലും ഇന്നുപയോഗിച്ചുകൊണ്ടിരിക്കുന്ന
സുപ്രധാന സ്പെഷ്യൽ ഇഫക്ടുകളുടെയെല്ലാം പിതാവായി ജോർജ്ജ്
മെലിയെ അറിയപ്പെടുന്നു.

സിനിമയിലിന്ന് സ്പെഷ്യൽ ഇഫക്ടുകൾ മൂന്നുതരത്തിൽ ഉപ

യോഗിക്കുന്നുണ്ട്. പ്രകൃതിക്ഷോഭങ്ങൾ, യുദ്ധസിനിമകൾ, ഫാന്റം, ഫ്രാങ്ക സ്റ്റെൻ, ഡ്രാക്കുള, ശാസ്ത്രകഥകൾ, ചരിത്രാതീതകാല സംഭവങ്ങൾ എന്നിവയെ അടിസ്ഥാനമാക്കി നിർമ്മിക്കുന്ന സിനിമകളിൽ ഉപയോഗി ക്കുന്ന സ്പെഷ്യൽ ഇഫക്ടുകൾ, യഥാതഥകഥകളുടെ ചിത്രീകരണ ത്തിനായി ഉപയോഗിക്കുന്ന ഒപ്ടിക്കൽ സ്പെഷ്യൽ ഇഫക്ടുകൾ, മൂന്നാ മതായി ഇതിൽനിന്നുതന്നെ ഉരുത്തിരിഞ്ഞുവന്ന ആനിമേഷൻ ഫിലിമു കൾ. ആനിമേഷൻ സിനിമകൾ ഒരു സ്വതന്ത്ര സിനിമാശാഖയായി ഇന്ന് വളർന്നു വികസിച്ചുകൊണ്ടിരിക്കുകയാണ്. ആനിമേഷൻ സിനിമകൾക്ക് പ്രത്യേകമായി ടെലിവിഷൻ ചാനലുകൾതന്നെ ലോകമാസകലം നില വിലുണ്ട്. നമ്മുടെ നാട്ടിൽ ആനിമേഷൻ വിഭാഗത്തിലുള്ള സിനിമകളെ കാർട്ടൂൺ സിനിമകളെന്ന പേരിലാണ് അറിയപ്പെടുന്നത്. നോർമൺ മെക്ലാരിനാണ് ആധുനിക ആനിമേഷൻ അടിത്തറയിട്ടത്. 1914-നും 1987 -നും ഇടയ്ക്ക് ജീവിച്ചിരുന്ന അദ്ദേഹത്തിന്റെ രണ്ട് സിനിമകൾ - *നെയ്ബേഴ്സ്, എ ഫെയറി ടെയിൽ* - നമ്മുടെ നാട്ടിലെ ഫിലിംസൊ സൈറ്റികൾ ഇന്നും കാണിച്ചുകൊണ്ടിരിക്കുന്നു.

സാധാരണ നിങ്ങൾ കണ്ടുകൊണ്ടിരിക്കുന്ന സിനിമകളിലും ടെലി വിഷനിലും കാണാറുള്ള ചില സ്പെഷ്യൽ ഇഫക്ടുകളെക്കുറിച്ച് അറി ഞ്ഞിരിക്കുന്നതു നല്ലതാണ്. അവയുടെ പേരുകൾ ആദ്യം പറയാം. സ്പെഷ്യൽ ഇഫക്ടുകൾ മൂന്ന് വിഭാഗമുണ്ടെന്ന് പറഞ്ഞുവല്ലോ. ഇതിൽ ആദ്യത്തെ വിഭാഗം സ്പെഷ്യൽ ഇഫക്ടുകൾ ചിത്രീകരണം നടക്കു

ബ്പോൾതന്നെ ചെയ്യുന്നവയാണ്. ഈ വിഭാഗത്തിനെ പ്രാക്ടിക്കൽ ഇഫക്ട്സ് എന്ന് വിളിക്കുന്നു. മഴയില്ലാത്തപ്പോൾ ഉണ്ടാക്കുന്ന കൃത്രി മമഴക്കാലം, കൊടുങ്കാറ്റ്, തീപിടുത്തം, പൊട്ടിത്തെറി, തോക്കുകളുപയോ ഗിച്ചുള്ള വെടിവയ്പ്, വെടിയുണ്ട തുളഞ്ഞുകയറുമ്പോഴുണ്ടാകുന്ന മുറി വുകളും രക്തച്ചൊരിച്ചിലും, സ്ലോമോഷൻ, ഫാസ്റ്റ് മോഷൻ, ഡബിൾ റോൾ, ഇടിവെട്ട്, ഉരുൾപൊട്ടൽ എന്നിങ്ങനെയുള്ള ദൃശ്യങ്ങളെല്ലാം ചിത്രീകരണസമയത്ത് തന്നെ അതിൽ വിദഗ്ധരായവർ ചെയ്യുന്നതാണ്.

രണ്ടാമതൊരുവിഭാഗം സ്പെഷ്യൽ ഇഫക്ടുകളെ ഒപ്ടിക്കൽ ഇഫ ക്ടുകളെന്ന് വിളിക്കുന്നു. ഇത്തരം ഇഫക്ടുകൾ പ്രോസസ്സിംഗ് ലാബി ലാണ് ചെയ്യുന്നത്. ഒരു ഒപ്ടിക്കൽ ക്യാമറയും ഒരു ഫിലിം പ്രൊജ ക്ടറും പ്രധാനമായി അടങ്ങിയിട്ടുള്ള വിലയേറിയ ഉപകരണമാണ് ഒപ്ടി ക്കൽ ഇഫക്ടുകൾ ചെയ്യുന്ന യന്ത്രം. ഫേഡ് ഇൻ, ഫേഡ് ഔട്ട്, ബ്ലീച്ച് ഇൻ, ബ്ലീച്ച് ഔട്ട്, വൈപ്പ്, സൂപ്പർ ഇംപൊസിഷൻ, ഡിസ്സോൾവ്, ഫ്രീസ്, മൾട്ടിപ്പിൾ ഇമേജ്, സ്പ്ലിറ്റ് സ്ക്രീൻ എന്നീ പേരുകളിലറിയപ്പെടുന്ന ദൃശ്യ വിസ്മയങ്ങളെല്ലാം ചെയ്യുന്നത് ഈ യന്ത്രത്തിലാണ്. ഈ ഇഫക്ടുക

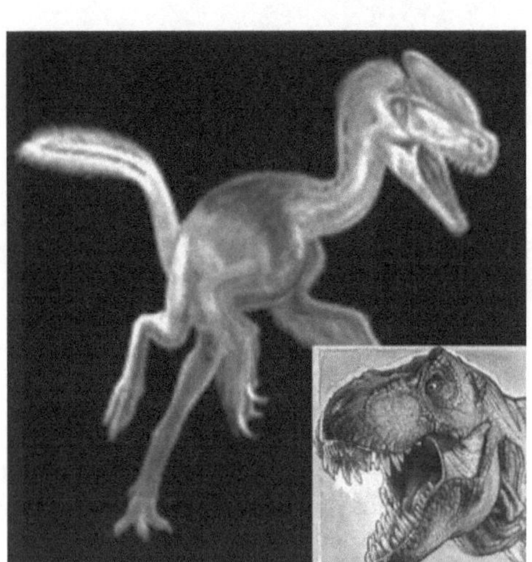

ളെല്ലാം എന്താണെന്നും, എന്തിനാണ് ഇവയെല്ലാം സിനിമയിൽ ഉപയോഗിക്കു ന്നതെന്നും മറ്റൊരവസര ത്തിൽ പറയാം. സർവ്വസാ ധാരണമായി കാണുന്ന രണ്ട് ഇഫക്ടുകളെക്കുറിച്ച് ഉദാഹരണത്തിനു വേണ്ടി പ്പറയാം. അതിലൊന്ന് സൂപ്പർ ഇംപൊസിഷനാണ്. ഒരു ഇമേജിന്റെ പുറത്ത് മറ്റൊരു ഇമേജ് കടന്നുപോ കുകയെന്നതാണ് സൂപ്പർ ഇംപൊസിഷന്റെ തത്ത്വം. ഫിലിം തുടങ്ങുമ്പോൾ കാണുന്ന പേരുകൾ ഇപ്ര കാരം കഥയുമായി ബന്ധ

ആനിമേഷൻ ചിത്രം

പ്പെടുന്ന ദൃശ്യങ്ങളുടെ പുറത്ത് സൂപ്പർ ഇംപോസ് ചെയ്തിരിക്കുന്നത് കാണാം. അതുപോലെതന്നെ ഒരു ഇമേജ് മാഞ്ഞുപോകുന്നതോടൊപ്പം മറ്റൊരു ഇമേജ് തെളിഞ്ഞുവരുന്നതാണ് ഡിസ്സോൾവ്. കാർമേഘങ്ങളുടെ ഇമേജ് മാഞ്ഞുപോകുന്നതും മഴയുടെ ദൃശ്യം തെളിഞ്ഞുവരുന്നതും, അത് മാഞ്ഞുപോയി ആ സ്ഥാനത്ത് മഞ്ഞിന്റെ ദൃശ്യം വരുന്നതും അത് മാഞ്ഞുപോയി ആ സ്ഥാനത്ത് ശരത്കാലദൃശ്യങ്ങൾ വരുന്നതും ഡിസ്സോൾവ് എന്ന ഇഫക്ട്കൊണ്ട് കാണിക്കുകയാണെങ്കിൽ കാണി

കളിൽ ഋതുക്കൾ മാറുന്നതും കാലം കടന്നുപോകുന്നുവെന്ന തോന്നലും ഉണ്ടാക്കുവാൻ നിമിഷങ്ങൾകൊണ്ട് സാധിക്കും. ഒരുവർഷം കടന്നുപോ കുന്നത് കാണിക്കാൻ ഏതാനും സെക്കന്റുകൾ മതി. ഇങ്ങനെ ഓരോ ഒപ്ടിക്കൽ ഇഫക്ടിനും ഓരോ ഉപയോഗമാണുള്ളത്.

മൂന്നാമത്തെ തരം സ്പെഷ്യൽ ഇഫക്ടുകളാണ് ആനിമേഷൻ. തനിയെ തുറക്കപ്പെടുന്ന ഒരു വാതിലിന്റെയോ ഗേറ്റിന്റെയോ ദൃശ്യം ആലോചിച്ചുനോക്കൂ. ഇങ്ങനെയുള്ള ദൃശ്യങ്ങൾ മുതൽ ചരിത്രാതീത കാലത്തെ ദിനോസറുകൾവരെയുള്ള ദൃശ്യങ്ങളെ ആനിമേഷൻവഴി കാണിക്കാൻ സാധിക്കും. അഭൗതികമായ കഥാപാത്രങ്ങൾ, പുണ്യപുര ണകഥകളിലെ ദൈവങ്ങളും മനുഷ്യരും, സൂപ്പർമാൻ സീരീസ്, ബഹി രാകാശകഥകൾ എന്നിങ്ങനെ ആനിമേഷൻ സിനിമകളുടെ ഒരു ഫിലിം ഇൻഡസ്ട്രിതന്നെ പ്രത്യേകമായി വളർന്നു വികസിച്ചുകൊണ്ടിരിക്കുന്നു.

പ്രദർശനം

ഒരു സിനിമയുടെ നിർമ്മാണപ്രക്രിയയിലെ ഏറ്റവും സന്തോഷ പ്രദമായ അനുഭവമാണ് പ്രദർശനം. ഒരു പുസ്തകം വായിക്കാനുള്ള താണെന്നു പറയുന്നതുപോലെ തന്നെയാണ് ഒരു സിനിമ തീയേറ്ററിൽ പ്രദർശിപ്പിക്കാനുള്ളതാണെന്ന് പറയുന്നത്. സിനിമയിൽ രണ്ടുതരം സിനിമയുണ്ടെന്ന് നേരത്തെ പറഞ്ഞുവല്ലോ. ഇതിൽ മുഖ്യധാരാസിനി മകൾ വിനോദസിനിമകളായിട്ടാണ് കണക്കാക്കി വരുന്നത്. ഇത്തരം സിനിമകൾ വിനോദത്തിനു വേണ്ടിയാണ് നിർമ്മിക്കുന്നതും പ്രദർശിപ്പി ക്കുന്നതും ജനങ്ങൾ അത് കാണുന്നതുമെല്ലാം. ആകയാൽ അത്തരം സിനിമകൾക്ക് സർക്കാർ വിനോദനികുതിയും ഈടാക്കി വരുന്നു. തീയേ റ്ററിൽ പ്രദർശിപ്പിക്കുന്നതിനു പുറമേ ഇത്തരം സിനിമകൾ ടെലിവിഷ നിലും പ്രദർശിപ്പിക്കുന്നുണ്ട്. എന്നാൽ ശുദ്ധസിനിമകൾ അഥവാ കലാ പരമായും ബുദ്ധിപരമായും ഉയർന്നു നിൽക്കുന്ന സിനിമകൾ തീയേറ്റ റിൽ മാത്രമേ കാണിക്കാൻ പാടുള്ളൂ. ഇതിന്റെ കാരണങ്ങൾ മാത്രം പറയുകയാണെങ്കിൽ ഒരു പുസ്തകം വേറെ എഴുതേണ്ടിവരും. പ്രധാ നപ്പെട്ട ചില കാരണങ്ങൾ മാത്രം മനസ്സിലാക്കിയിരിക്കുന്നത് നന്ന്.

ഒന്നാമതായി ശുദ്ധസിനിമകൾക്ക് സിനിമയുടെ തനതായ ഭാഷയും ശാസ്ത്രവും വ്യാകരണവും സൗന്ദര്യവും ഉണ്ട്. ഒരു ക്യാമറയിൽ ചിത്രീ കരിക്കുന്നതുപോലെത്തന്നെയുള്ള പ്രാധാന്യം അത് പ്രൊജക്ടറിൽ പ്രദർശിപ്പിക്കുന്നതിനും ഉണ്ട്. സിനിമ തീയേറ്ററിൽ മാഗ്നിഫൈ (Mag- nify) ചെയ്തു കാണിക്കുമ്പോൾ കിട്ടുന്ന അർത്ഥതലങ്ങളും ആസ്വാദ നവും സൗന്ദര്യബോധവും അതേസിനിമ മിനിസ്ക്രീനിൽ കാണിക്കു മ്പോൾ ഉണ്ടാകുകയില്ല. ഇത്തരം സിനിമകൾ ടെലിവിഷൻ സ്ക്രീനിൽ കാണിക്കുമ്പോൾ തന്നെ അതിന്റെ സൂക്ഷ്മതലങ്ങൾ നഷ്ടപ്പെടും. മൈക്രോസ്കോപ്പ് എന്നൊരു ഉപകരണത്തെ നിങ്ങൾക്ക് മനസ്സിലാക്കു വാൻ വേണ്ടി ഉദാഹരണമായി എടുക്കാം. അതിസൂക്ഷ്മമായ വസ്തു

ക്കളെയും ജീവികളെയും കോശങ്ങളെയും നമ്മുടെ കണ്ണിന് കാണത്ത ക്കവിധം വലുതാക്കി കാണിക്കുന്ന ഉപകരണമാണ് മൈക്രോസ്കോപ്പ്. ഈ മൈക്രോസ്കോപ്പിന്റെ സ്ഥാനത്ത് ചെറിയൊരു മാഗ്നിഫൈയിംഗ് ഉപയോഗിച്ച് അതേ സൂക്ഷ്മവസ്തുക്കളെ നോക്കുന്നതുപോലെ തന്നെ യുള്ള അർത്ഥശൂന്യമായ അവസ്ഥയാണ് നല്ല സിനിമകൾ മിനിസ്ക്രീ നിൽ കാണിക്കുമ്പോൾ ഉണ്ടാകുന്നത്. സ്ഥൂലമായ പ്രതലം കാണാമെ ങ്കിലും സൂക്ഷ്മവും അതിസൂക്ഷ്മവുമായ അർത്ഥതലങ്ങൾ ഇത്തരം സിനിമകൾ മിനിസ്ക്രീനിൽ പ്രദർശിപ്പിക്കുമ്പോൾ നമുക്ക് നഷ്ടപ്പെടു ന്നുവെന്ന് സാരം.

1970-കൾ മുതൽക്കാണ് ആർട്ട് ഫിലിമുകളെന്ന് വിളിക്കുന്ന ഇത്തരം കലാപരമായി മുൻതൂക്കമുള്ള സമാന്തരസിനിമകൾ കേരള ത്തിൽ പ്രദർശിപ്പിക്കാൻ തുടങ്ങിയത്. ഇതിനുമുമ്പ് ഇത്തരം നല്ല സിനി

മകൾ ഉണ്ടായിരുന്നി ല്ലെന്ന് ഇതിനർത്ഥമില്ല. 1928-ൽ ജെ സി ഡാനി യൽ എടുത്ത *വിഗതകു മാരൻ* മുതൽ ഇവിടെ നല്ല സിനിമകൾ പ്രദർശി പ്പിക്കാറുണ്ട്. സത്യജിത് റേ ബംഗാളിയിൽ ഉണ്ടാ ക്കിയ *പഥേർ പാഞ്ചാലി* യടക്കം അന്ന് ദേശീയ പ്രാദേശിക തലങ്ങളിൽ നിർമ്മിച്ചുകൊണ്ടിരുന്ന നല്ല സിനിമകളെല്ലാം കേരളത്തിലും പ്രദർശി പ്പിച്ചിട്ടുണ്ട്. എന്നാൽ അ തൊരു പ്രസ്ഥാനമായി വളർന്നത് 1970-കളുടെ

പഥേർ പാഞ്ചാലിയിൽനിന്ന്

ആരംഭത്തിൽ ശ്രീ അടൂർ ഗോപാലകൃഷ്ണന്റെ നേതൃത്വത്തിൽ ആയി രുന്നു. 1972 നവംബർ 23-ന് പ്രദർശനം ആരംഭിച്ച അദ്ദേഹത്തിന്റെതന്നെ *സ്വയംവരം* എന്ന സിനിമയാണ് ഈ പ്രസ്ഥാനത്തിലെ ആദ്യസിനിമ. 1959-ലെ ഫ്രെഞ്ച് ന്യൂവേവിനെ അനുസ്മരിപ്പിച്ച ഈ പ്രസ്ഥാനത്തിലൂടെ വിശ്വപ്രസിദ്ധരായ പലരും കടന്നുവെങ്കിലും ഇന്ന് ഈ പ്രസ്ഥാനം ചുരുക്കം ചില വ്യക്തികളിൽ ഒതുങ്ങിനിൽക്കുന്നുവെന്ന് പറയാം.

ഇതിന്റെ പ്രധാനകാരണം പ്രദർശനസാദ്ധ്യതകളുടെ പ്രതിസന്ധി തന്നെയായിരുന്നു. നല്ല തീയേറ്ററുകൾ ഇത്തരം ഫിലിമുകൾ പ്രദർശി പ്പിക്കാൻ യാതൊരു താൽപ്പര്യവും കാണിച്ചിരുന്നില്ല. മുഖ്യധാരാസിനി മകൾ കാണാൻ ജനങ്ങൾ കാണിക്കുന്ന താൽപ്പര്യം ഇത്തരം സിനിമ

കൾ കാണാൻ കാണിച്ചിരുന്നില്ലെന്നതാണ് രണ്ടാമത്തെ കാരണം. കുറഞ്ഞ നിർമ്മാണച്ചെലവിൽ വേണ്ടത്ര സാങ്കേതികമേന്മകളൊന്നുമി ല്ലാതെ അന്നുണ്ടാക്കിയിരുന്ന ബ്ലാക്ക് ആന്റ് വൈറ്റ് ആർട്ട് സിനിമകൾ ജനങ്ങളിൽ ഒരുതരം വിരസതയുണ്ടാക്കിയെന്നത് സത്യമാണുതാനും. ആകയാൽ ആർട്ട്സിനിമകൾ അഥവാ അവാർഡ് സിനിമകളെന്ന് അറി യപ്പെട്ടിരുന്ന ഈ സിനിമകൾ പ്രദർശിപ്പിക്കാൻ തീയേറ്റർ മുതലാളിമാർ വിസമ്മതിച്ചു. കാലക്രമേണ ഇത്തരം സിനിമകൾ പ്രദർശിപ്പിക്കാൻ 'എ'ക്ലാസ് തീയേറ്ററുകൾ കിട്ടാതെയായി. ഈ സ്ഥിതിവിശേഷത്തിലാണ് ഇന്ത്യയിൽ കലാമൂല്യമുള്ള സിനിമകൾ പ്രദർശിപ്പിക്കുന്നതിന് ടെലിവി ഷനെ ആശ്രയിക്കേണ്ടിവന്നത്. രണ്ട് ദശവർഷക്കാലം ദേശീയ ദൂരദർശൻ ചാനലുകളിൽ ആഴ്ചയിൽ ഒരുദിവസം ഈ സിനിമകൾ പ്രദർശിപ്പിച്ചി രുന്നുവെങ്കിലും അവ ജനങ്ങളിൽ വലിയ സ്വാധീനം ചെലുത്തിയില്ല. ജനങ്ങളെ ആകർഷിക്കത്തക്ക യാതൊന്നും ഈ സിനിമകളിൽ ഉണ്ടാ യിരുന്നില്ലെന്ന് മാത്രമല്ല മിനിസ്ക്രീൻ രൂപഘടനയിൽ ഇത്തരം സിനിമ കൾ അതിവിരസമായിരുന്നുതാനും (നല്ല സിനിമകൾ തീയറ്ററിൽത്തന്നെ പ്രദർശിപ്പിക്കണമെന്ന് നേരത്തെ പറഞ്ഞത് ഓർമ്മിക്കുമല്ലോ). ഈ സാഹചര്യങ്ങൾ മുതലാക്കി ദൂരദർശൻ 'ഇന്ത്യൻ പനോരമ' സിനിമക ളെന്ന് തൊണ്ണൂറുകളിൽ അറിയപ്പെട്ടിരുന്ന കലാസിനിമകളുടെ പ്രദർശനം പൂർണ്ണമായും നിർത്തിവച്ചു. എന്നാൽ ഇതേ ദൂരദർശൻ തന്നെ ദേശീയ മായി നല്ല സിനിമകളെടുത്ത് അവാർഡുകൾ ലഭിച്ചിട്ടുള്ള സംവിധായ കരെ തെരഞ്ഞെടുത്ത് പണവും കൊടുത്ത് സുപ്രസിദ്ധരായ എഴുത്തു കാരുടെ സൃഷ്ടികളെ അടിസ്ഥാനമാക്കി കഥാസിനിമകളെടുപ്പിച്ച് ടെലി വിഷനിൽ കാണിക്കുന്നതിലുള്ള വിരോധാഭാസത്തെക്കുറിച്ച് നല്ലത് മാത്രം ആലോചിച്ചാൽ മതി.

സിനിമാമാദ്ധ്യമത്തിന് നിലനിൽക്കണമെങ്കിൽ ഏറ്റവും അത്യാ വശ്യം പ്രദർശനമാണെന്ന് മനസ്സിലായിരിക്കുമല്ലോ. പ്രദർശനം നിഷേ ധിക്കപ്പെട്ടാൽ ഒരു നിർമ്മാതാവിനും പിടിച്ചുനിൽക്കാനാവില്ല. ചിത്രീക രണം, പ്രോസസ്സിംഗ്, പ്രദർശനം എന്നീ മൂന്നു സാങ്കേതിക കാര്യങ്ങൾ സ്വയം ചെയ്യാനായി ഒരു ത്രീ ഇൻ വൺ യന്ത്രവുമായി ലൂമിയർ സഹോ ദരന്മാർ ആരംഭിച്ച ചലച്ചിത്ര മാദ്ധ്യമ വ്യവസായത്തിന്റെ അടിസ്ഥാന തത്ത്വം ഈ മൂന്നുകാര്യങ്ങളും ഒരേപോലെ പ്രാധാന്യമുള്ളതാണെന്നും അതിൽത്തന്നെ പ്രദർശനത്തിനുള്ള വിജയമാണ് ഒരു സിനിമയുടെ ശരി യായ വിജയമെന്നും നൂറുവർഷം പിന്നിട്ടതിനുശേഷം ഇന്ന് ആധുനിക ഫിലിം വ്യവസായത്തിന് സമ്മതിക്കേണ്ടിവരുന്നു.

പ്രദർശനവിജയമെന്നാൽ രണ്ടുതരമുണ്ട്. ഏറ്റവും കൂടുതൽ ജന ങ്ങൾ സിനിമ കാണുമ്പോഴുണ്ടാകുന്ന ബോക്സോഫീസ് (പണപ്പെട്ടി) വിജയമാണ് ആദ്യത്തേത്.

മുഖ്യധാരാ സിനിമയുടെ കാര്യത്തിൽ ഈ വിജയമാണ് പ്രധാന പ്പെട്ടത്. കലാപരമായൊരു സിനിമയുടെ കാര്യത്തിലാണെങ്കിൽ നല്ലൊരു

ലോകത്തിലെ ആദ്യ സിനിമാപ്രദർശനശാല
പാരീസ്

ലോസ് എയിഞ്ചൽസിലെ
റീജന്റ് മൂവി തീയേറ്റർ

തീയേറ്ററിൽ ശാസ്ത്രീയമായ ദൃശ്യശബ്ദസംവിധാനത്തിൽ പ്രദർശനം നടത്താൻ കഴിയുക എന്നതാണ് നല്ല സിനിമയുടെ പ്രദർശന വിജയം. ഇക്കാര്യം നമ്മുടെ നാട്ടിൽ നടക്കണമെങ്കിൽ കലാപരമായ സിനിമകൾ മാത്രം കാണിക്കുന്ന ആധുനിക മിനിതീയേറ്ററുകൾ സർക്കാർതന്നെ മുൻകൈയെടുത്ത് ജില്ലാടിസ്ഥാനത്തിലെങ്കിലും നിർമ്മിക്കേണ്ടിവരും. ചലച്ചിത്രമാദ്ധ്യമത്തിലെ കലാപരമായി ഉന്നതനില വാരം പുലർത്തുന്ന സൃഷ്ടികളും അതുണ്ടാക്കുന്ന സംവിധായകരും അതിനുവേണ്ടി പണം മുടക്കുന്ന സഹൃദയരായ നിർമ്മാതാക്കളും ഇന്ന് നേരിടുന്ന ഏറ്റവും വലിയ പ്രതിസന്ധി അവ പ്രദർശിപ്പിക്കാനുള്ള നല്ല തീയേറ്ററുകൾ ഇല്ല, അല്ലെങ്കിൽ ഉള്ളത് ഇത്തരം സിനിമകൾ പ്രദർശിപ്പിക്കാൻ ലഭിക്കുന്നില്ല എന്നതാണ്.

കലാപരമായ സിനിമകൾ ജനങ്ങളിലുണ്ടാക്കുന്ന നല്ല ആസ്വാദനനിലവാരത്തിന്റെ അടിത്തറയിലാണ് വിനോദസിനിമകൾ നിലനിൽക്കുന്നതെന്ന് ആസ്വാദനത്തിന്റെ ആഴത്തിലുള്ള അന്തഃസത്ത ഉൾക്കൊള്ളുന്നവർക്ക് അറിയാം. 1970-കൾ മുതൽ സജീവമായി നിലനിന്നിരുന്ന സമാന്തര സിനിമയുടെ കൂട്ടായ്മയുടെ കാലത്ത് കേരളത്തിലാകെയുണ്ടായിരുന്ന 1200-ൽ കൂടുതൽ തീയേറ്ററുകൾ ഇന്ന് 864 ആയി ചുരുങ്ങിയിരിക്കുന്നു. ഫിലിം ഇൻഡസ്ട്രിയിൽ അടിക്കടി ഉണ്ടായിക്കൊണ്ടിരിക്കുന്ന പ്രശ്നങ്ങളോ ടെലിവിഷൻ ചാനലുകളുടെ ഏറിവരുന്ന സാന്നിദ്ധ്യമോ അല്ല ഇതിന്റെ യഥാർത്ഥ പ്രശ്നം. ഒരു തീയേറ്റർ കെട്ടുന്നവൻ വെറും കച്ചവടത്തിനുവേണ്ടി മാത്രമല്ല അപ്രകാരം

ചെയ്യുന്നത്. അയാൾക്ക് ചലച്ചിത്ര മാദ്ധ്യമത്തോടുള്ള താൽപ്പര്യവും നല്ല വിനോദ സിനിമകൾ തന്റെ തീയേറ്ററിൽ കൊണ്ടുവരാനും സ്വന്തം നാട്ടു കാർ വന്നു കാണുമ്പോഴുള്ള ചാരിതാർത്ഥ്യവും അഭിമാനവുംകൂടി അതിന്റെ പിന്നിലുണ്ട്. ഇത്തരം തീയേറ്ററുകൾ സ്വതവേ തുടർന്ന് കാണി ക്കാനിഷ്ടപ്പെടാത്ത കലാസിനിമകളെന്നു വിളിക്കുന്ന സമാന്തര സിനി മകൾ സജീവമായിരുന്ന കാലത്ത് നിലനിന്നിരുന്ന സിനിമാ സംസ്കാര ത്തിന് കാലക്രമേണയുണ്ടായ മൂല്യച്യുതി, അൽപ്പസ്വൽപ്പം ലാഭക്കു റവ് ഉണ്ടായിട്ടും ഇത്തരം നല്ല സിനിമകൾ കാണിച്ചിരുന്ന ഒരുപാട് ഗ്രാമീണ ബി ക്ലാസ്, സി ക്ലാസ് തീയേറ്ററുകൾ അടച്ചുപൂട്ടി റിയൽ എസ്റ്റേറ്റ് സംസ്കൃതിയിലേക്ക് മുതൽക്കൂട്ടി. ഇതിന്റെ പ്രധാനകാരണം ശുദ്ധസിനിമാരംഗത്തുണ്ടായ മന്ദതയും പതർച്ചയും സാംസ്കാരിക തകർച്ചയുമാണ്. ശുദ്ധസിനിമാരംഗത്തുണ്ടായ ഈ മൂല്യത്തകർച്ച ഏറ്റവും കൂടുതൽ ബാധിച്ചത് മുഖ്യധാരാ സിനിമയുടെ ഗുണനിലവാര ത്തെയാണ്. സമാന്തരസിനിമയെ മനസ്സാ ആദരിച്ചിരുന്ന ഒട്ടുമുക്കാലും മുഖ്യാധാരാ സിനിമാനിർമ്മാതാക്കളും സംവിധായകരും ഇനിയിപ്പോൾ എന്തുമാവാമെന്ന ഒരു നിലവാരത്തിലേക്ക് തരംതാണു. അതോടെ പ്രതി സന്ധികൾ പലതരം കുരമ്പുകളായി ഫിലിം ഇൻഡസ്ട്രിയുടെ നില നിൽപ്പിനെ ലക്ഷ്യമാക്കി പായാൻ തുടങ്ങി. മലയാള ചലച്ചിത്ര നിർമ്മാ ണത്തിന്റെ എണ്ണം പെട്ടെന്ന് കുറയാൻ തുടങ്ങി. സിനിമാ തീയേറ്ററുക ളുടെ വാതിലുകൾ എന്നെന്നേക്കുമായി അടയാൻ തുടങ്ങുകയും അവിടെ സൂപ്പർമാർക്കറ്റുകളുടെ വൻ ഓട്ടോമാറ്റിക് ഷട്ടറുകൾ തുറക്കാനും തുട ങ്ങി. ഓരോ വർഷവും അടയുന്ന തീയേറ്ററുകളുടെ എണ്ണം കൂടിവരിക യാണ്. നല്ല സിനിമയും അതിനോടനുബന്ധമായ സാമൂഹ്യ സംസ്കൃ തിയും നാളേക്കപ്പുറം നിലനിൽക്കണമെന്ന് ആഗ്രഹിക്കുന്നവരുണ്ടെ ങ്കിൽ ഇന്ത്യൻ സമാന്തരസിനിമയുടെ ആരംഭകാലത്ത് ഉണ്ടായതുപോലെ ചെറിയൊരു ബജറ്റിൽ ആഡംബരങ്ങളൊന്നുമില്ലാത്ത ശാസ്ത്രീയമായ ഗുണനിലവാരമുള്ള ആധുനിക ഡിജിറ്റൽ സമാന്തര മിനിതീയേറ്ററുകൾ കേരളത്തിലെ ത്രിതല പഞ്ചായത്തുകളോടു ചേർന്ന് നിർമ്മിക്കുകയും അത്തരം തീയേറ്ററുകളുടെ നിയന്ത്രണവും അവിടെ കാണിക്കുന്ന സിനി മകളുടെ വിതരണവും ചലച്ചിത്ര അക്കാദമിയെയോ ഫിലിം ഡവല പ്മെന്റ് കോർപ്പറേഷനെയോ ഏൽപ്പിക്കുകയും ചെയ്യേണ്ടിയിരിക്കുന്നു. ഫിക്ഷൻ, നോൺഫിക്ഷൻ എന്നീ തരംതിരിവുകളില്ലാതെ നല്ല സിനിമ കൾ ജനങ്ങളിലെത്തിക്കണമെന്ന ഒരേയൊരു ഉദ്ദേശ്യത്തോടെ എത്രയും വേഗം ഈ രംഗത്ത് മുന്നോട്ടുള്ള ചലനം ആവശ്യമായിരിക്കുന്നു. കാരണം സിനിമാനിർമ്മാണത്തിന്റെയും സിനിമാ ആസ്വാദനത്തിന്റെയും പരിപൂർണ്ണത ഒരു ശുദ്ധസിനിമ തീയേറ്ററിൽ പ്രദർശിപ്പിക്കുമ്പോൾ മാത്രമേ കൈവരൂ. മറ്റൊരു മാദ്ധ്യമത്തിലൂടെയോ ഉപാധിയിലൂടെയോ സിനിമ പ്രദർശിപ്പിക്കാൻ സിനിമയുടെ ദൃശ്യഭാഷയും വ്യാകരണവും അനുവദിക്കുന്നില്ല. എന്നു മാത്രമല്ല അപ്രകാരം ചെയ്യുകയാണെങ്കിൽ

അത് ആസ്വാദകരെ അടച്ച് അധിക്ഷേപിക്കുന്നതിന് തുല്യവുമാണ്. നല്ലൊരു നാടകം സ്റ്റേജൊന്നുമില്ലാതെ ഡ്രോയിംഗ് റൂമിൽ അവതരിപ്പി ച്ചാലെങ്ങനെയിരിക്കും! അതുപോലെ അർത്ഥശൂന്യമാണ് നല്ലൊരു സിനി മ, അത് മുഖ്യധാരാ സിനിമയാകട്ടെ സമാന്തര സിനിമയാവട്ടെ ടെലിവി ഷനിലൂടെ കാണിക്കേണ്ടി വരുന്നതും കാണേണ്ടി വരുന്നതും. സിനിമ യുണ്ടാക്കുന്നവരും സിനിമ കാണുന്നവരും സർക്കാരും നല്ല സിനിമയ്ക്കു വേണ്ടി നിലകൊള്ളുന്നവരും വളരെയേറെ ഗൗരവത്തോടെ കണക്കിലെ ടുത്ത് പ്രതികരിക്കേണ്ട വിഷയമാണിതെന്ന് വളരുന്ന തലമുറ കാര്യ മായി മനസ്സിലാക്കണം. സിനിമ ടെലിവിഷനിലൂടെ കാണിക്കുകയോ കാണുകയോ ചെയ്യരുതെന്ന കാര്യം എല്ലാവരും അതിന്റെ നല്ല അർത്ഥ ത്തിൽ മനസ്സിലാക്കണം. സിനിമാ മാദ്ധ്യമത്തെ അടിസ്ഥാനമാക്കിയുള്ള പ്രോഗ്രാമുകൾ കാണുന്നതിൽ തെറ്റില്ല. എന്നാൽ സിനിമകൾ പൊതു വെയും നല്ല സിനിമകൾ പ്രത്യേകിച്ചും ടെലിവിഷനിൽ കാണരുത്. അത് ശാസ്ത്രീയമായ ഒരു തീയേറ്ററിൽ പ്രദർശിപ്പിച്ചുതന്നെ കാണണം, കാണിക്കണം. അതിനുള്ള സൗകര്യം നമ്മുടെ നാട്ടിൽ ഉണ്ടാവണം. എന്തെന്നാൽ നല്ല പ്രദർശനത്തിലൂടെയാണ് നല്ലൊരു സിനിമയിൽ ലീന മായിട്ടുള്ള അന്തഃസത്ത കാലം വിലയിരുത്തുന്നതും അത് അനശ്വരത യിൽ സംരക്ഷിക്കപ്പെടുന്നതും.

www.ingramcontent.com/pod-product-compliance
Lightning Source LLC
LaVergne TN
LVHW041703190726
843493LV00007B/1932